ഗ്രീൻ ബുക്സ്

അപരാഹ്നത്തിൽ അവസാനിക്കുന്ന ഒരു ദിവസം

എസ്. മഹാദേവൻ തമ്പി

പത്രപ്രവർത്തകൻ, കഥാകൃത്ത്, നോവലിസ്റ്റ്
എന്നീ നിലകളിൽ ശ്രദ്ധേയൻ.
ആലപ്പുഴ ജില്ലയിലെ മുതുകുളത്ത് ജനനം.
നാട്ടിലെ പ്രാഥമിക വിദ്യാഭ്യാസത്തിനു ശേഷം
ഡൽഹി യൂണിവേഴ്സിറ്റിയിൽ ധനതത്ത്വശാസ്ത്രവും
ജേണലിസവും പഠിച്ചു. പത്രപ്രവർത്തകനായി തുടക്കം.
പിന്നീട് സർക്കാർ സർവീസിൽ ചേർന്നു.
കേരള സർക്കാരിന്റെ ഇൻഫർമേഷൻ പബ്ലിക് റിലേഷൻസ്
വകുപ്പിൽ അഡീഷണൽ ഡയറക്ടറായിരുന്നു.
ഇപ്പോൾ മീഡിയ കൺസൾട്ടൻറ്. നോവലുകളും
കഥാസമാഹാരങ്ങളുമായി പതിനൊന്ന് കൃതികൾ.
തമിഴ്, കന്നഡ, ഹിന്ദി, സംസ്കൃതം, ഇംഗ്ലീഷ്
ഭാഷകളിലേക്ക് കൃതികൾ വിവർത്തനം ചെയ്യപ്പെട്ടിട്ടുണ്ട്.
സംസ്ഥാന സർക്കാരിന്റെ എസ്.ഐ.സി.എൽ അവാർഡ്,
പ്രശസ്തമായ ഉറൂബ് അവാർഡ് എന്നിങ്ങനെ നിരവധി
സാഹിത്യ പുരസ്കാരങ്ങൾ നേടിയിട്ടുണ്ട്.

ഗ്രീൻ ബുക്സ് പ്രസിദ്ധീകരിച്ച
ഗ്രന്ഥകർത്താവിന്റെ ഇതര കൃതികൾ

(നോവൽ)

അലകളില്ലാത്ത കടൽ

ആസാദി

ജലപർവ്വം

(കഥ)

ആകാശങ്ങളുടെ അവകാശികൾ

അതിരുകൾ

കണ്ടൽക്കാട്

(Translations)

Purge (അലകളില്ലാത്ത കടൽ)
Azadi (ആസാദി)

കഥ

അപരാഹ്നത്തിൽ അവസാനിക്കുന്ന ഒരു ദിവസം

എസ്. മഹാദേവൻ തമ്പി

ഗ്രീൻ ബുക്സ്

green books private limited
gb building, civil lane road, ayyanthole,
thrissur- 680 003, kerala, ph: +91 487-2381066, 2381039
website: www.greenbooksindia.com
e-mail: info@greenbooksindia.com

branches:
thrissur 0487-2422515
thiruvananthapuram 0471-2335301
calicut 8589095307

malayalam
aparahnathil avasanikkunna oru divasam
(story)
by
s. mahadevan thampi

first published may 2011
reprinted november 2023

cover design : rajesh chalode

printed in india
repro india ltd

isbn : 978-93-80884-14-1

₹ 250.00
GBPL/364/2011

മുഖക്കുറി

ഒരു ചെറുതന്തുവിനെ വികസിപ്പിച്ചെടുത്തും ഒരു ഭീമൻ ആശയത്തെ അടക്കിയൊതുക്കിയും കഥകളെ സൃഷ്ടിക്കാം. ഈ രണ്ടു രീതികളെയും പരീക്ഷിക്കുന്ന കഥാകാരനാണ് എസ്. മഹാദേവൻ തമ്പി. വ്യത്യസ്തമായ കഥാതന്തുക്കളെ കൈകാര്യം ചെയ്യുമ്പോൾ, ഭാഷാപരമായ സ്വശൈലി നിലനിർത്തിക്കൊണ്ടുതന്നെ വ്യതിരിക്തമായ ഘടനകളിലേക്കു കൂടുമാറാൻ ഇദ്ദേഹത്തിന് അനായാസം കഴിയുന്നു. 'അപരാഹ്നത്തിൽ അവസാനിക്കുന്ന ഒരു ദിവസം' എന്ന, പത്തൊമ്പതു കഥകളുടെ, ഈ സമാഹാരം വ്യക്തിവ്യഥകളും സമൂഹവ്യഥകളും അവയ്ക്കുപരിയായി നിൽക്കുന്ന പ്രകൃതിനശീകരണത്തെച്ചൊല്ലിയുള്ള വിലാപങ്ങളും ഉള്ളടങ്ങുന്നവയാണ്.

കൃഷ്ണദാസ്
മാനേജിങ് എഡിറ്റർ

കഥകൾ

കണ്ടൽക്കാട്

അഞ്ചു വർഷങ്ങൾക്കപ്പുറം ഏതോ
ഒരു മേയ്മാസ മദ്ധ്യാഹ്നത്തിൽ സംഭവിക്കുന്നത്

വെള്ളമില്ല.

വല്ലാത്ത ദാഹം.

മഹാരഥന്റെ തൊണ്ട വരണ്ടു.

വർഷങ്ങൾക്കുമുമ്പ് കുടിയേറിയ വള്ളിയൂരിലെ വറുതിക്കാട്ടുനിന്നും ജന്മദേശമായ കൊച്ചിയിലെ വളന്തക്കാട്ടേക്കു വരുമ്പോൾ കുടിക്കാൻ വെള്ളം ധാരാളമായി, കന്നാസുകളിൽ, കരുതിയിരുന്നു. പക്ഷേ, അപ്രതീക്ഷിതമായാണ് അതത്രയും തീർന്നത്. കാരണം പ്രാഥമികാവശ്യങ്ങൾക്കുപോലും ആ വെള്ളത്തെ ആശ്രയിക്കേണ്ട ദുരവസ്ഥ വളന്തക്കാട്ടുണ്ടായി.

വെള്ളക്കെട്ടായിരുന്ന വളന്തക്കാട് എന്നെങ്കിലും ഊഷരഭൂമിയാകുമെന്ന് കരുതിയതേയല്ല. കേവലം അഞ്ചുവർഷംകൊണ്ട് ഈ വെള്ളമെല്ലാം എങ്ങോട്ടുപോയെന്ന് മഹാരഥൻ അതിശയിച്ചു. തറവാട്ടിൽ പുതുതായി കുഴിപ്പിച്ച കുഴൽക്കിണറിലെ വെള്ളം സ്പർശിക്കാൻ പോലുമാകുന്നില്ല. വളന്തക്കാട്ടെ കുഴൽക്കിണർവെള്ളത്തിനു പോലും കടൽവെള്ളത്തേക്കാൾ ഉപ്പ്!

മഹാരഥന് ഉപ്പുവെള്ളത്തെ ഭയമാണ്. സാധാരണഗതിയിൽ ഉപ്പ് അലർജിയുണ്ടാക്കില്ലെങ്കിലും കടൽവെള്ളമോ കായൽവെള്ളമോ സ്പർശിച്ചാലോ ലവണജലമത്സ്യങ്ങൾ കഴിച്ചാലോ മഹാരഥന് അലർജി വരും. ആദ്യം കൈവിരലുകൾക്കിടയിൽ ചൊറിയും. അതുകൊണ്ടായിരുന്നു കുടിവെള്ളമുൾപ്പടെയുള്ള മുൻകരുതൽ. പക്ഷേ, തർപ്പണകലശത്തിലെ വെള്ളത്തിലുണ്ടായിരുന്ന ഉപ്പിന്റെ ആധിക്യം ചതിച്ചെന്നു തോന്നുന്നു...

സഹിക്കാനാവുന്നില്ല.

അസഹ്യമായ ചൂട്.

മഹാരഥൻ വിയർപ്പിൽ കുളിച്ചു.

അഞ്ചുവർഷംമുമ്പുവരെ ഏതു കാലാവസ്ഥയിലും ഇളംകുളിർകാറ്റു വീശിയിരുന്ന വളന്തക്കാട്ടെ ആകാശത്തിനു കീഴിൽ ഇപ്പോൾ മുരണ്ടു വരുന്നത് ലവണരസമുള്ള വരണ്ട കാറ്റാണ്. അതു മഹാരഥന്റെ ചൊറിഞ്ഞുവീർത്ത ദേഹമാകെ അഗ്നിസൂചികൾ വർഷിച്ചു.

ഒഴിവാക്കാനാവാത്തതായിരുന്നു ഈ യാത്ര. അമ്മയുടെ മരണ വാർത്ത അറിഞ്ഞിട്ടും ഏകമകൻ വന്നില്ലെങ്കിൽ ആൾക്കാർ എന്തു കരുതും? നാലാളെ ബോധിപ്പിക്കേണ്ട കാര്യമേയുള്ളു. ഏതായാലും പോകാമെന്നു തീരുമാനിച്ചു. അടക്കം കഴിഞ്ഞാലുടനെ തിരിച്ചുപോരാമെന്ന് ഉറപ്പുണ്ടായിരുന്നു.

പക്ഷേ, സാധിക്കുന്നില്ല.

അപ്രതീക്ഷിതവും അവിചാരിതവുമായ കാര്യങ്ങളാണ് സംഭവിക്കുന്നത്.

വളന്തക്കാട്ട് പുതുതായി രൂപംകൊണ്ട ടൗൺഷിപ്പിന്റെ ഔട്ടർ റോഡിലൂടെ ശവസംസ്കാരത്തിനുള്ള വിറകും വറളിയും മറ്റു സാമഗ്രികളുമായി പെട്ടിഓട്ടോ വന്നപ്പോൾ തൊട്ടുപിന്നാലെ ഒരു ജീപ്പും കാറുമുണ്ടായിരുന്നു. ജീപ്പിൽ നിന്നിറങ്ങിയ ആൾ, ടൗൺഷിപ്പിന്റെ ചീഫ് സെക്യൂരിറ്റി ഓഫീസറാണെന്ന് സ്വയം പരിചയപ്പെടുത്തി വിലക്കുകയായിരുന്നു.

“ബഹുമാന്യരായ വിദേശികൾ താമസിക്കുന്ന ടൗൺഷിപ്പിന്റെ അറുന്നൂറുമീറ്റർ പരിധിക്കുള്ളിൽ ശവസംസ്കാരമരുത്; അതാണ് ഇവിടുത്തെ നിയമം.” എന്നിട്ട് ഒരു പരിഹാരവും അദ്ദേഹം നിർദ്ദേശിച്ചു: “അകലെയല്ലാതെ പൊതുശ്മശാനമുണ്ടല്ലോ... നിങ്ങൾക്ക് അത് ഉപയോഗിക്കാം...”

അപ്രതീക്ഷിതമായ ആ വിലക്ക് മഹാരഥനെ വല്ലാത്ത ധർമ്മസങ്കടത്തിലാക്കി. അഞ്ചു വർഷങ്ങൾക്കുശേഷം നേരിൽ കണ്ടിട്ടും ഒരു വാക്കുപോലും മിണ്ടാതിരുന്ന അച്ഛൻ അമ്മയുടെ മൃതദേഹത്തിൽ കോടി പുതപ്പിക്കുമ്പോൾ ആരോടെന്നില്ലാതെ ഒരാഗ്രഹം പ്രകടിപ്പിച്ചു: “ഇവളെ ഇവിടെ ദഹിപ്പിക്കണം.” അതിനുള്ള ന്യായീകരണം നിരത്തുമ്പോൾ അച്ഛൻ പഴയ വേദാന്തിവൈദ്യനാവുന്നതു കണ്ടു. കണ്ടവൈദ്യനെന്നു പാവങ്ങളായ നാട്ടുകാരും, കണ്ടൽവൈദ്യനെന്ന് കോവിലകക്കാരും, വേദാന്തിവൈദ്യനെന്ന് മറ്റു ചികിത്സകരും വിളിക്കുന്ന സാക്ഷാൽ കൊച്ചൂട്ടിവൈദ്യർ എന്ന പാരമ്പര്യവൈദ്യൻ, നിശ്ചലയായിക്കിടക്കുന്ന അമ്മയെ നോക്കി പറഞ്ഞു: “ദേഹി വിട്ടൊഴിഞ്ഞാലും ദേഹം പഞ്ചഭൂതങ്ങളാണ്. അതിനാൽത്തന്നെ

അഗ്നി, ആകാശം, വായു, ജലം, ഭൂമി എന്നിവയ്ക്ക് ഒരുമിച്ച് അവകാശപ്പെട്ടതാണ് ദേഹം. ഇവളുടെ ദേഹം അഗ്നിയിലെരിയട്ടെ; അതു വായുവിൽ ലയിക്കട്ടെ; ജലമാകട്ടെ; ഭൂമിയിൽ അലിയട്ടെ... അങ്ങനെ ഇവിടെ നിന്നെടുത്തതെല്ലാം ഇവിടെത്തന്നെ സമർപ്പിച്ചാലേ ഇവൾ ഋണവിമുക്തയാകൂ. മുക്തി കിട്ടൂ..." എന്നിട്ട് മുഖമുയർത്തി മഹാരഥനോട് അപേക്ഷിച്ചു: "അതിന് ഇവളെ അനുവദിക്കണം."

അച്ഛന്റെ വാക്കുകൾക്കു മാന്ത്രികശക്തിയുണ്ടെന്ന് മഹാരഥൻ ആദ്യമായി മനസ്സിലാക്കി; അനുസരിപ്പിക്കുന്ന അജ്ഞാതശക്തിയും. അതുകൊണ്ടുതന്നെ സ്വയം സമ്മതിക്കുകയായിരുന്നു. പക്ഷേ, ഒരുക്കങ്ങൾക്കിടയിൽ ഇങ്ങനെയൊരു തടസ്സം തീരെ പ്രതീക്ഷിച്ചതല്ല.

എങ്ങനെയും ഈ പ്രതിസന്ധി മറികടക്കണം.

ശഠിച്ചുനിൽക്കുന്ന ചീഫ് സെക്യൂരിറ്റി ഓഫീസറോട് അനുനയത്തിൽ മഹാരഥൻ സ്വയം വെളിപ്പെടുത്തി.

"എന്നെ നിങ്ങൾക്കു മനസ്സിലായില്ലെന്നു തോന്നുന്നു; ഞാൻ മഹാരഥൻ. കമ്പനിക്കുവേണ്ടി ഈ പ്രദേശമെല്ലാം വളരെ പ്രയാസപ്പെട്ട് തരപ്പെടുത്തിക്കൊടുത്ത ആളാണ്. അതിനുപുറമെ ഇവിടുള്ള സ്വന്തം ഭൂമിയും ഞാനവർക്കു നൽകി. നിങ്ങളുടെ പ്രമോട്ടറോടു ബന്ധപ്പെട്ട് ഇത് എന്റെ ഒരാവശ്യമാണെന്നന്ന് പറയൂ... അവർ സമ്മതിക്കും..."

ചീഫ് സെക്യൂരിറ്റി ഓഫീസർക്കൊപ്പം വന്ന ടൗൺഷിപ്പിന്റെ എസ്റ്റേറ്റ് മാനേജർ വിനയത്തോടെ, എന്നാൽ ദൃഢമായി വിശദീകരിച്ചു:

"സർ, ഇവിടെ ഇപ്പോൾ കമ്പനിയില്ല. പ്രമോട്ടറില്ല. അടിസ്ഥാന സൗകര്യങ്ങളൊരുക്കി ഭൂമി കൈമാറിയതോടെ അവരുടെ റോൾ കഴിഞ്ഞു. ഈ പ്രദേശം ഇപ്പോൾ പ്രത്യേക നിയമപരിരക്ഷയോടു കൂടിയ ടൗൺഷിപ്പായിരിക്കുകയാണ്... ധനാഢ്യരും സ്വാധീനമുള്ളവരുമായ വിദേശികൾ വസിക്കുന്ന വില്ലകളും പഞ്ചനക്ഷത്രഹോട്ടലുകളും അവർക്കുവേണ്ട ക്ലബ്ബുകളും ജലകേളീഗൃഹങ്ങളുമൊക്കെയുള്ള ആധുനിക നഗരി. ഇവിടം ശ്മശാനമാക്കാൻ അനുവദിക്കുന്ന പ്രശ്നമില്ല." ഒന്നുനിർത്തി, മഹാരഥന്റെ തോളിൽതൊട്ട് അദ്ദേഹം ടൗൺഷിപ്പിലേക്കു വിരൽചൂണ്ടി "ദാ, നോക്കൂ... ബംഗ്ലാവുകളും ഫാഷൻ സെന്ററുകളും ബീസ്കൂളുകളുമെല്ലാമുള്ള ഈ ടൗൺഷിപ്പിന്റെ സംരക്ഷണച്ചുമതലക്കാരായ ഞങ്ങൾ പറയുന്നത് അനുസരിക്കൂ..."

എസ്റ്റേറ്റ് ഓഫീസറുടെ വിരലിനപ്പുറം, പഴയ കണ്ടൽക്കാടിനുമീതെ ഉയർന്നുപൊങ്ങിയ ടൗൺഷിപ്പ്, പ്രതികാരം കലർന്ന സഹതാപത്തോടെ

പരിഹസിക്കുന്നതു കണ്ടപ്പോൾ മഹാരഥൻ വല്ലാത്ത ജാള്യത്തോടെ മുഖം തിരിച്ചു.

എന്തു ചെയ്യണമെന്നറിയാത്ത ഒരവസ്ഥ. അതിനിടയിലായിരുന്നു ആ താക്കീത്: "നിങ്ങൾ പിന്മാറുന്നില്ലെങ്കിൽ എനിക്കു നിയമത്തിന്റെ വഴി നോക്കേണ്ടി വരും. നമുക്കു പോലീസിനെ വിളിക്കാം..."

എസ്റ്റേറ്റ് ഓഫീസറുടെ സ്വരത്തിൽ ഭീഷണിയുണ്ടായിരുന്നു.

അതു വെറും ഭീഷണിയല്ല; ഉറച്ച സാധ്യതയാണെന്ന് മഹാരഥൻ തിരിച്ചറിഞ്ഞു.

ആ ഘട്ടത്തിൽ മഹാരഥൻ ഒന്നേ ആഗ്രഹിച്ചുള്ളു. നാണക്കേടുണ്ടാവരുത്. എങ്ങനെയും ഈ പ്രതിസന്ധി തരണം ചെയ്യണം. ഭാഗ്യത്തിന് അച്ഛനും ബന്ധുക്കളിൽ ചിലരും മാത്രമേ ശവസംസ്കാരച്ചടങ്ങിനുള്ളു. അയൽക്കാരില്ല. നാട്ടുകാരുമില്ല. അല്ലെങ്കിൽതന്നെ ഇപ്പോൾ വളന്തക്കാട്ടെ തറവാട്ടിന് അയൽപക്കങ്ങളില്ല. നാട്ടുകാരെന്നു പറയാവുന്നവരെല്ലാം വളന്തക്കാട്ടുനിന്ന് എന്നേ പോയി. പ്രലോഭനങ്ങളും ഭീഷണികളും അധികരിച്ചപ്പോൾ ഒഴിഞ്ഞും ഒഴിപ്പിച്ചും ഓടിച്ചും മുന്നിലും പിന്നിലും വശങ്ങളിലും ഒളിഞ്ഞും തെളിഞ്ഞും നിന്ന മഹാരഥൻ സ്വന്തം പിതാവിന്റെ മുന്നിൽ മാത്രം പരാജയപ്പെടുകയായിരുന്നു.

കണ്ടൽക്കാടുകൾക്കപ്പുറം ഒന്നര ഏക്കറിൽ കണ്ടവൈദ്യൻ എന്ന കൊച്ചൂട്ടി വൈദ്യരും ഭാര്യയും അവശേഷിച്ചാലും ടൗൺഷിപ്പിനു പ്രശ്നമില്ലെന്ന് കമ്പനിയെ ബോധ്യപ്പെടുത്താൻ മഹാരഥനു കഴിഞ്ഞിരുന്നു. വൈദ്യരുടെ കാലശേഷം സ്വന്തമാകുന്ന തറവാടുംകൂടി നൽകാമെന്നു പറഞ്ഞ് വിലയർത്ഥവും വിഹിതവും കമ്മീഷനും ഉൾപ്പെടെ കിട്ടിയതെല്ലാമായി തമിഴ്നാട്ടിലെ വള്ളിയൂരുള്ള വറുതിക്കാട്ടേക്കു കുടിയേറി. വറുതിയുടെ കാട്ടിൽ വളന്തക്കാടിനെ തീർത്തും മറന്നുതുടങ്ങിയപ്പോഴായിരുന്നു, അമ്മയുടെ മരണവാർത്ത അകന്ന ബന്ധുവിന്റെ ഫോൺ സന്ദേശമായി എത്തുന്നത്.

അമ്മ മരിച്ചു എന്നു കേട്ടപ്പോൾ ദുഃഖമേ തോന്നിയില്ല. ഒരുതരം മരവിപ്പ്. വിയോഗങ്ങളിലെല്ലാം അതായിരുന്നു സ്ഥായിയായ വികാരം.

ഒരു ദിവസംകൊണ്ട് ചടങ്ങു തീർത്തുപോകാമെന്ന് ഉറപ്പാക്കി വന്നെങ്കിലും ആ കണക്കുകൂട്ടലുകളെല്ലാം ഇപ്പോൾ തെറ്റുന്നതിൽ മഹാരഥന് വല്ലാത്ത അസ്വാസ്ഥ്യം തോന്നി. അതു മനസ്സിലാക്കിയാവാം, തികച്ചും അപ്രതീക്ഷിതമായി അച്ഛൻ മുന്നോട്ടുവന്ന് ചീഫ് സെക്യൂരിറ്റി ഓഫീസറുടെ കയ്യിൽ തൊട്ടത്: "സർ, ഒരേ ഒരു കുടുംബമേ ഇവിടെ

അവശേഷിക്കുന്നുള്ളു. അതിൽ രണ്ടു മനുഷ്യർ. ഞാനും ഇവളും. ഇവൾ പോയിക്കഴിഞ്ഞു. ഇനി ഞാൻ മാത്രം. ഞങ്ങൾ ഇവിടെ ജനിച്ചു ജീവിച്ച വരാണ്... ഇവളെ മാത്രമെങ്കിലും ഇവിടെ ദഹിപ്പിക്കാൻ അനുവദിക്കണം." അച്ഛന്റെ സ്വരം ഇടറി. "ദഹിക്കാനായി ഇവിടേക്കുവരാൻ ഇനി ആരുമി ല്ലല്ലോ..."

തുടർന്നു യാചിക്കാൻ അച്ഛനു കഴിഞ്ഞില്ല. കൊച്ചൂട്ടി വൈദ്യർ എന്ന അച്ഛൻ ജീവിതത്തിൽ ആദ്യമായി കരയുന്നത് മഹാരഥൻ കണ്ടു.

വൃദ്ധന്റെ യാചന ബന്ധുക്കളിൽ ആരുടെയോ മനസ്സിളക്കിയെന്നു തോന്നി. ഇവിടെ അനുവദിച്ചില്ലെങ്കിൽ ശവവുമായി ഞങ്ങൾ ടൗൺഷി പ്പിലേക്കു വരുമെന്ന് അവരിൽ ആരോ ഭീഷണി മുഴക്കി. അതുകേട്ടതോടെ എസ്റ്റേറ്റ് ഓഫീസറും സെക്യൂരിറ്റി ഓഫീസറും പരസ്പരം എന്തോ അടക്കം പറഞ്ഞു. ഒടുവിൽ, ഭേദഗതികളോടെ അനുമതി വന്നു:

"നിങ്ങൾ ആൾക്കാരെക്കൂട്ടി പ്രശ്നമുണ്ടാക്കുമെന്ന് ഭയന്നിട്ടൊന്നു മല്ല, മനുഷ്യത്വത്തിന്റെ പേരിൽ ഞങ്ങൾ ഒരു കാര്യം ചെയ്യാം..." ഒന്നു നിർത്തി മഹാദാനം പോലെയായിരുന്നു അനുമതി വചനം: "കത്തിച്ച് തീ പടർത്തി ടൗൺഷിപ്പിലുള്ളവരെ അറിയിക്കണ്ടാ... അത്രയ്ക്കു നിർബ്ബന്ധമാണെങ്കിൽ വേഗം കുഴിച്ചിട്ടോളൂ..."

ചിത, അഗ്നി എന്നൊക്കെ അച്ഛൻ പറയാൻ ശ്രമിച്ചെങ്കിലും കൈവന്ന സൗജന്യത്തിൽ കാര്യം നടത്തുക എന്ന മഹാരഥന്റെ നിർബന്ധമാണ് വിജയിച്ചത്.

ശബ്ദമുണ്ടാക്കാതെയാണ് കുഴിച്ചത്. ബന്ധുക്കളായ രണ്ടുപേർ അതിനുവേണ്ടി നന്നേ ക്ലേശിച്ചു.

കുഴിക്കുംതോറും പുതമണ്ണാണ് പുറത്തുവരുന്നത്; ഒറ്റക്കുത്തിൽ വെള്ളം കാണുന്ന വളന്തക്കാട്ടെ നനമണ്ണിന് എന്തു സംഭവിച്ചുവെന്ന് മഹാരഥൻ അതിശയിച്ചു.

ബന്ധുക്കൾ കുഴിച്ചുകൊണ്ടേയിരുന്നു. എന്നാൽ അതു കുഴിക്കലല്ല, മണ്ണുകോരലായിരുന്നു.

കുറെയായപ്പോൾ വൈദ്യർക്കു സഹിച്ചില്ല. അദ്ദേഹം കുഴിയിലേക്കി റങ്ങി. മണ്ണിലേക്കു മുഖമമർത്തി ഏറെനേരം നിന്നു. പിന്നെ പെട്ടെന്നു കരയ്ക്കു കയറി ബന്ധുക്കളോടു പണി തുടർന്നോളാൻ പറഞ്ഞു. അവ രുടെ മൺകോരി രണ്ടടി താഴ്ന്നപ്പോഴേക്കും എല്ലാവരെയും അതിശയി പ്പിച്ചുകൊണ്ട് വെള്ളം കണ്ടു. ബക്കറ്റിൽ അതു കോരിക്കളഞ്ഞു വീണ്ടും കുഴിക്കുമ്പോൾ അച്ഛൻ അവരെ ഓർമ്മിപ്പിച്ചു:

"ഇത് ഈ മണ്ണിന്റെ അവസാന തുള്ളി രക്തമാണ്. ഈ ഭൂമിയുടെ ഉപ്പ്." മിഴികൾ അന്തരീക്ഷത്തിലേക്കുയർത്തി അദ്ദേഹം പറഞ്ഞു: "തർപ്പണത്തിനും കുഴിച്ചുറ്റിനും രണ്ടുകുടം വെള്ളം വേണം. അതും ഇതു തന്നെയായിക്കോട്ടെ..."

ബലികർമ്മത്തിനു കരുതിയിരുന്ന കലശങ്ങളിൽ ആ വെള്ളമാണ് നിറച്ചത്.

കലശങ്ങൾ നിറഞ്ഞു വെള്ളം പുറത്തേക്കു കവിഞ്ഞപ്പോൾ എന്തതിശയം - ഒരു വരാൽ! കുറ്റിക്കണ്ടലിനടിയിൽ മുട്ടയിടുന്ന കുറുവരാൽ! ശുദ്ധജലമത്സ്യങ്ങളിൽ ഏറ്റവും മികച്ചത്.

പുറത്തേക്കു ചാടി പുതമണ്ണിൽ കിടന്നു പുളയ്ക്കുകയാണ് വരാൽ!

അതുകണ്ടപ്പോൾ അമ്മയുടെ മൃതദേഹത്തെയും സംഘർഷഭരിതമായ സാഹചര്യങ്ങളെയും മറന്ന് മഹാരഥൻ വരാലിനെത്തന്നെ ശ്രദ്ധിച്ചു. അപ്പോൾ അതു മണലിലൂടെ പുളഞ്ഞിഴഞ്ഞ് മുന്നോട്ടുവന്നു. ഇത് വളന്തക്കാട്ടെ കണ്ടലിനടിയിൽ ഊളിയിട്ടു നടക്കുന്ന കുറുവരാൽ തന്നെ! ചെറുവഞ്ചിയിലേക്കു ചാടി വീഴുന്ന വരാൽ. വഞ്ചിയെ അനുഗമിക്കുന്ന ദാശരഥത്തിലെ മുമ്പൻ! ഒടുവിൽ സ്വന്തം പാദങ്ങളിൽ ആ വരാൽ വന്നു തൊട്ടപ്പോൾ മഹാരഥൻ പെട്ടെന്ന്, വളരെ പെട്ടെന്ന്, ആ പഴയ കുട്ടിയായി മാറി. അച്ഛന്റെയൊപ്പം കണ്ടൽക്കാടുകൾക്കിടയിലൂടെ ചെറുവഞ്ചിയിൽ കുറുവരാലിനെത്തേടിനടന്ന കുട്ടി.

അക്കാലത്ത് അച്ഛന്റെ വരാൽവേട്ടയ്ക്ക് ഒരു പ്രത്യേക കാരണം കൂടിയുണ്ടായിരുന്നു - വരാൽ സൂത്രം! വളന്തക്കാട്ടെ വരാലിനു വല്ലാത്ത വഴുക്കലാണ്. പിടിച്ചാൽ തെന്നിപ്പോകുന്നത്രെ വഴുക്കൽ. കുറുവരാലിനാകുമ്പോൾ വഴുക്കൽ കൂടുതലാണ്. ഈ വഴുക്കൽ വടിച്ചെടുത്ത് ദേഹത്ത് പുരട്ടുകയും മാംസം വാർന്ന് കുറ്റിക്കണ്ടലിന്റെ തളിരിലയിൽ പൊതിഞ്ഞു പൊള്ളിച്ച് സേവിക്കുകയും ചെയ്താൽ എത്ര പഴകിയ ത്വക്ക് രോഗവും ശമിക്കും. ഇതാണ് അച്ഛന്റെ വരാൽസൂത്രം. ലവണരസം മൂലമുള്ള അലർജിക്കും താൽക്കാലിക പ്രതിവിധിയായി ഇതുതന്നെ അച്ഛൻ പ്രയോഗിക്കും.

കുട്ടിയായിരിക്കുമ്പോൾ മഹാരഥന് ത്വക്കുരോഗമുണ്ടായിരുന്നു. വൈദ്യനായ അച്ഛൻ വരാൽ സൂത്രം ചെയ്താണ് അതു ശമിപ്പിച്ചത്. പക്ഷേ, ലവണജലഅലർജി മാറിയതേയില്ല. അത് ജന്മസിദ്ധമാണെന്നായിരുന്നു അച്ഛന്റെ കണ്ടെത്തൽ. അങ്ങനെ ചില അവസ്ഥകളുണ്ടത്രെ! അതു രോഗമല്ല; കേവലം സാന്ദർഭികമായ സാഹചര്യസൃഷ്ടി മാത്രം!

പക്ഷേ, ശ്രദ്ധിച്ചു ജീവിച്ചാൽ, ഒഴിവാക്കേണ്ടത് ഒഴിവാക്കിയാൽ, ഈ അവസ്ഥ ആവർത്തിക്കില്ല.

കൂട്ടുകാർക്കൊപ്പം കടലിലിറങ്ങിയാലോ കൊതിമൂത്ത് കടൽമത്സ്യം കഴിച്ചാലോ മഹാരഥന് അലർജി വരും. എത്ര വിലക്കിയിട്ടും ആ വിധ പ്രലോഭനങ്ങളിൽ നിന്നു പിന്തിരിയാൻ മഹാരഥനു കഴിഞ്ഞിരുന്നില്ല. അതിനുള്ള നിത്യപരിഹാരമായിരുന്നു അച്ഛനോടൊപ്പമുള്ള കണ്ടൽക്കാട്ടിലെ വരാൽവേട്ടയും തുടർന്നുള്ള വരാൽസൂത്രപ്രയോഗവും.

വരാൽ മാത്രമല്ല, കാരി, കൂരി, മുശി, കരിമീൻ, ചെമ്മീൻ, ഞണ്ട്, പള്ളത്തി, കുറുവ തുടങ്ങി നാനാതരം മത്സ്യങ്ങൾ അന്ന് വളന്തക്കാട്ടെ കണ്ടലുകൾക്കടിയിൽ സമൃദ്ധമായിരുന്നു. വിവിധതരം ആമകളും വർണ്ണമത്സ്യങ്ങളും അവിടെ തമ്പടിച്ചിരുന്നു. എന്നും കാണുന്നതുകൊണ്ട് ഓരോ മീനിനെയും മഹാരഥന് അക്കാലത്തു തിരിച്ചറിയാമായിരുന്നു. ഇടയ്ക്ക് വഞ്ചിയിൽനിന്നു കാലെടുത്ത് വെള്ളത്തിലേക്കിടുമ്പോൾ ചെറുമീനുകൾ തുടിച്ചുവന്ന് കാലിൽ ഇക്കിളിയിടും. ആമക്കുഞ്ഞുങ്ങൾ നീന്തിവന്ന് പാദങ്ങളിൽ ഉമ്മവയ്ക്കും. വരാലുകളാകട്ടെ വഞ്ചിയിലേക്കു ചിലപ്പോൾ ചാടിവീഴും. അവയെ അരുമയോടെ തഴുകി വെള്ളത്തിലേക്കു തിരിച്ചുവിടുന്നത് മഹാരഥനു ഹരമായിരുന്നു. അങ്ങനെ വിട്ടാലും അവയിൽ കൃത്യം പത്തെണ്ണം ഒരുമിച്ച് എന്നും വഞ്ചിയെ പിന്തുടരും. ദാശരഥം എന്നാണ് ആ വരാൽകൂട്ടത്തെ അച്ഛൻ വിശേഷിപ്പിച്ചത്. അതുപോലെ ചില പ്രത്യേക മാസങ്ങളിൽ വിരുന്നുവരുന്ന വിദേശപക്ഷികൾ മഹാരഥനെ നോക്കി പരിചയഭാവത്തിൽ ചിലയ്ക്കുമായിരുന്നു. കണ്ടൽക്കമ്പുകൾ പൂത്തതുപോലെയാണ് ചില്ലകളിൽ അവ പരന്നിരിക്കുന്നത്. പറന്നകലുന്നതോ, കണ്ടൽപ്പൂക്കൾ പൊഴിയുന്നതുപോലെ! അപ്പോഴുയരുന്ന ദലമർമ്മരം കണ്ടലുകളുടെ പൊട്ടിച്ചിരിയാണെന്ന് മഹാരഥനു പലപ്പോഴും തോന്നിയിട്ടുണ്ട്.

"ഏതാണച്ഛാ ഈ പക്ഷികൾ? ഇവ എവിടെ നിന്നുവരുന്നു?"

ചോദിക്കാത്ത താമസം അച്ഛൻ പറഞ്ഞുതരും.

"ഋതുപ്പകർച്ചയനുസരിച്ച്, അങ്ങ് സൈബീരിയയിൽ നിന്നുപോലും പക്ഷികൾ വരും. അവ ഇവിടെ മുട്ടയിടും. വിരിഞ്ഞ കുഞ്ഞുങ്ങളുമായി തിരിച്ചുപോകും... അത്ര നല്ല കാലാവസ്ഥയും ജൈവപ്രകൃതിയുമാണിവിടെ." ആ മറുപടിക്കുശേഷം അച്ഛൻ ആശങ്കപ്പെടും: "കാലത്തിന്റെ മാറ്റത്തിൽ, മനുഷ്യനുണ്ടാകുന്ന ദുര ഈ പരിസ്ഥിതിയെ തകർക്കാതിരുന്നാൽ മതി."

ആ വാക്കുകളുടെ പൊരുൾ അന്ന് മനസ്സിലായില്ലെങ്കിലും ഈയിടെ ബോധ്യപ്പെട്ടു. വറുതിക്കാട്ട്, സ്വന്തം ഭൂമിയിലെ ഭൂഗർഭജലസാദ്ധ്യത

തിട്ടപ്പെടുത്താൻ വന്ന വിദഗ്ദ്ധൻ പറഞ്ഞു, കേരളത്തിലെ കൊച്ചിയാണ് ഏറ്റവും മലിനമായിരിക്കുന്നത്. കണ്ടൽക്കാടുകളുടെ നാശമാണിതിനു കാരണം. കഴിഞ്ഞ സുനാമിയെ തടഞ്ഞ് കൊച്ചിയെ കാത്തത് കണ്ടലുകളായിരുന്നു. അടുത്ത സുനാമിയെ തടയാൻ അവിടെ കണ്ടലുകളില്ല.

അതുകേട്ടതോടെ ഉള്ളൊന്നു പൊള്ളി. കണ്ടൽക്കാടുകൾ വെട്ടുന്നതും നശിപ്പിക്കുന്നതും ശിക്ഷാർഹമായ കുറ്റകൃത്യമായതിനാൽ അവയെ സ്വയം നാശത്തിലേക്കു നയിച്ച ചതിയോർത്തായിരുന്നു ആ പൊള്ളൽ. ഒരു മരംപോലുംവെട്ടാതെ നൂറ് ഏക്കറിലെ കണ്ടൽക്കാടുകൾ, ആധാരമെഴുതുന്നതിനുമുമ്പ്, നശിപ്പിച്ചുകൊടുക്കണമെന്ന് കമ്പനി ആവശ്യപ്പെട്ടു. ഉടനെ നിർമ്മാണപ്രവർത്തനം തുടങ്ങണമെങ്കിൽ കണ്ടൽക്കാടുകൾക്കിടയിൽ, കണ്ടൽക്കാടില്ലാത്ത പ്രദേശം വേണം. അതിനുള്ള സൂത്രവിദ്യയും കമ്പനി തന്നു. കണ്ടലിന്റെ വേരുനോക്കി വെള്ളത്തിൽ കലർത്താനുള്ള പ്രത്യേക തരം ആസിഡ്. ആ പ്രയോഗം ഫലിച്ചു. കൃത്യം മൂന്നാമത്തെ ആഴ്ചയിൽ നൂറേക്കറിലേയും കണ്ടൽക്കാടുകൾ ഉണങ്ങി; ഒപ്പം മറ്റൊരു ദുരന്തവും സംഭവിച്ചു. കണ്ടൽച്ചെടികൾക്കിടയിൽ അഭയം തേടിയ ചെറുമീനുകളും ആമക്കുഞ്ഞുങ്ങളും ചത്തുമലച്ചു. വരാലും മുശിയും കരട്ടിയുമൊക്കെ ചത്ത് ചേറിനടിയിൽ പുതഞ്ഞു പോയി. വേദനിപ്പിച്ച മറ്റൊരു കാഴ്ച, രാജ്യങ്ങൾ താണ്ടിവന്ന പക്ഷിക്കൂട്ടം ഈ കാഴ്ച കണ്ട് കായലിനു മീതെ ഉണങ്ങിയ കണ്ടൽചെടികളെ തൊട്ടുതൊട്ടില്ല എന്ന മട്ടിൽ ഒന്നു വട്ടംചുറ്റി അകലേക്കു ചിറകടിച്ചു പറന്നുമറഞ്ഞതായിരുന്നു. അപ്പോഴുയർന്ന മർമ്മരം കണ്ടലുകളുടെ കരച്ചിലായിരുന്നോ?

പണത്തോടുള്ള ദുരയിൽ അന്ന് അതൊന്നും മഹാരഥന് പ്രശ്നമല്ലായിരുന്നു; ഇന്നും. എന്നാൽ കണ്ടൽക്കാടുകൾക്കിടയിലൂടെ ചെറുവഞ്ചിയിൽ അച്ഛനൊപ്പം തുഴഞ്ഞുപോകുമ്പോൾ ആ നാവിൻതുമ്പിൽ നിന്നുതിർന്നുവീണ വാക്കുകൾ ഇടയ്ക്കിടെ തനിയെ മുഴങ്ങുന്നത് മഹാരഥന് ഇപ്പോഴും കേൾക്കാം.

ചെറുവഞ്ചി മെല്ലെ നീങ്ങുമ്പോഴായിരിക്കും അച്ഛൻ കണ്ടൽമാഹാത്മ്യത്തിന്റെ കെട്ടഴിക്കുക:

ഭൂമിക്ക് പ്രകൃതി നൽകിയ വരദാനമാണത്രെ കണ്ടലുകൾ! കടൽവെള്ളം കയറി നമ്മുടെ വീട് ഉൾപ്പെടെ കൊച്ചിയെ മുക്കാതെ പരിപാലിക്കുന്നത് വളന്തക്കാട്ടെ കണ്ടലുകളാണ്. അടിയിലൂടെ അരിച്ചുവരുന്ന കടൽജലത്തിലെ ഉപ്പിനെ അപ്പാടെ വലിച്ചെടുക്കുന്ന കണ്ടലുകൾ ഇലകളിലൂടെ അത് ബാഷ്പീകരിക്കുന്നതുകൊണ്ടാണത്രെ തീരത്തിനപ്പുറമെങ്കിലും നല്ലവെള്ളം കിട്ടുന്നത്.

എല്ലാത്തരം കണ്ടലുകളെക്കുറിച്ചും അച്ഛന് ആഴത്തിൽ അറിയാമായിരുന്നു. വല്ലാത്ത വികാരവായ്പോടെയായിരുന്നു അദ്ദേഹം അതു വിശദീകരിച്ചിരുന്നത്. ഉപ്പൂറ്റി കണ്ടൽ, നക്ഷത്ര കണ്ടൽ, കുറ്റിക്കണ്ടൽ, മച്ചിൻ കണ്ടൽ, അരിപ്പക്കണ്ടൽ, സൂചിക്കണ്ടൽ, തോൽക്കണ്ടൽ അങ്ങനെ എണ്ണിയാലൊടുങ്ങാത്ത ഇനം കണ്ടലുകളെക്കുറിച്ചും അവയുടെ ഉപയോഗസാധ്യതകളെക്കുറിച്ചും അച്ഛൻ വിവരിക്കുമ്പോൾ അല്പം തമാശയോടെ മഹാരഥൻ ചോദിക്കുമായിരുന്നു: "അച്ഛാ കണ്ടലുകൾക്ക് ഇത്ര പ്രാധാന്യമോ?" മറുപടി ഉടനെ വരും: "അതേ മോനേ, ഭൂമിയെ മനുഷ്യശരീരമായി സങ്കല്പിക്കാമെങ്കിൽ അതിലെ വൃക്കകളാണ് കണ്ടലുകൾ."

കണ്ടലുകളുടെ ഇലമുതൽ വേരുവരെ മനുഷ്യന് ഉപയോഗിക്കാമെന്ന് അച്ഛൻ പറഞ്ഞത് അക്കാലത്ത് മഹാരഥനും ബോധ്യപ്പെട്ടിരുന്നു. കണ്ടലിന്റെ തളിരിലകൊണ്ട് വയ്ക്കുന്ന തോരന് രുചിയേറും. ചിതലരിക്കാത്ത തടികൊണ്ട് മച്ച് പാകും. അങ്ങനെയായിരുന്നു വീട്ടിലെ മച്ച്. വേരിട്ട് വെള്ളം തിളപ്പിച്ചു കുടിച്ചാൽ ക്ഷീണമകലും. അച്ഛനെ സംബന്ധിച്ചിടത്തോളം ഇതൊന്നുമല്ലായിരുന്നു കണ്ടൽ പ്രാധാന്യം. അച്ഛന്റെ എല്ലാത്തരം ഔഷധങ്ങളുടെയും അടിസ്ഥാനം കണ്ടലായിരുന്നു. ജലദോഷം മുതൽ കുഷ്ഠംവരെ ചികിത്സിക്കുന്ന കൊച്ചൂട്ടി വൈദ്യർ, പ്രധാനമായും ആശ്രയിച്ചിരുന്നത് കണ്ടൽ തോലും കറയുമായിരുന്നു. ഒരിക്കൽ അച്ഛൻ പറഞ്ഞതാണ്, ഉപ്പൂറ്റി കണ്ടലിന്റെ കറ നിത്യവും മൂന്നുനേരം ഒരു നക്ഷത്രക്കാലം പുരട്ടിയാൽ കുഷ്ഠം മാറും. നക്ഷത്രകണ്ടലിന്റെ ഇലയിട്ട് ധാര കോരിയാൽ അന്ധത നീങ്ങും. കുറ്റിക്കണ്ടലിന്റെ തോലരച്ചു തേച്ചാൽ വാതം വരില്ല. മച്ചിൻ കണ്ടലിന്റെ കായ തേനിൽ സേവിച്ചാൽ മഞ്ഞപ്പിത്തം മാറും. വൃക്കരോഗശമനത്തിന് അത്യുത്തമമാണ് അരിപ്പ കണ്ടൽ. സന്ധിവേദന മാറാൻ സൂചിക്കണ്ടൽ, പാണ്ടു മാറാൻ തോൽ കണ്ടൽ: ഇങ്ങനെ നീളും അച്ഛന്റെ കണ്ടൽചികിത്സ.

പക്ഷേ, ഒരിനം കണ്ടലിനെ അച്ഛനു ഭയമായിരുന്നു; അതോ അത്യാദരവോ – കണ്ണാമ്പൊട്ടി കണ്ടലിനെ! അതിനരികിലേക്കു പോകാൻപോലും അച്ഛൻ അനുവദിച്ചിരുന്നില്ല. അലക്ഷ്യമായി അതിന്റെ ഇലമുറിഞ്ഞാൽ കറ തെറിക്കും. ആ കറ കണ്ണിൽത്തന്നെ വീഴും. വീണാലോ അന്ധത ഉറപ്പ്!

നല്ല കണ്ടലുകൾക്കിടയിൽ എന്തിനിങ്ങനെയൊരു ദുഷ്ടക്കണ്ടൽ എന്നു ചോദിച്ചപ്പോൾ അച്ഛൻ പറഞ്ഞു:

"അത് പ്രകൃതി നിയമമാണ്. നല്ല മനുഷ്യർക്കിടയിൽ ചീത്ത മനുഷ്യരും കാണും. എന്നുകരുതി അവരെ വെറുക്കരുത്; ഭയക്കണം.

അങ്ങനെ ഭയപ്പെടുത്താനാണ് മറ്റു കണ്ടലുകൾക്കിടയിൽ കണ്ണാമ്പൊട്ടിയെ പ്രകൃതി നിയോഗിച്ചിരിക്കുന്നത്."

"ആരെ ഭയപ്പെടുത്താൻ? എന്തിന് ഭയപ്പെടുത്തണം?"

അക്കാലത്തെ സംശയങ്ങൾക്ക് അറുതിയില്ലായിരുന്നു. എല്ലാറ്റിനും ക്ഷമയോടെ മറുപടി പറയുമായിരുന്നു അച്ഛൻ.

മരുന്നിന്റെ മാത്രമല്ല, മറ്റു പലതിന്റെയും കലവറയാണ് കണ്ടൽക്കാടുകൾ. കണ്ടൽകമ്പിലെ കറകൊണ്ട് ഉണ്ടാക്കുന്ന പെയിന്റ്, കപ്പലുകൾക്കടിയിൽ പൂശിയാൽ തുരുമ്പെടുക്കില്ലത്രെ! പാരമ്പര്യവൈദ്യരും പഠിക്കാൻ അക്കാലത്ത് അച്ഛന്റെ അടുത്തുവന്ന സായിപ്പ് പറഞ്ഞതാണ്, കണ്ടൽക്കറ കൊണ്ടുണ്ടാക്കുന്ന ടയറുകളാണ് അതിവേഗവിമാനത്തിൽ ഘടിപ്പിക്കുന്നതെന്ന്. കണ്ടൽക്കായകൊണ്ട് ഇന്ധനമുണ്ടാക്കാമെന്നും അയാൾ പറഞ്ഞു. ഇങ്ങനെയുള്ള ആവശ്യങ്ങൾക്കുവേണ്ടി ദുരമൂത്ത മനുഷ്യർ ദയവില്ലാതെ വന്നാൽ അവരെ ഭയപ്പെടുത്താൻ ആരെങ്കിലും വേണ്ടേ? പ്രകൃതി അത് മുൻകൂട്ടി കണ്ടാണ് വില്ലനായ കണ്ണാമ്പൊട്ടിയെ മറ്റ് പാവം കണ്ടലുകൾക്കിടയിൽ നിർത്തിയിരിക്കുന്നത്.

ഇങ്ങനെയൊക്കെ വിശദീകരിച്ചശേഷം അച്ഛൻ വേദാന്തം പറയും:

"മനുഷ്യമനസ്സുപോലെയാണ് കണ്ടൽക്കാട്. അതിൽ നന്മയുണ്ട്, തിന്മയുണ്ട്. ഏത് ആവശ്യപ്പെടുന്നോ അതാവും പുറത്തുവരിക..."

ഭയപ്പാടോടെയാണെങ്കിലും കോമാട്ടി എന്ന് വലക്കാർ വിളിക്കുന്ന കണ്ണാമ്പൊട്ടി കണ്ടലിന്റെ ഇലകൾ അതീവസൂക്ഷ്മതയോടെ അച്ഛൻ പറിച്ചെടുക്കുമെന്ന് അമ്മ ഒരിക്കൽ പറഞ്ഞു. ആ കറയിൽ അഞ്ജനം അരച്ച് തലയിൽ പുരട്ടിയാൽ മുടി നരക്കില്ല. നരച്ചമുടി കറുക്കുകയും ചെയ്യും. എന്നാൽ അച്ഛൻ എല്ലാവർക്കും അതു നൽകിയിട്ടില്ല. അവിവാഹിതരായ യുവതീയുവാക്കൾ അകാലനരയുടെ പ്രശ്നവുമായി വന്നാൽ മാത്രം പ്രയോഗിക്കുന്ന ദിവ്യൗഷധമാണത്.

വല്യപ്പൂപ്പനാണ് ഈ വിദ്യകളൊക്കെ അച്ഛനെ പഠിപ്പിച്ചുകൊടുത്തത്. അദ്ദേഹം പ്രസിദ്ധനായ കണ്ടൽ ചികിത്സകനായിരുന്നു - കളത്തിൽ കാളൻ വൈദ്യൻ. ഒരാഴ്ചകൊണ്ട് കുഷ്ഠരോഗം വരെ മാറ്റിക്കൊടുക്കുന്ന മഹാവൈദ്യൻ. അദ്ദേഹവും ഔഷധമായി ആശ്രയിച്ചിരുന്നത് കണ്ടലുകളെയാണ്.

ഒരിക്കൽ കോവിലകത്ത് അച്ഛനോടൊപ്പം പോയപ്പോഴാണ് കാളൻ വൈദ്യന്റെ മാഹാത്മ്യം നേരിട്ടറിഞ്ഞത്. അതു പറയുമ്പോൾ വൃദ്ധയായ അമ്മത്തമ്പുരാട്ടിയുടെ കണ്ണുകളിൽ മിന്നിയ പ്രകാശം ഇന്നും മഹാരഥന്

കാണാം. കോവിലകത്തിന്റെ താവഴിയായ തച്ചിലേടത്ത്, രണ്ട് തലമുറ മുമ്പ് ഒരു തമ്പുരാട്ടിയുണ്ടായിരുന്നു. നൃത്തത്തിലും സംഗീതത്തിലും വീണാവാദനത്തിലും മഹാവിദുഷിയായ അഭയാംബിക തമ്പുരാട്ടി. പതിനേഴാം വയസ്സിൽ തമ്പുരാട്ടിയുടെ വലതുകൈയിലെ ചൂണ്ടുവിരലിന്റെ അറ്റം പഴുത്തു. ആസ്ഥാനവൈദ്യൻ ചികിത്സിച്ചിട്ടു ഫലമില്ല. ദിവസം കഴിയുന്തോറും വിരൽ താഴേക്കു പഴുത്തു. മാത്രമല്ല ക്രമേണ കാൽവിരലുകളുടെ അറ്റങ്ങളും പഴുക്കാൻ തുടങ്ങി. കൊച്ചീരാജ്യത്തെ പ്രധാന വൈദ്യന്മാരെല്ലാം വന്നു നോക്കി. വേദനയില്ലാതെ പഴുത്തിറങ്ങുന്നത് കുഷ്ഠരോഗത്തിന്റെ ലക്ഷണമാണെന്ന സ്ഥിരീകരണമുണ്ടായതോടെ തമ്പുരാട്ടി തകർന്നു. കുഷ്ഠം പകർച്ചവ്യാധിയാണെന്നായിരുന്നു അന്നത്തെ ധാരണ. കോവിലകത്ത് തമ്പുരാട്ടി ഒറ്റപ്പെട്ടു. ഭൂഗർഭ അറയിലെ രോഗഗൃഹത്തിലടയ്ക്കാൻ കല്പനയുണ്ടായ ദിവസം അവർ നൃത്താലയത്തിൽ കടന്ന്, മീട്ടാനാവാത്ത വീണയുടച്ച്, കമ്പികൾ കഴുത്തിൽച്ചുറ്റി മരണം തേടി. ഒരുതരത്തിൽ അതൊരനുഗ്രഹമായി കരുതിയവർ, തമ്പുരാട്ടിയെ തഴപ്പായിൽ പൊതിഞ്ഞുകെട്ടി രായ്ക്കുരാമാനം നാലുനാടും കടന്ന് പടിഞ്ഞാറ് വളന്തക്കാട്ട് കൊണ്ടുവന്ന് കണ്ടൽചതുപ്പിൽ തള്ളി. പുലർച്ചെ ചെറുവഞ്ചിയിൽ കുറ്റിക്കണ്ടലിന്റെ തളിരില പറിക്കാനിറങ്ങിയ കാളൻ, ദൂരെ ചതുപ്പിലൊരു പായക്കെട്ടു കണ്ടു. വഞ്ചിയൊതുക്കി കെട്ട് കരയ്ക്കടുപ്പിച്ച് തുറന്നുനോക്കിയ കാളൻ സ്തംഭിച്ചു പോയി. മഹാതേജസ്വിനിയായ ഒരു സുന്ദരി! മരിക്കാൻ ശ്രമിച്ചിട്ടും ജീവന്റെ തുടിപ്പുകൾ ശേഷിപ്പിച്ചുകൊണ്ട് കിടന്ന അവളുടെ കൈവിരലുകളിലും കാൽപാദങ്ങളിലുമാണ് കാളന്റെ വൈദ്യദൃഷ്ടി ആദ്യം പതിഞ്ഞത്. മരിച്ചെന്നു കരുതി, അല്ലെങ്കിൽ മരിക്കട്ടെ എന്നു കരുതി ആരോ ഉപേക്ഷിച്ച കുഷ്ഠരോഗിയാണിത്. പിന്നൊട്ടും താമസിച്ചില്ല. കാളൻ വൈദ്യൻ അവളെ സ്വന്തം വൈദ്യപ്പുരയിലാക്കി. പ്രാഥമിക ശുശ്രൂഷകളിൽ ബോധം തെളിഞ്ഞ തമ്പുരാട്ടി കാര്യങ്ങളെല്ലാം വിശദീകരിച്ചു. അതുകേട്ടപ്പോൾ കാളന് വാശിയായി. ഉപ്പൂറ്റിക്കണ്ടൽ കൊണ്ടൊരു ചികിത്സയായിരുന്നു പിന്നീട്. ഒരു നക്ഷത്രക്കാലത്തെ ചികിത്സകൊണ്ട് തമ്പുരാട്ടിയുടെ രോഗം നിശ്ശേഷം മാറി. കൈവിരലുകൾ ചെമ്പകപ്പൂപോലെ സുന്ദരമായി! കാൽപാദങ്ങൾ താമരദളംപോലെ തിളങ്ങി! തമ്പുരാട്ടിയുടെ നിറവും സൗന്ദര്യവും ആകാരപുഷ്ഠിയും മുന്നേക്കാൾ വർദ്ധിച്ചു.

ഇതിനിടെ വിവരമറിഞ്ഞെത്തിയ തച്ചിലേടത്തുകാരുടെ മുന്നിൽ സർവ്വാംഗസുന്ദരിയായ തമ്പുരാട്ടിയെ കാട്ടി കാളൻ പറഞ്ഞു: ശമിക്കാത്ത രോഗമില്ല. രോഗം തരുന്ന പ്രകൃതി തന്നെ അതു ശമിപ്പിക്കാനുള്ള ഔഷധവും കരുതിവച്ചിട്ടുണ്ട്. അതു കണ്ടെത്തലാണ് വൈദ്യന്റെ ധർമ്മം.

ഔഷധങ്ങളുടെ കലവറയായ കണ്ടൽക്കാട്ടിലാണ് എന്റെ വാസം. ഞാൻ കാണാനിടവരുന്ന ഒരു രോഗിയേയും രോഗശമനമുണ്ടാകാതെ മടക്കി അയക്കാറില്ല. തമ്പുരാട്ടിയുടെ രോഗം ഇപ്പോൾ പൂർണ്ണമായും ശമിച്ചിരിക്കുന്നു. ഇനി അത് ഉണ്ടാവുകയുമില്ല. മരിച്ചെന്നോ മരിക്കട്ടെയെന്നോ കരുതി ഉപേക്ഷിച്ച തമ്പുരാട്ടിയെ ജീവനോടെ നിങ്ങൾക്കു കൊണ്ടു പോകാം.

പക്ഷേ, ആ തമ്പുരാട്ടി പോകാൻ തയ്യാറല്ലായിരുന്നു. ഉപേക്ഷിക്കപ്പെട്ടപ്പോൾ സംരക്ഷിച്ച കാളനോടൊത്തു കഴിയാനായിരുന്നു അവർക്കു താത്പര്യം. “മരണപ്പെട്ട എന്നെ ജീവിപ്പിച്ച അങ്ങേക്കു ഞാൻ സ്വയം സമർപ്പിക്കുന്നു” എന്നു പറഞ്ഞുകൊണ്ട് കാളന്റെ പത്നിയാകാനുള്ള തീരുമാനം അവർ പ്രഖ്യാപിച്ചു. കാളൻ അതു ചിരിച്ചുതള്ളി: വൈദ്യനെ സംബന്ധിച്ചിടത്തോളം ഓരോ രോഗവും ഓരോ മരണമാണ്. രോഗമുക്തിയാകട്ടെ ജന്മം നൽകലും. അതിനാൽ തമ്പുരാട്ടി എനിക്കു മകളാണ്. തടസ്സം പറയാതെ തിരിച്ചുപോവുക.

അന്ന് മനസ്സില്ലാമനസ്സോടെ തിരിച്ചുപോയ തമ്പുരാട്ടിക്കുട്ടിയാണ് പിൽക്കാലത്ത് തച്ചിലേടത്ത് തമ്പുരാട്ടിയായത്. വളന്തക്കാട് ഉൾപ്പെടെയുള്ള പ്രദേശങ്ങൾ അക്കാലത്ത് തച്ചിലേടത്ത് സ്വരൂപത്തിലേതായിരുന്നു.

പുനർജന്മം നൽകിയതിന്റെ ആദരസൂചകമായി വൈദ്യന്റെ ജന്മനാളിലെല്ലാം കൃത്യമായി വളന്തക്കാട്ടേക്ക് എഴുന്നെള്ളിയിരുന്ന തച്ചിലേടത്ത് തമ്പുരാട്ടി, നന്ദിസൂചകമായി എന്തെങ്കിലും സ്വീകരിക്കണമെന്ന് ഓരോ വരവിലും കാളൻ വൈദ്യനോട് അപേക്ഷിച്ചിരുന്നു. അതെല്ലാം നിഷേധിച്ച അദ്ദേഹം ഒരിക്കൽമാത്രം ഒരാവശ്യം ഉന്നയിച്ചു: ബ്രിട്ടീഷുകാരുടെ ഏജന്റുമാർ വന്ന് മൂപ്പെത്താത്ത കണ്ടൽത്തണ്ടുകൾ വെട്ടിക്കൊണ്ടു പോകുന്നു. അതൊന്നു നിയന്ത്രിക്കണം. അങ്ങനെയാവട്ടെ എന്നരുളിയ തമ്പുരാട്ടി രണ്ടു തീട്ടൂരങ്ങളാണ് അന്നു പുറപ്പെടുവിച്ചത്. ഒന്ന് - കണ്ടൽ വെട്ടുന്നവരുടെ കൈ വെട്ടുക! രണ്ടാമത്തേത് ഏറെ വിചിത്രമായിരുന്നു: കരമാർഗ്ഗമോ ജലമാർഗ്ഗമോ ചെന്നെത്താവുന്നതും കാഴ്ചപ്പരിധിയിൽ വരുന്നതുമായ കണ്ടൽക്കാടുകളത്രയും കളത്തിൽ കാളൻവൈദ്യന്റെ കാലത്തോളം അദ്ദേഹത്തിന്റെയും അതിനുശേഷം അദ്ദേഹത്തിന്റെ പിന്മുറക്കാരുടെയും സർവാധികാരത്തിൽ കരമൊഴിവായി നൽകുന്നു.

തച്ചിലേടത്തു തമ്പുരാട്ടിയുടെ തീട്ടൂരം വന്നശേഷം ചില ബ്രിട്ടീഷ് വ്യാപാരികൾ കാളൻ വൈദ്യനെ നേരിൽ കണ്ട്, കണ്ടൽകമ്പ് വെട്ടാൻ അനുവാദം ചോദിച്ചപ്പോഴാണ് അതിന്റെ വാണിജ്യസാധ്യതകൾ അറിയുന്നത്. മദ്യം, വൈൻ തുടങ്ങിയവയുടെ കുപ്പികളടയ്ക്കാനുള്ള കോർക്കു

കളുണ്ടാക്കുന്നത് കണ്ടൽകമ്പിൽ നിന്നാണ്. അതുപോലെ കയറ്റുമതിക്കാരായ മത്സ്യവ്യവസായികൾ അനുവാദം തേടിവന്നപ്പോൾ മറ്റൊരു കാര്യവും മനസ്സിലായി, ഏറ്റവും കൂടുതൽ ചെമ്മീൻ വളരുന്നത് കണ്ടൽക്കാടുകൾക്കടിയിലെ സമശീതോഷ്ണജലത്തിലാണെന്ന്.

കാളൻ വൈദ്യൻ അവർക്കാർക്കും രേഖാമൂലം അനുമതി നൽകിയതായി അറിവില്ല. അദ്ദേഹത്തിന്റെ മരണശേഷം അവകാശിയായ മകനും പിന്നീട് കൊച്ചൂട്ടി വൈദ്യരും അങ്ങനെ ചെയ്തിട്ടില്ല. പക്ഷേ, നാട്ടുകാർക്ക് മത്സ്യം വളർത്താനും പിടിക്കാനും കണ്ടൽച്ചെടി പറിക്കാനും ഇല ഇറുക്കാനും കറയെടുക്കാനും കാ പെറുക്കാനും സ്വാതന്ത്ര്യമുണ്ടായിരുന്നു.

ആവശ്യക്കാർ ഏറുകയും തമ്മിൽ കിടമത്സരം വർദ്ധിക്കുകയും ചെയ്തപ്പോൾ ചിലർ ചില അതിരുകൾ സങ്കല്പിച്ച് കണ്ടൽക്കാടുകൾ കൈവശമാക്കി. രാജഭരണം പോയി സ്വാതന്ത്ര്യം കിട്ടിയപ്പോൾ ഈ കൈവശത്തിന് ചിലർ ചില രേഖകളുണ്ടാക്കി. മറ്റു ചിലർ അതു സംഘടിപ്പിച്ചു. ഇനിയും ചിലർ പട്ടയങ്ങൾ സ്വന്തമായി നിർമ്മിച്ചു. അപ്പോഴും അതിരുകൾ ഏതെന്നറിയാത്തത്ര കണ്ടൽക്കാടുകൾ ആരുടേതുമല്ലാതെ കിടക്കുകയായിരുന്നു.

കൊച്ചൂട്ടി വൈദ്യർക്ക് അതിലൊന്നും അത്ര താത്പര്യമില്ലായിരുന്നു. ഭാര്യയും മകനും വൈദ്യവുമായി അദ്ദേഹം ഒതുങ്ങിക്കൂടി. പക്ഷേ, മകൻ മഹാരഥൻ, അങ്ങനെയല്ലായിരുന്നു. വൈദ്യം ശീലിക്കാൻ ശ്രമിക്കാതെ അവൻ കോളേജിൽ ചേർന്നു. കൂട്ടുകെട്ടുകൊണ്ടാകാം, ധാരാളിത്തവും സൂത്രപ്പണികളുമാണ് അവൻ അവിടെനിന്നു പഠിച്ചത്. സാത്വികത്വം തീരെയില്ലാതായ അവൻ പണത്തിനുവേണ്ടി എന്തും ചെയ്യുന്ന പ്രകൃതക്കാരനായി. സമ്പന്നനാവുക, മദിച്ചുജീവിക്കുക എന്നതുമാത്രമായി അവന്റെ ലക്ഷ്യം. വളന്തക്കാട് അവന് ഇഷ്ടമല്ലാതായി. വൈദ്യപാരമ്പര്യത്തിന്റെ വേരുകൾ മുറിച്ചുമാറ്റി, അറിയപ്പെടാത്ത മറ്റൊരിടത്തുപോയി, സമ്പത്തിന്റെ ബലത്തിൽ പുതിയൊരു സാമ്രാജ്യം സ്ഥാപിക്കാനായിരുന്നു അവനു മോഹം. കുടുംബബന്ധങ്ങളൊന്നും അതിനു തടസ്സമാകാതിരുന്ന അവൻ, ദുരമൂത്ത കണ്ണുകളുമായി ചൊറിഞ്ഞുനടന്ന് അച്ഛനെ നിരന്തരം ശല്യപ്പെടുത്തി. നമ്മുടെ ഭൂമി പതിച്ചെടുക്കണം; പട്ടയം വാങ്ങണം. അങ്ങനെയാണ് കളത്തിൽപറമ്പിലെ വീടിനു ചുറ്റുമുള്ള ഒന്നര ഏക്കറിന് പട്ടയം വാങ്ങിയത്. അതിനുവേണ്ടിവന്ന അലച്ചിലോടെ വൈദ്യർക്ക് മടുത്തു. വീണ്ടും ശല്യപ്പെടുത്തിയ മകന്റെ മുന്നിലേക്ക് പഴയ പത്തായപ്പെട്ടി വലിച്ചെറിഞ്ഞ് "എനിക്കൊന്നും വേണ്ടാ, നിന്നാലാവുന്നത് ന്യായമെങ്കിൽ ചെയ്യുക" എന്ന് വൈദ്യർ തീർത്തു പറഞ്ഞു.

ആ പെട്ടിയിൽ നിന്നാണ് പഴയ തീട്ടൂരങ്ങൾ കിട്ടുന്നത്. അതുമായി വക്കീലാഫീസുകളിൽ കയറിയിറങ്ങിയത് മഹാരഥന്റെ ജീവിതത്തിലെ വഴിത്തിരിവായി. ആ കയറ്റിറക്കത്തിനിടയിൽ ഏതൊക്കെയോ സംരംഭങ്ങളുടെ പ്രമോട്ടർ എന്ന് സ്വയം വിശേഷിപ്പിച്ച എടവനക്കാടനുമായി മഹാരഥൻ പരിചയപ്പെട്ടു. കൊച്ചിയിലും പ്രാന്തങ്ങളിലും നിഗൂഢലക്ഷ്യങ്ങളോടെ റിയൽ എസ്റ്റേറ്റ് ബിസിനസ് തലപൊക്കുന്ന കാലമായിരുന്നു അത്. എല്ലാം ശരിയാക്കാമെന്ന് എടവനക്കാടൻ ഏറ്റു. ഒരു മൾട്ടിനാഷണൽ കമ്പനിയുടെ പ്രമോട്ടറായ അദ്ദേഹത്തിന് കണ്ടൽക്കാടുകൾ ഒന്നായി വേണം. കമ്പനിക്ക് അവിടെ വ്യാവസായികജലനഗരം നിർമ്മിക്കാനാണ്. അത് എന്താണെന്നൊന്നും മഹാരഥനു മനസ്സിലായില്ല. ആകെ ബോധ്യപ്പെട്ടത് ഒരു കാര്യം മാത്രം – പട്ടയമോ കൈവശാവകാശമോ ഉള്ളതായ എല്ലാ കണ്ടൽക്കാടുകളും എഴുതി വാങ്ങണം. ബാക്കിയുള്ളതിനൊന്നും ശരിയായ രേഖകളില്ലെങ്കിലും പഴയ തീട്ടൂരത്തിന്റെ ബലത്തിൽ ഒരു വില നൽകും. അതിനായി എടവനക്കാടൻ തയ്യാറാക്കുന്ന രേഖകളിൽ വൈദ്യരും ഭാര്യയും മകനും ഒപ്പിടണം.

പട്ടയ ഉടമകളുടെയും കൈവശക്കാരുടെയും വിലാസങ്ങൾ എടവനക്കാടൻ കാട്ടിയപ്പോഴാണ് അത് കേവലം ഏഴുപേർ മാത്രമാണെന്നറിയുന്നത്. ബാക്കിയെല്ലാം മഹാരഥനും കുടുംബത്തിനും അവകാശപ്പെട്ടതാണല്ലോ എന്ന് ഗൂഢമായി ആഹ്ലാദിച്ചപ്പോൾ എടവനക്കാടൻ ഇടപെട്ടു.

“ദുരമൂത്താൽ ഒന്നും കിട്ടാതാകും...” ഒന്നുനിർത്തി, ഒരു താക്കീതിന്റെ സ്വരത്തിൽ അയാൾ ഓർമ്മിപ്പിച്ചു: “സത്യത്തിൽ ഇതൊന്നും ആരുടേതുമല്ല... ഞങ്ങളുണ്ടാക്കുന്ന രേഖകളുടെ ബലത്തിൽ ഒരു കൈവശപ്പെടുത്തൽ; നിങ്ങൾ അതിനൊരു നിമിത്തം. അത്രമാത്രം, അതിനു പ്രതിഫലമായി നിങ്ങൾക്കു കിട്ടുന്നതോ പ്രതീക്ഷിക്കാത്തത്ര സമ്പത്ത്...”

ആ ഭീഷണിക്കും പ്രലോഭനത്തിനും മുന്നിൽ മഹാരഥൻ വീണുപോയി. ശ്രമപ്പെട്ടാണ് വിലാസക്കാരെ കണ്ടെത്തിയത്. കണ്ടാൽ ഏതെന്നുപോലും തിരിച്ചറിയാത്ത കണ്ടൽക്കാടുകളുടെ പേരിൽ വൻതുക കിട്ടിയപ്പോൾ പട്ടയ ഉടമകൾ ഒപ്പിട്ടു. കൈവശക്കാർ കൂടുതൽ പണത്തിനുവേണ്ടി വില പേശി. അതിൽ രണ്ടുപേരെ ഭീഷണിപ്പെടുത്തി. ഒരാളെ എടവനക്കാടന്റെ ആൾക്കാർ കൈകാര്യം ചെയ്തു. കണ്ടൽക്കാടുകൾക്കിടയിൽ യാതൊരു രേഖകളുമില്ലാതെ കുടിൽകെട്ടിക്കിടന്നവരെ ഒഴിപ്പിച്ചുവിട്ടു. വല വിരിച്ചും തലയടിച്ചും തടയടിച്ചും കണ്ടൽച്ചോടുകൾ വളഞ്ഞുവച്ചവരെ, പരിസ്ഥിതി നശീകരണത്തിന്റെ പേരിൽ പോലീസുകാർ പിടിച്ചുകൊണ്ടുപോയി. വിറ്റൊഴിയാൻ വൈദ്യർ മാത്രം തയ്യാറായില്ല. ജനിച്ചു

ജീവിച്ചത് ഇവിടെയെങ്കിൽ മരണവും ഇവിടെത്തന്നെ. അതായിരുന്നു അദ്ദേഹത്തിന്റെ നിലപാട്. ഒടുവിൽ എടവനക്കാടന്റെ ഉപദേശപ്രകാരം അച്ഛന്റെ മുന്നിൽ മഹാരഥൻ ഒരു നിർദ്ദേശം വച്ചു:

"താമസിക്കുന്ന വീടും പറമ്പും വിൽക്കണ്ടാ; ഏതെന്നറിയാത്ത മറ്റു പ്രദേശങ്ങളുടെ പേരിലുണ്ടെന്ന് പറയപ്പെടുന്ന അവകാശം ഒഴിഞ്ഞു കൊടുത്തുകൂടെ?"

വൈദ്യർ അതിനും വഴങ്ങിയില്ല. അത് കണ്ടൽക്കാടുകളുടെ നാശത്തിനു കാരണമാകുമെന്നായിരുന്നു അദ്ദേഹത്തിന്റെ നിലപാട്.

"ഞാൻ വാക്കുകൊടുത്ത് അഡ്വാൻസ് വാങ്ങിയതാണ്; എന്നേക്കാൾ വലുതാണോ കണ്ടൽക്കാട്..." എന്നു കരഞ്ഞ് മഹാരഥൻ ആത്മഹത്യയ്ക്കു തുനിഞ്ഞപ്പോൾ വൈദ്യർ വഴങ്ങി. അതുവരെ നിശ്ശബ്ദയായിരുന്ന അമ്മ, ഒപ്പിടുംമുമ്പ് അറഞ്ഞു ശപിക്കുകയായിരുന്നു:

"ഇതിനു നീ അനുഭവിക്കും."

അമ്മയുടെ വാക്കുകൾ പാഴായില്ല. അനുഭവിച്ചു. അനുഭവിക്കുന്നു. അനുഭവിച്ചുകൊണ്ടേയിരിക്കുന്നു.

പാദങ്ങളിൽ ഉരസുന്ന വരാലിന്റെ സ്പർശത്തിൽപോലും ആ ശാപത്തിന്റെ അഗ്നിയുണ്ടെന്ന് മഹാരഥൻ സംശയിച്ചു:

അമ്മയുടെ ആത്മാവ് ഈ വരാലിന്റെ രൂപത്തിൽ വന്നതാണോ എന്ന ഭയം മനസ്സിലേക്ക് ഇരച്ചുകയറിയപ്പോൾ അഞ്ചുവർഷങ്ങൾക്കു മുമ്പുള്ള ഒരു മദ്ധ്യാഹ്നത്തിലായി മഹാരഥൻ.

കണ്ടൽക്കാടിന്റെ അവകാശം എഴുതിക്കൊടുത്തശേഷം വീട്ടിലെത്തിയതായിരുന്നു മഹാരഥൻ. ആരോടെന്നില്ലാതെ യാത്ര പറഞ്ഞു:

"എനിക്ക് നന്നായി ജീവിക്കണം. അതിന് ഈ കണ്ടൽക്കാട്ടിൽ കിടന്നാൽ പറ്റില്ല. ഞാൻ പോകുന്നു."

എവിടേക്കെന്ന് അച്ഛൻ ചോദിച്ചു. മറുപടി പറഞ്ഞില്ല. അമ്മ കരയുകയായിരുന്നു.

നഗരങ്ങളിലെ സമൃദ്ധജീവിതം സ്വപ്നം കണ്ട മഹാരഥനെ വറുതിയുടെ വിളനിലമായ വറുതിക്കാട്ടിലേക്കു നയിച്ചത് എടവനക്കാടനായിരുന്നു.

അമ്മയുടെ ശാപം ആദ്യമായി ഫലിച്ചതും അവിടെയായിരുന്നു. പാവങ്ങളായ തമിഴരെ കബളിപ്പിച്ച് കമ്പനി കരസ്ഥമാക്കിയിരുന്ന അയ്യായിരം ഏക്കർ ഭൂമിയായിരുന്നു സകലപ്രതിഫലത്തിനും കൂടി അവിടെ ലഭിച്ചത്.

അന്യരുടെ നഗരത്തേക്കാൾ സ്വന്തം നഗരം അവിടെ സൃഷ്ടിക്കാമെന്നായിരുന്നു വാഗ്ദാനം. എന്നാൽ ആർക്കും വേണ്ടാത്ത, വെള്ളംപോലും കിട്ടാത്ത, ആ ഊഷരഭൂമി തന്ത്രപൂർവ്വം തലയിൽ കെട്ടിയേല്പിക്കുകയായിരുന്നു എന്ന് മഹാരഥൻ തിരിച്ചറിഞ്ഞെങ്കിലും പിന്തിരിയാനാവാത്ത വിധം കുരുക്കുകൾ മുറുകിയിരുന്നു.

"മതി, നിർത്ത്"

അച്ഛന്റെ അലർച്ച കേട്ടാണ് മഹാരഥൻ നോക്കിയത്.

കുഴിവെട്ടുനിന്നിരിക്കുന്നു.

കുഴിക്കുള്ളിലേക്കു തുറിച്ചുനോക്കിയാണ് അച്ഛൻ അലറിയത്.

മഹാരഥനും അവിടേക്കുതന്നെ നോക്കി. കുഴിക്കടിയിൽ മൺവെട്ടിയുടെ താഴെ ഒരില! പച്ചില. അതിനുകീഴെ ഒരു ചില്ല. അതിനും താഴെ വലിയൊരു മരത്തിന്റെ മേലാപ്പ്! ഒരു ഞെട്ടലോടെ മഹാരഥൻ അതു മനസ്സിലാക്കി- കണ്ണാമ്പൊട്ടികണ്ടൽ!

തുടർന്ന് വെട്ടാതിരുന്നത് ഭാഗ്യം. വീണ്ടും വെട്ടിയിരുന്നെങ്കിൽ ഇല മുറിയും. കറ തെറിക്കും. അത് കണ്ണിൽത്തന്നെ വീഴും. കറ വീണാൽ അന്ധത ഉറപ്പ്.

"ദേഹം വയ്ക്ക്."

എന്തോ അപകടം മണത്തതുപോലെ അച്ഛൻ തിടുക്കത്തിൽ ആജ്ഞാപിച്ചു.

"ആഴം ഇതു മതിയോ? പട്ടി തുരന്നാലോ?"

സെക്യൂരിറ്റി ഓഫീസറുടെ ആ അഭിപ്രായം അച്ഛൻ ശ്രദ്ധിച്ചില്ലെങ്കിലും മഹാരഥനെ അതു നോവിച്ചു. എന്തെങ്കിലും പറയണമെന്ന് തോന്നിയതാണ്. അപ്പോഴേക്കും അമ്മയുടെ മൃതദേഹം കുഴിയിലേക്കു വച്ചു കഴിഞ്ഞു. തുടർന്ന് അച്ഛനിൽനിന്ന് തർപ്പണനിർദ്ദേശങ്ങൾ ഒന്നൊന്നായി വന്നു.

കച്ച മാറ്റുക.

അരിയിട്.

എള്ളിട്.

നീരുകൊടുക്ക്.

പൂവിടുക.

നമസ്കരിച്ചു മാറുക.

എല്ലാം യന്ത്രംപോലെ അനുസരിച്ചു. അപ്പോൾ അടുത്ത നിർദ്ദേശം:

മണ്ണിട്ട് കുഴിമൂടുക.

അതും കഴിഞ്ഞു.

വീണ്ടും നിർദ്ദേശം:

തർപ്പണത്തിനുള്ള കലശമെടുത്ത് പുറംതോളിൽ വച്ച് പിന്തിരിഞ്ഞു നോക്കാതെ കുഴിക്ക് മൂന്നു പ്രാവശ്യം വലം വയ്ക്കുക.

കുഴിയിലെ വെള്ളം നിറച്ചുവച്ചിരുന്ന കുടമെടുത്ത് തോളിൽവെച്ച് രണ്ടു ചുവടു നടന്നില്ല; അതിനുള്ളിൽ പിന്നിൽ നിന്ന് ആരോ, കൃത്യമായി ദ്വാരം വീഴുംവിധത്തിൽ കുടത്തിൽ ആഞ്ഞുകുത്തി. പുറത്തേക്കു ചാടിയ വെള്ളം ദേഹമാകെ വീണു. അങ്ങനെ മൂന്നുപ്രാവശ്യം വലം വെച്ചപ്പോഴേക്കും മഹാരഥൻ ആകെ നനഞ്ഞു കുതിർന്നു.

അപ്പോൾ തുടങ്ങിയ ചൊറിച്ചിലാണ്.

സംശയം തോന്നിയതിനാൽ നനവിൽ വിരൽതൊട്ട് രുചിച്ചു നോക്കി. കുറുകിയ ഉപ്പിന്റെ കടുംചുവ! ഒപ്പം രക്തത്തിന്റെ സ്വാദുമുണ്ടോ? ഭൂമിയുടെ രക്തമല്ലേ, വാർന്നുവീണത്!

ശവസംസ്കാരത്തിനു വന്നവരെല്ലാം പിരിഞ്ഞുപോകുന്നതുവരെ മഹാരഥൻ പിടിച്ചുനിന്നു. ഒടുവിൽ അച്ഛനും മഹാരഥനും മാത്രമായി.

ചൊറിച്ചിൽ അസഹ്യമാവുകയാണ്.

അഞ്ചുവർഷങ്ങൾക്കുശേഷം ഉപ്പുവെള്ളത്തിന്റെ അലർജി കഠിനമായി ബാധിച്ചുവെന്ന് മഹാരഥന് ഉറപ്പായി.

അമ്മയുടെ ശാപം ഇപ്പോഴും പിന്തുടരുകയാണോ?

പരിഹാരചികിത്സയ്ക്ക് വരാലിന്റെ വഴുക്കൽ തന്നെ വേണം; അതിന്റെ മാംസം വാർന്ന് കുറ്റിക്കണ്ടലിന്റെ തളിരിലയിൽ പൊതിഞ്ഞു പൊള്ളിച്ച് സേവിക്കണം. അതല്ലാതെ മാർഗ്ഗമില്ല. വള്ളിയൂരിൽ പോയതിനുശേഷം പല ഡോക്ടർമാരേയും കണ്ടതാണ്. വിദേശത്തും പോയി. അലർജി ക്ലിനിക്കുകളിൽ പലതിലും മാസങ്ങളോളം തങ്ങി. ഇത് ശരീരത്തിന്റെ പ്രത്യേകതയാണ്. അലർജിയുണ്ടാക്കുന്നതിൽനിന്ന് അകന്നു നിൽക്കുക. അതു മാത്രമാണ് പരിഹാരം: അതായിരുന്നു എല്ലായിടത്തും മറുപടി. പക്ഷേ, ഇവിടെ വളന്തക്കാട്ട് അതിനു നിത്യപരിഹാരമുണ്ടായിരുന്നു എന്ന കാര്യം കുറ്റബോധത്തോടെ മഹാരഥൻ ഓർത്തു.

പ്രായോഗികബുദ്ധിയുടെ കാര്യത്തിൽ സമർത്ഥനായ മഹാരഥൻ എന്തോ ഓർത്തെടുത്തതുപോലെ പെട്ടെന്ന് താഴേക്കു നോക്കി- ഞാനിതാ ഇവിടുണ്ട്, എന്ന ഭാവത്തിൽ ആ വരാൽ സ്വന്തം പാദത്തിൽ തലവെച്ചു കിടക്കുന്നത് മഹാരഥൻ കണ്ടു.

ശവക്കുഴിക്കു മൂന്നു പ്രദക്ഷിണം വച്ചപ്പോഴും, മൃതദേഹത്തിന്റെ തല യ്ക്കൽ നിന്ന് മാറി, അവസാനം കാൽക്കലേക്കു വന്നപ്പോഴും ഈ വരാൽ പിന്തുടരുകയായിരുന്നോ?

ബാല്യകൗമാരങ്ങളിൽ അലർജി അധികരിച്ച് ചൊറിച്ചിൽ സഹി യാഞ്ഞ് കരയുമ്പോൾ അരികെ ഒട്ടിക്കിടന്നു തിരുമ്മിത്തരുന്ന അമ്മയുടെ ആത്മാവായിരിക്കുമോ ഈ വരാൽ?

ആശങ്കകൾ ഭയമായി അലട്ടിയപ്പോൾ മഹാരഥനിലെ പ്രായോഗിക ബുദ്ധി വീണ്ടും ഉണർന്നു. ചൊറിച്ചിൽ മാറ്റണം. വരാലുണ്ട്. ഇനി ഇല മതി.

ചൊറിഞ്ഞുകൊണ്ട് തന്നെ മഹാരഥൻ ചുറ്റുപാടും നോക്കി- കുറ്റി ക്കണ്ടൽ ഇവിടെയെങ്ങാനുമുണ്ടോ?

ഇല്ല.

ഒരു കമ്പ്. ഒരില.

ഇല്ല. എങ്ങുമില്ല.

മഹാരഥൻ വീണ്ടും പരതി.

ഒന്നും കണ്ടില്ല. ഒരു മരംപോലും പരിസരത്തെങ്ങുമില്ല.

പെട്ടെന്നാണ് ഓർത്തത് അമ്മയുടെ കുഴിമാടത്തിനടിയിൽ ഒരില കണ്ടല്ലോ.... അതിനടിയിൽ ഒരു ചില്ല... അതിനുമടിയിൽ ഒരു മരം...

ശവക്കുഴി മാന്തിയാലോ?

മഹാരഥന്റെ മനസ്സിൽ ദുരയുടെ നുരപതഞ്ഞപ്പോൾ ചിരപരിചിത മായതും എന്നാൽ ഓർമ്മിച്ചെടുക്കാൻ കഴിയാത്തതുമായ ഏതോ ഒരു ശബ്ദം ഒഴുകിയെത്തി. മോനേ എന്നുള്ള അമ്മയുടെ ആർദ്രപദങ്ങ ളാണോ അത്? അതോ, ദലമർമ്മരം പോലെ കണ്ടൽക്കാടിന്റെ അമർന്ന നിലവിളിയാണോ?

മഹാരഥന് സംശയമായി.

ശ്രദ്ധിച്ചപ്പോൾ, കേട്ടത് ഇതൊന്നുമല്ല - പരിഹാസച്ചിരിയാണെന്ന് ഉറപ്പായി.

ടൗൺഷിപ്പിന്റെ കോൺക്രീറ്റ് മേലാപ്പുകൾ മഹാരഥനെ നോക്കി പരി ഹസിക്കുകയാണ്:

“ദാ ഇവിടെയുണ്ട്, നീ തിരയുന്ന കുറ്റിക്കണ്ടലുകൾ! ഞങ്ങളെ താങ്ങി നിർത്തിയിരിക്കുന്ന കോൺക്രീറ്റ് പൈലുകൾക്കടിയിൽ കിടന്ന് അവ വെമ്പുകയാണ്, നിന്റെ അരികിലെത്താൻ, നിനക്ക് ഒരില തരാൻ.”

അതേപോലെ കുഴിമാടവും പറയുന്നു:

“ദാ ഇവിടെയുണ്ട്... പഞ്ചഭൂതങ്ങൾക്ക് പകുക്കാനാവാത്ത നിന്റെ അമ്മയുടെ ദേഹിക്കടിയിൽക്കിടന്ന് കുറ്റിക്കണ്ടലുകൾ വെമ്പുകയാണ്, നിനക്ക് ഒരില തരാൻ...

അതുകേട്ടതോടെ മഹാരഥൻ പെട്ടെന്ന് വിയർത്തു. കുറ്റബോധം കൊണ്ട് അയാളുടെ ശിരസ്സു കുനിഞ്ഞു.

കുനിഞ്ഞ ശിരസ്സിലെ തളർന്ന കണ്ണുകൾ ആ കാഴ്ച കണ്ടു – അതു വരെ സ്വന്തം പാദത്തിൽ വിനീതവിധേയനായിക്കിടന്ന വരാൽ, പിന്തിരിഞ്ഞ് ഇഴയുന്നു. അമ്മയുടെ ശവക്കൂനയിലേക്കാണ് ആ പ്രയാണമെന്ന് അധികം താമസിയാതെ മഹാരഥനു മനസ്സിലായി.

നിമിഷങ്ങൾക്കകം, അപ്രതീക്ഷിതമായൊരിടത്ത്, വരാൽ സഞ്ചാരം അവസാനിച്ചതും മഹാരഥൻ കണ്ടു. അത് അച്ഛന്റെ പാദങ്ങളായിരുന്നു.

തലയുയർത്തി നോക്കിയ മഹാരഥൻ ഞെട്ടിപ്പോയി. ശവക്കുഴിക്കു മീതെ അച്ഛൻ! ആ പാദങ്ങളിലേക്ക് ഇഴഞ്ഞുകയറിയത് ഒരു വരാൽ മാത്രമല്ല; പണ്ട് കണ്ടൽക്കാട്ടിൽ ചെറുവഞ്ചിയെ പിന്തുടർന്നിരുന്ന ദാശരഥത്തിലെ മറ്റ് ഒൻപതു വരാലുകൾ കൂടി എവിടെനിന്നോ വന്ന്, അച്ഛന്റെ ഇരുകാലുകളിലും വിരലുകളായിരിക്കുന്നു.

മതിഭ്രമത്തിലമർന്ന് മഹാരഥൻ മരവിച്ചുനിൽക്കെ, അച്ഛന്റെ ഉടൽ പെട്ടെന്ന്, വളരെ പെട്ടെന്ന്, ഒരു കണ്ടൽച്ചെടിയായി രൂപം മാറി. കൈകൾ ശിഖരങ്ങളായി, ശിരസാണ് ഇലകളായത്. ആ ഇലകൾ കറ തെറിപ്പിച്ച് സ്വയം പൊട്ടാനാഞ്ഞപ്പോഴാണ് ഒരു ഞെട്ടലോടെ മഹാരഥൻ മനസ്സിലാക്കിയത്– അതൊരു കണ്ണാമ്പൊട്ടി കണ്ടലാണെന്ന്! അനേക ദൃഷ്ടികളണിഞ്ഞ അതിന്റെ ലക്ഷ്യം ടൗൺഷിപ്പാണെന്നും ഒരുൾക്കിടിലത്തോടെ മഹാരഥൻ മനസ്സിലാക്കി.

എപ്പോൾ വെണമെങ്കിലും ഇലകൾ പൊട്ടാം, എത്ര ദൂരത്തേക്കും കറ തെറിക്കാം..., ആ കറ കണ്ണുകളിൽത്തന്നെ വീഴും... കറ വീണാലോ അന്ധത ഉറപ്പ്!

■

യുദ്ധം

നിന്റെ കാൽനഖങ്ങളിൽ നിലാവുദിക്കുന്നോ! ഓമനേ, ഇതെന്തദ്ഭുതം? നിന്റെ കൺമുനകളിൽ നക്ഷത്രങ്ങൾ തിളങ്ങുന്നോ?

ഒന്നു നിർത്തൂ, എനിക്കൊന്നും മനസ്സിലാവില്ല. ഞാനൊരു പാവം പെണ്ണാണ്.

കൊള്ളാം നീ തുടക്കത്തിലേ എന്നെ തടയുന്നോ?

എന്തു തുടക്കം?

ഇതു നമ്മുടെ പ്രഥമരാത്രിയല്ലേ? നിന്നെ അറിയാനുള്ള എന്റെ തുടക്കം.

....

നീ എന്താ നാണിക്കുന്നത്? ഈ രാത്രിയിലേയ്ക്കു മാത്രം ഞാൻ മൃഗമാകുന്നില്ല. അതോർത്തു നീ പേടിക്കണ്ടാ. ഒരു മുറിയിൽ അടയ്ക്കപ്പെട്ടതുകൊണ്ടുമാത്രം നീയുമായി ഇണ ചേരുകയും പിന്നീട് ആ കടപ്പാടിന്റെ പേരിൽ മാത്രം നിന്നെ സ്നേഹിക്കുകയും ചെയ്യുന്നത് എനിക്കിഷ്ടമല്ല. അതുകൊണ്ട് നമുക്കു പ്രേമിക്കാം.

....

നീയെന്താ ഒന്നും മിണ്ടാത്തത്? എന്തെങ്കിലും പറയൂ.

എന്തു പറയാൻ?...

എന്തെങ്കിലും...

എന്നോടു ചോദ്യങ്ങൾ ചോദിക്കൂ, ഞാനുത്തരം പറയാം. അതേ എനിക്കു ശീലമുള്ളൂ.

ശരി ഞാൻ ചോദിക്കാൻ പോകുന്നു. ഒന്നാമത്തെ ചോദ്യം. നീ ആരെയെങ്കിലും പ്രേമിച്ചിട്ടുണ്ടോ?

ഇല്ല.

ആരേയും?

ഇല്ല.

നീ ആരേയെങ്കിലും തൊട്ടിട്ടുണ്ടോ?

ഇല്ല.

ആരേയും?

ഇല്ല.

ശരീരംകൊണ്ടല്ല. മനസ്സുകൊണ്ടെങ്കിലും...

ഇല്ല.

എങ്കിൽ നീ സീതയാണ്.

ആയിരിക്കാം.

ഞാൻ രാമനല്ല. ഞാൻ പണ്ട്...

വേണ്ടാ... എനിക്കു കേൾക്കണ്ടാ.

അതെന്താ?...

എനിക്കു ഭൂതകാലങ്ങളെ ഇഷ്ടമല്ല.

പേടിയുണ്ടോ?

നമുക്കു മിണ്ടാതിരുന്നുകൂടേ?

അയ്യോ! മൗനം എനിക്കു ഭയമാണ്.

എങ്കിൽ ഒരു കാര്യം ചെയ്യൂ. ഒരു കഥ പറയൂ.

ശരിയാണ് ഞാനൊരു കഥ പറയാം.

പക്ഷേ, ഒരു കാര്യം ഒരു ഭാര്യയേയും ഭർത്താവിനേയും പറ്റിയുള്ള കഥയായിരിക്കണം അത്.

ശരി, ഞാൻ കഥ പറയുന്നു, കേട്ടോളു... പണ്ട്. പണ്ടെന്നു പറഞ്ഞാൽ വളരെപ്പണ്ട്. ത്രേതായുഗത്തിൽ ശ്രീരാമൻ എന്നൊരു രാജാവുണ്ടായിരുന്നു. അദ്ദേഹത്തിനു സീത എന്നൊരു രാജ്ഞിയും. ചില കുടുംബപ്രശ്നങ്ങളുടെ പേരിൽ രാമനു കൊട്ടാരംവിട്ട് സീതയുമായി കാട്ടിൽ അലയേണ്ടി വന്നു. അങ്ങനെ ഒരു നാൾ അവർ പഞ്ചവടിയിലെത്തി. അവരോടൊപ്പം ലക്ഷ്മണനുമുണ്ടായിരുന്നു. ലക്ഷ്മണൻ ആരെന്നറിയുമോ....? രാമന്റെ അനുജൻ. മറ്റൊന്നും ചെയ്യാനില്ലാതിരുന്ന ഒരപരാഹ്നത്തിൽ കാനനഭംഗി ആസ്വദിച്ച് അവർ ആശ്രമവാടിയിൽ ഇരിക്കുകയായിരുന്നു. അപ്പോഴാണ് ശൂർപ്പണഖ എന്നൊരു രാക്ഷസി അതുവഴി വന്നത്. അവൾ ശ്രീരാമന്റെ സൗന്ദര്യം കണ്ടു മോഹിച്ചുപോയി. എങ്ങനെയും ശ്രീരാമന്റെ

ഭാര്യയാകണം എന്ന് അവൾ ആശിച്ചു. ഒരു സുന്ദരിയുടെ വേഷം പൂണ്ട് അവൾ രാമനെ സമീപിച്ചു കാര്യം പറഞ്ഞു. രാമനാകട്ടെ ഒരു നല്ല തമാശയ്ക്കുള്ള വക കിട്ടിയെന്ന സന്തോഷമായി. അദ്ദേഹം അവളോടു പറഞ്ഞു. എനിക്ക് ഒരു ഭാര്യ ഇപ്പോഴുള്ളതുകൊണ്ട് നീ ലക്ഷ്മണന്റെ അടുക്കലേയ്ക്കു ചെല്ലുക. ജ്ഞാനിയായ ലക്ഷ്മണൻ ജ്യേഷ്ഠൻ ഒരുക്കിയ തമാശയെപ്പറ്റി ബോധവാനായിരുന്നു. അയാൾ പറഞ്ഞു: ജ്യേഷ്ഠൻ പറഞ്ഞതു ശരിയാണ്. എന്റെ ഭാര്യ ഇപ്പോഴിവിടില്ല; പക്ഷേ, ഒരു കാര്യം. ഞാൻ രാമന്റെ ദാസനാണ്. നീ എന്റെ ഭാര്യയായാൽ രാമന്റേയും ദാസിയാകേണ്ടി വരും. എന്തിന് അങ്ങനെ തരം താഴുന്നു? ഒന്നുകൂടി രാമന്റെ അടുക്കലേയ്ക്കു ചെല്ലൂ എന്ന്. പാവം ശൂർപ്പണഖ രാമന്റെ അടുക്കൽ വന്നു. അപ്പോഴും അദ്ദേഹം പറഞ്ഞതു ലക്ഷ്മണനെ കാണാനായിരുന്നു. ലക്ഷ്മണനാകട്ടെ രാമനെ കാണാനും. ഇങ്ങനെ ഒരു സുന്ദരിയുടെ കാമം കണ്ട് ഹൃദയശൂന്യരായി അവർ കുറേനേരം രസിച്ചു. കാമം, താപം, കോപം ഇവയാൽ പരവശയായ സുന്ദരി രാക്ഷസിയായി. സീത എന്ന പെണ്ണ് അരികിലുള്ളതുകൊണ്ടല്ലേ ഈ രണ്ട് സുന്ദരന്മാർക്കും എന്നെ വേണ്ടാതെ പോയത്? അതിനാൽ അവളെ വകവരുത്താം എന്നു കരുതി ശൂർപ്പണഖ സീതയോടടുത്തു. അപ്പോഴേയ്ക്കും ലക്ഷ്മണൻ അവളുടെ മൂക്കും മുലയും മുറിച്ചു. അപമാനിതയായ ശൂർപ്പണഖ ഓടിച്ചെന്ന് ഖരനോടു സങ്കടം പറഞ്ഞു. ഖരൻ അവളുടെ വകയിലൊരാങ്ങളയാണ്. അയാൾക്കു സഹിച്ചില്ല. സഹോദരിയെ അപമാനിച്ചവനെ പിടിക്കാനായി അയാൾ സന്നാഹങ്ങളുമായി ഇറങ്ങിത്തിരിച്ചു. പട വരുന്നതു കണ്ട രാമൻ സീതയെ ഗുഹയ്ക്കുള്ളിലാക്കി ലക്ഷ്മണനെ കാവൽ നിർത്തി. എന്നിട്ട്, ഖരനോട് ഏറ്റു. യുദ്ധം! യുദ്ധമെന്നു പറഞ്ഞാലെന്തൊരു യുദ്ധമായിരുന്നു! ശ്രീരാമനു നിരവധി മുറിവുകളേറ്റു. വില്ലൊടിഞ്ഞു പോയി. ആയുധങ്ങൾ തെറിച്ചു പോയി. രാമൻ തോല്ക്കുമെന്നായി. എന്നിട്ടും പിടിച്ചു നിന്നു. ഖരനേയും സന്നാഹങ്ങളേയും രാമൻ തകർത്തു. യുദ്ധം തീർന്നതറിഞ്ഞ് സീത പുറത്തുവന്നു. അതാ രാമൻ ഒരായിരം മുറിവുകളേറ്റു രക്താഭിഷക്തനായി തളർന്നു നില്ക്കുന്നു. സീതയ്ക്കു സഹിച്ചില്ല. ഇനി എന്തുചെയ്യും? സീത അത്യഗാധമായ ദുഃഖത്തോടെ രാമന്റെ മുറിവുകളിൽ തടവി. അദ്ഭുതമെന്നല്ലാതെന്തു പറയാൻ? രാമന്റെ മുറിവുകളെല്ലാം കരിഞ്ഞുപോയി. മാത്രമല്ല, ഒരു മുറിപ്പാടുപോലും ശരീരത്തിലില്ല! അതെങ്ങനെ സാധിച്ചുവെന്നറിയാമോ?... സീതയുടെ പാതിവ്രത്യശക്തികൊണ്ട്. അത്രയ്ക്കു പതിവ്രതയായിരുന്നു സീത. മനസ്സുകൊണ്ടോ വാക്കുകൊണ്ടോ പോലും രാമനെയല്ലാതെ മറ്റൊരാളിനെ കാമിച്ചിരുന്നില്ല സീത. എന്തു പറയുന്നു? കൊള്ളാമോ കഥ?...

....

അല്ല നീ എന്താ കരയുകയാണോ...?

....

എന്തിനാ കരയുന്നത്?...

ചേട്ടന്റെ ദേഹമാകെ മുറിവുകൾ...

എന്റെ ദേഹത്തോ? നിനക്കു വെറുതെ തോന്നിയതായിരിക്കും.

അയ്യോ. രക്തമൊലിക്കുന്നു!

നിനക്കെന്താ?... നിനക്കെന്തു പറ്റി!

അയ്യോ കഷ്ടം! ആ യുദ്ധത്തിലേറ്റ മുറിവുകളാണ്.

സീതേ!...

അയ്യോ

സീതേ!...

വയ്യ... ഞാൻ തടവിയാൽ ആ മുറിവുകളുണങ്ങില്ല....

■

കുതിരക്കുട്ടൻ

ബഹുമാനപ്പെട്ട മ്യൂസിയം - മൃഗശാലാഡയറക്ടർ അവർകളുടെ ജൂലൈ 15-ാം തീയതിയിലെ എം.ഇസഡ്.1795/പി.3/85-ാം നമ്പർ കാരണം കാണിക്കൽ മെമ്മോയ്ക്കു സീനിയർ സുപ്രവൈസർ വി. രാമനുണ്ണി സമർപ്പിക്കുന്ന വിശദീകരണം.

സർ,

മൃഗശാലയിലെ രണ്ടാം ഗ്രേഡ് കീപ്പർ ജി.ഗോപിക്കുട്ടൻ നായരുടെ അസാധാരണ മരണത്തെക്കുറിച്ച് വിശദീകരണം ആവശ്യപ്പെട്ടുകൊണ്ടും ആ മരണത്തിനു കാരണം എന്റെ അനാസ്ഥയും നിരുത്തരവാദിത്വവുമാണെന്ന് ധ്വനിപ്പിച്ചുകൊണ്ടും ഇക്കാര്യത്തിൽ സസ്പെന്റ് ചെയ്യപ്പാടാതിരിക്കാൻ കാരണമുണ്ടെങ്കിൽ കാണിക്കണമെന്നാവശ്യപ്പെട്ടുകൊണ്ടും അങ്ങ് എനിക്കു നേരിട്ടു മെമ്മോ അയച്ചത് സർവീസ് ചടങ്ങുകൾക്ക് ഒട്ടും നിരക്കാത്ത നടപടിയായിപ്പോയി എന്ന് ആദ്യമേ ചൂണ്ടിക്കാണിച്ചുകൊള്ളട്ടെ. മൃഗഡോക്ടറുടെ നേരിട്ടുള്ള നിയന്ത്രണത്തിലാണ് ഇവിടുത്തെ മൃഗശാല. അദ്ദേഹത്തിന്റെ കീഴിലുള്ള എട്ടു സീനിയർ സൂപ്രവൈസർമാരിൽ ഒരാൾ മാത്രമാണു ഞാൻ. അതുകൊണ്ടുതന്നെ ഈ സംഭവത്തെപ്പറ്റിയുള്ള വിശദീകരണം മൃഗഡോക്ടറോടു ചോദിക്കേണ്ടതായിരുന്നു. അതല്ല എന്നോടാണു ചോദിക്കുന്നതെങ്കിൽതന്നെ അതു മൃഗഡോക്ടർ വഴിയായിരിക്കണം. അതാണ് യഥാർത്ഥ നടപടിക്രമം. ഇക്കാര്യത്തിൽ അങ്ങയെ ഞാൻ കുറ്റപ്പെടുത്തുന്നില്ല - കാരണം സർക്കാർ സർവീസിൽ കൂടുതൽ ശമ്പളം വാങ്ങുന്നവർ എന്തു കല്പിക്കുന്നോ അതാണല്ലോ നിയമം! ആ നിയമപ്രകാരം മെമ്മോയ്ക്കു മറുപടി നൽകാൻ ഞാൻ ബാദ്ധ്യസ്ഥനാകുന്നു. അല്ലാതെ നിവൃത്തിയില്ല. അതുകൊണ്ടു മാത്രമാണ് ഈ വിശദീകരണം.

മൃഗശാലയുടെ നാലാം ബ്ലോക്കിന്റെ ചുമതലയാണ് എനിക്കുള്ളത്. അതായത് കുരങ്ങു മുതൽ കുതിര വരെയുള്ള മുപ്പത്തിയാറു കൂടുകളുടെ

ഉത്തരവാദിത്വം. എന്നെ സഹായിക്കാൻ നാലു കേജ്കീപ്പർമാരുണ്ട്. ഒരു കീപ്പർക്ക് ഒമ്പതു കൂടുകൾ വീതം നൽകിയിരിക്കുന്നു. അതിൽ ഇരുപത്തിയേഴു മുതൽ മുപ്പത്തിയാറു വരെയുള്ള കൂടുകളുടെ ചുമതല മരണപ്പെട്ട ജി. ഗോപിക്കുട്ടൻ നായർക്കായിരുന്നു. പക്ഷേ, ഗോപിക്കുട്ടൻ നായർ ഒരിക്കലും മുപ്പത്തിയാറാം നമ്പർ കൂടിന്റെ പരിസരം വിട്ട് മറ്റൊരിടത്തേക്കും പോയിരുന്നില്ല എന്നതാണ് സത്യം. ആ കൂട്ടിലാണ് കുതിരയെ പാർപ്പിച്ചിരുന്നത്. അയാൾ ആ കുതിരയെ മാത്രമേ പരിചരിച്ചിരുന്നുള്ളൂ. ചട്ടപ്രകാരം ഗോപിക്കുട്ടൻനായരുടെ ചുമതലയിൽ വരേണ്ട മറ്റ് എട്ടു കൂടുകൾകൂടി ബാക്കിയുള്ള കീപ്പർമാരാണു ശ്രദ്ധിച്ചിരുന്നത്. രേഖാമൂലം അല്ലെങ്കിലും കഴിഞ്ഞ ഇരുപതു വർഷമായി ഇതൊരു കീഴ്‌വഴക്കമാണ്. അതു തുടങ്ങിവച്ചത് കടുവ കൃഷ്ണയ്യരുടെ കാലത്താണ്. ക്ഷമിക്കണം, കൃഷ്ണയ്യർ സ്വാമിയെ കടുവാ കൃഷ്ണയ്യർ എന്നു പറഞ്ഞാലേ അറിയുകയുള്ളു. അക്കാലത്ത് സൂപ്രണ്ടായിരുന്ന അദ്ദേഹമാണ് ഈ മൃഗശാലയെ ഈ നിലയിലേക്കു വളർത്തിയെടുത്തത്.

സൂപ്രണ്ടെന്നു പറഞ്ഞാൽ പോരാ അദ്ദേഹം ഈ മൃഗങ്ങളുടെ യഥാർത്ഥ രക്ഷകനായിരുന്നു. ഇവിടുത്തെ ക്വാർട്ടേഴ്സിലാണ് അദ്ദേഹം താമസിച്ചിരുന്നത്. എന്നും രാവിലെ ഏഴു മണി മുതൽ പത്തു വരെ എല്ലാ കൂടുകളും ചുറ്റിനടന്നു നോക്കും. അവധി ദിവസങ്ങളൊന്നും സ്വാമിക്കു പ്രശ്നമായിരുന്നില്ല. എല്ലാ മൃഗങ്ങളേയും തൊട്ടുതലോടും. ഞങ്ങളെല്ലാം ഭയക്കുന്ന കടുവായെപ്പോലും! അങ്ങനെ കടുവയെക്കൂടി ഭയക്കാതെ തൊടുന്നതുകൊണ്ടാണ് അദ്ദേഹത്തെ കടുവാ കൃഷ്ണയ്യർ എന്നു വിളിച്ചിരുന്നത്. പിന്നൊരു കാര്യം കൂടി, ഏതെങ്കിലുമൊരു മൃഗം ക്ഷീണിച്ചിരുന്നാൽ അദ്ദേഹം ഞങ്ങളുടെ നേരെ കടുവായെപ്പോലെ എടുത്തു ചാടും. അതുപേടിച്ച് തീറ്റയെല്ലാം കൃത്യമായും വൃത്തിയായും കൊടുത്തിരുന്നു. ഇന്നത്തെപ്പോലെ തീറ്റ മടുത്താണ് ക്ഷീണിക്കുന്നതെന്ന് കാഴ്ചക്കാരെ ബോദ്ധ്യപ്പെടുത്താൻ വേണ്ടി ഇറച്ചിയിലും മറ്റും മണ്ണെണ്ണ പുരട്ടി ഇട്ടുകൊടുക്കുന്ന പതിവ് അന്നുണ്ടായിരുന്നില്ല. കാരണം അന്നത്തെ സൂപ്രണ്ട് മൃഗങ്ങളെ നോക്കാതെ മൃഗത്തെപ്പോലെ ഓഫീസിനുള്ളിലെ കൂട്ടിൽ അടച്ചിരിക്കുന്ന ആളായിരുന്നില്ലല്ലോ. അദ്ദേഹത്തിന് ഓരോ കൂടും അറിയാമായിരുന്നു. ഓരോ മൃഗത്തെയും പേരെടുത്തറിയാം. ഒരു നേരത്തെ തീറ്റ കുറഞ്ഞാൽ അതു കണ്ടുപിടിക്കാനും അദ്ദേഹത്തിനു കഴിവുണ്ടായിരുന്നു. അക്കാലത്താണ് ഈ കീഴ്‌വഴക്കത്തിനു തുടക്കമിട്ടത്. ഒരുപക്ഷേ, അങ്ങയുടെ ശ്രദ്ധയിൽപ്പെട്ടിട്ടില്ലാത്ത ഒരു കാര്യമാവാം ഇത്. ഇതേക്കുറിച്ചു കൂടി അറിയിച്ചെങ്കിലേ എന്റെ വിശദീകരണം പൂർത്തിയാവൂ. അതുകൊണ്ടുമാത്രം ഞാനതുകൂടി എഴുതുകയാണ്.

അന്നൊരു ദിവസം ഡൽഹിയിൽ നിന്നൊരു സന്ദേശം ലഭിച്ചു. അറേബ്യൻ പര്യടനത്തിനിടയിൽ പ്രധാനമന്ത്രിക്കു സ്നേഹോപഹാരമായി ലഭിച്ച ഒരു അറബിക്കുതിരയെ ഈ മൃഗശാലയ്ക്കു തരുന്നു. ഏറ്റുവാങ്ങാനും പരിചരിക്കാനും വേണ്ട സജ്ജീകരണങ്ങൾ ചെയ്യുക. സന്ദേശത്തിന്റെ ചുരുക്കം ഇതായിരുന്നു. കടുവാ കൃഷ്ണയ്യർക്കു സന്തോഷമായി. അറേബ്യയുമായുള്ള നല്ല നയതന്ത്രബന്ധത്തിന്റെ പ്രതീകമായി പ്രധാനമന്ത്രിക്കു ലഭിച്ച കുതിരയെ സൂക്ഷിക്കാൻ യോഗ്യമായി കണ്ട ഏക സ്ഥലം ഈ മൃഗശാലയാണല്ലോ! അതൊരു ദേശീയ അംഗീകാരമാണ്. അതിനർത്ഥം കടുവാ കൃഷ്ണയ്യരുടെ ഭരണനൈപുണ്യത്തെ പ്രധാനമന്ത്രിപോലും അംഗീകരിച്ചിരിക്കുന്നു എന്നതായിരുന്നു. എന്തായാലും വീരോചിതമായ സ്വീകരണമാണ് കുതിരയ്ക്കു മൃഗശാലയിൽ ലഭിച്ചത്. പ്രത്യേക വിമാനത്തിൽ കൊണ്ടുവന്ന കുതിരയെ ഈ മുപ്പത്തിയാറാം നമ്പർ കൂട്ടിനുള്ളിലാക്കാൻ സഹിച്ച അത്യദ്ധ്വാനമൊന്നും ആർക്കുമൊരു പ്രശ്നമായി തോന്നിയില്ല; ആ അഴകുള്ള മൃഗത്തെ കണ്ടപ്പോൾ! അപൂർവ ജനുസ്സിൽപ്പെട്ട ഒന്നാംതരമൊരു വെള്ളക്കുതിര. പരുവമായെങ്കിലും അന്നുവരെ ജീനി വച്ചിട്ടില്ല. കടിഞ്ഞാണിട്ടിട്ടുമില്ല. മുഖപ്പട്ട കെട്ടി അതിന്മേൽ കയറിട്ടാണു കുതിരയെ നിയന്ത്രിച്ചിരുന്നത്. ശ്രമകരമായ ജോലിയാണെങ്കിലും സൗദിയിലെ രാജകുമാരന്റെ ഈ ആഗ്രഹം ഈ സഹോദര രാജ്യത്തിനു മാനിക്കേണ്ടതുണ്ടായിരുന്നു. കുതിരയെ കൂട്ടിലാക്കിയതിൽപ്പിന്നെയാണ് യഥാർത്ഥ പ്രശ്നം തല പൊക്കുന്നത്. ഒരൊറ്റയാളെ അടുപ്പിക്കില്ല. ആൾ അടുത്തുചെന്നാലുടനെ ചിനറ്റും ചീറ്റും ചവിട്ടും.

കൂടു വൃത്തിയാക്കാനോ കുളിപ്പിക്കാനോ ഒന്നും സമ്മതിക്കില്ല. ദൂരെ നിന്ന് തീറ്റ ചാംപിക്കൊടുത്താൽ അതു മണത്തു നോക്കുകപോലുമില്ല. തിന്നാതെയും കുടിക്കാതെയും കുളിക്കാതെയും കഴിയുന്ന കുതിര. പലരും ശ്രമിച്ചുനോക്കി. അടുപ്പിക്കുന്നില്ല. കടുവാ കൃഷ്ണയ്യർ പോലും അതിന്റെ മുന്നിൽ തോറ്റുപോയെന്നു പറഞ്ഞാൽ അതെത്ര ഭീകരമായിരുന്നെന്ന് ഊഹിക്കുകയേ വേണ്ടൂ. സ്വാമിക്ക് ആകെ വേവലാതിയായി. കുതിരയുടെ ക്ഷേമാന്വേഷണങ്ങൾ ആരാഞ്ഞുകൊണ്ട് ഡൽഹിയിൽ നിന്നു മിക്കവാറും വിളിയുണ്ടാവും. അപ്പോഴൊക്കെ എന്തെങ്കിലും പറഞ്ഞ് സ്വാമി ഒഴിഞ്ഞു മാറും. കുതിരയെ തിരിച്ചു കൊടുത്താൽ ക്ഷീണമാണ്. അങ്ങനെ വിഷമിച്ചിരിക്കുന്ന ഒരു ദിവസമാണ് അതുണ്ടായത്. പതിവുപോലെ രാവിലെ റൗണ്ടിനിറങ്ങിയ സ്വാമി കുതിരക്കൂടിനു മുന്നിൽ നിശ്ചലനായി നിന്നുപോയി. കൂടെ ഞാനുമുണ്ടായിരുന്നു. എല്ലാവരെയും വിറപ്പിച്ച അറബിക്കുതിര ഒരു ചെറുപ്പക്കാരന്റെ കൈകളിൽ മുഖമുരസിരസിക്കുന്നു. അയാൾ പറിച്ചു കൊടുക്കുന്ന ചെറുപുല്ലുകൾ സ്വാദോടെ

തിന്നുന്നു. അനുസരണയുള്ള ആട്ടിൻകുട്ടിയെപ്പോലെ കുതിരയെ മെരുക്കി യെടുത്ത ഈ മനുഷ്യനാരാണ്? സ്വാമി പതുക്കെ അടുത്തു ചെന്നു. എന്തോ അലോസരമുണ്ടായതുപോലെ കുതിര അഴികൾക്കടുത്തുനിന്നും വികളി പിടിച്ച് പിന്നോക്കം മാറി. ചെറുപ്പക്കാരന്റെ മുഖത്ത് ഭയമായി രുന്നു. സ്വാമി എന്തെങ്കിലും ചോദിക്കുന്നതിനു മുമ്പ് അയാൾ ക്ഷമാ പണത്തോടെ പറഞ്ഞു:

“ഈ കുതിരയെ കാണാനുള്ള മോഹം കൊണ്ടുവന്നതാണ്. വന്ന പ്പോൾ ടിക്കറ്റ് കൗണ്ടർ തുറന്നിട്ടില്ല. ആരും കാണാതെ മതിൽചാടി അകത്തു കടന്നതാണ്. ഇനി ഇതുണ്ടാവില്ല..... ക്ഷമിക്കണം.....”

ഒന്നും പറയാനാവാത്ത ഒരമ്പരപ്പിലായിരുന്നു സ്വാമി. ആരാണിവൻ? ഇവനെങ്ങനെ ഈ കുതിരയെ മയക്കി? അതു മാത്രമായിരുന്നു സ്വാമി യുടെ മനസ്സിൽ. സ്വാമി ഒന്നും മിണ്ടാതെ തുറിച്ചുനോക്കുന്നതു കണ്ട് ചെറുപ്പക്കാരന്റെ ഭയം ഇരട്ടിച്ചു. അയാൾ രക്ഷപ്പെടാനെന്നോണം ആ പല്ലവി ആവർത്തിച്ചു:

“ഇനി ഇതുണ്ടാവില്ല....”

സ്വാമി ദേഷ്യപ്പെട്ടില്ല. പകരം അനുനയത്തിൽ ചോദിക്കുകയായി:

“എന്താ പേര്? എവിടുന്നു വരുന്നു?”

“എന്റെ പേര് ഗോപിക്കുട്ടൻ നായർ. ഞാനങ്ങു മുതുകുളത്തുനിന്നും വരികയാ....”

“കുതിരക്കാരനാണോ? ഇതിനെ എങ്ങനെ മെരുക്കി?”

“അയ്യോ, ഞാനാദ്യമായാണ് കുതിരയെ തൊടുന്നതു തന്നെ. ഇതിനെ മെരുക്കേണ്ട പ്രശ്നമൊന്നും വന്നില്ല. ഇതെന്നെ വിളിക്കുകയായിരുന്നു....”

അയാൾ അർത്ഥോക്തിയിൽ നിർത്തി.

സ്വാമിക്ക് ഒന്നും മനസ്സിലായില്ല.

“എന്താ പറഞ്ഞത്....?”

അദ്ദേഹം ആകാംഷയോടെ ആരാഞ്ഞു.

“സത്യം പറഞ്ഞാൽ വിശ്വസിക്കുമെന്നു തോന്നുന്നില്ല. കഴിഞ്ഞ ഒരാഴ്ചയായി ഞാൻ കണ്ടിട്ടില്ലാത്ത ഈ കുതിര എന്നെ വിളിക്കുകയാണ്. കണ്ണടച്ചാലുടനെ കാണുന്നത് ഈ കൂടും ഇതിനുള്ളിലെ കുതിരയെയു മാണ്. ഈ കുതിര മരിച്ചുപോയ എന്റെ മകന്റെ ശബ്ദത്തിൽ എന്നെ വിളിക്കും.... അച്ഛാ വരൂ..... വരൂ..... സ്വപ്നമാണെന്നു കരുതി ഞാനത് അവഗണിച്ചു. ഒടുവിൽ ഇവനൊന്നും കഴിക്കുന്നില്ലെന്നും വെള്ളം പോലും

കുടിക്കുന്നില്ലെന്നും പറഞ്ഞപ്പോൾ ഞാൻ തളർന്നു പോയി. ഒന്നു വന്നു നോക്കാമെന്നു കരുതി....."

അതുകേട്ട് കടുവാ കൃഷ്ണയ്യർ ഒരദ്ഭുതത്തിന്റെ അമ്പരപ്പിലങ്ങനെ നിന്നു പോയി. അദ്ദേഹത്തിന്റെ ചുണ്ടുകൾ മാത്രം ചലിക്കുന്നുണ്ടായിരുന്നു.

"ശരിയാണ്. ഒരാഴ്ചയേയായുള്ളു ഇവനിവിടെ വന്നിട്ട്. ഇതുവരെ തീറ്റയൊന്നും തിന്നില്ല. വെള്ളം പോലും കുടിച്ചില്ല..."

ഈ അമ്പരപ്പിനിടയിൽ ഗോപിക്കുട്ടൻനായർ തിരിച്ചുപോയതു പോലും സ്വാമി അറിഞ്ഞില്ല. ഈ കഥ കേട്ട മൃഗശാലയിലെ ജീവനക്കാരെല്ലാം കരുതി സ്വാമിയെ ആരോ ശരിക്കും പറ്റിച്ചെന്ന്! കടുവായെ കിടുവാ പിടിച്ചു. സംഗതി നേരിൽ കണ്ടിട്ടും ഞാനും അങ്ങനെ തന്നെ വിശ്വസിക്കാൻ ശ്രമിച്ചു.

പക്ഷേ ഞങ്ങളെയെല്ലാം അദ്ഭുതപ്പെടുത്തികൊണ്ട് ഗോപിക്കുട്ടൻ നായർ തൊട്ടടുത്ത ദിവസവും വന്നു. അന്നയാൾ ടിക്കറ്റെടുത്തിരുന്നു. മൃഗശാലയിലെ ആദ്യത്തെ സന്ദർശകൻ അയാളായിരുന്നു. നേരെ കുതിരക്കൂടിനടുത്തേക്കൊരു കുതിപ്പായിരുന്നു. ചിനറ്റിനിന്ന കുതിര ഗോപിക്കുട്ടൻനായരെ കണ്ട് അടുത്തുവന്നു. കാണാതിരുന്നു കാണുന്ന അച്ഛനും മകനും തമ്മിൽ അവിചാരിതമായി കണ്ടാൽ എങ്ങനെയിരിക്കും; അതുപോലെയായിരുന്നു ഈ കൂടിക്കാഴ്ചയെന്ന് ഇതെല്ലാം നിരീക്ഷിച്ചു നിന്ന സ്വാമി വിവരിച്ചു. അടുത്ത ദിവസവും അതിനടുത്ത ദിവസവും ഇതാവർത്തിച്ചു എന്ന് സ്വാമി അറിയിച്ചപ്പോൾ ഒരപൂർവദൃശ്യത്തിനെന്നോണം മൃഗശാലയിലെ ജീവനക്കാരെല്ലാം കാത്തു നിന്നു. ഒട്ടും അതിശയോക്തിയില്ല. സ്വാമി പറഞ്ഞതെല്ലാം സത്യമായിരുന്നു.

"നിങ്ങൾ വരിൻ......."

കടുവാ കൃഷ്ണയ്യർ ഞങ്ങളെ വിളിച്ചു.

ഞങ്ങൾ കൂടെ ചെന്നു.

കൂടിനടുത്തെത്താറായപ്പോൾ അദ്ദേഹം ഒന്നു നിന്നു:

"നമുക്കിവിടെ നിൽക്കാം. അയാളെ ഇങ്ങു വിളിക്കാം."

എന്നിട്ടു കൈതട്ടി ഉറക്കെ വിളിച്ചു.-

"മിസ്റ്റർ ഗോപിക്കുട്ടൻ നായർ...."

അയാൾ തിരഞ്ഞു നോക്കി. സ്വാമിയെ കണ്ട് ഒന്നു ചിരിച്ചു.

"ഇങ്ങു വരൂ...."

സ്വാമി കൈകാട്ടി.

അയാൾ വേഗം അടുത്തുവന്നു; എന്നിട്ട് പോക്കറ്റിൽ നിന്ന് എന്തോ തിരഞ്ഞുകൊണ്ടു പറഞ്ഞു:

"ഇന്നു ഞാൻ ടിക്കറ്റെടുത്തിട്ടുണ്ട്..."

സ്വാമി പൊട്ടിച്ചിരിച്ചു.

"ഞാനതിനല്ല വിളിച്ചത്...."

"പിന്നെ?...."

"ഈ കുതിരയ്ക്കു നിങ്ങളോട് എന്തടുപ്പമാണ്.... നിങ്ങൾ കൊടുത്താൽ ഇതു തീറ്റ തിന്നുമോ?"

സ്വാമിയുടെ ചോദ്യം.

"അതിനെന്താ സംശയം."

അയാളുടെ കൂസലില്ലാത്ത മറുപടി.

പിന്നൊട്ടും താമസമുണ്ടായില്ല. കടുവായുടെ ആജ്ഞ:

"രാമാ.... തീറ്റ കൊണ്ടുവാ..... വെള്ളവും...."

ഞങ്ങളതു കാത്തുനിൽക്കുകയായിരുന്നു.

നിമിഷങ്ങൾക്കുള്ളിൽ എല്ലാം റെഡി.

"എന്നാൽ കൊടുക്കൂ."

ഗോപിക്കുട്ടൻ നായരോടു സ്വാമി പറഞ്ഞു.

അയാൾ വേഗം തീറ്റ നിറച്ച വല്ലമെടുത്ത് അഴികൾ ചാടിക്കടന്ന് കുതിരക്കൂട്ടിലേക്കിറങ്ങി. അതിനകത്തു നിന്നുകൊണ്ടു തന്നെ വെള്ളത്തിനു കൈ നീട്ടി അതും വാങ്ങി. നേരേ കുതിരയുടെ മുന്നിലേക്ക്...

ഞങ്ങൾ ശ്വാസമടക്കി നോക്കി നിൽക്കുകയായിരുന്നു. വിശ്വസിക്കാനേ കഴിയുന്നില്ല. സ്നേഹമുള്ള അച്ഛനും അനുസരണയുള്ള മകനും. അച്ഛൻ ഊട്ടുന്നു, മകൻ ഉണ്ണുന്നു. മകന്റെ കൊഞ്ചൽ അച്ഛന്റെ ലാളന.

ഒടുവിൽ ഒഴിഞ്ഞ വല്ലവും ബക്കറ്റുമായി അഴികൾ കയറി വന്ന ഗോപിക്കുട്ടൻ നായരെ കെട്ടിപ്പിടിച്ചു കടുവാ കൃഷ്ണയ്യർ പറഞ്ഞു.

"എന്റെ അഭിമാനം നീ രക്ഷിച്ചു..."

രക്ഷപ്പെട്ടെന്നാണു ഞങ്ങൾ കരുതിയത്. കുതിര തീറ്റയെടുത്തു തുടങ്ങി. വെള്ളം കുടിച്ചു തുടങ്ങി. ഇനി പ്രശ്നമില്ലല്ലോ പക്ഷേ ഞങ്ങൾക്കു തെറ്റി. കുതിരയുടെ ആ അടുപ്പവും സഹകരണവുമെല്ലാം ഗോപിക്കുട്ടൻ നായരോടു മാത്രമായിരുന്നു. ഞങ്ങളെയൊന്നും ആ കുതിര

അടുപ്പിച്ചില്ല. തീറ്റയുമായി ചെന്ന എന്നെ ചവുട്ടി മെതിച്ചില്ലന്നേയുള്ളൂ. സ്വാമിയും ഭയന്നോടി.

അടുത്ത ദിവസവും ഗോപിക്കുട്ടൻ നായർ വന്നു. അയാൾ കൊടുത്തപ്പോൾ കുതിര തീറ്റയും തിന്നു വെള്ളവും കുടിച്ചു. പിന്നെ മിക്കവാറും ഇതൊരു പതിവായി. സ്ഥിരം സന്ദർശകൻ തന്നെ കുതിരയുടെ പരിചാരകൻ!

ഒരു ദിവസം സ്വാമി ഞങ്ങളോടു പറഞ്ഞു:

"ഇതു മോശം - ഒരു സന്ദർശകനെക്കൊണ്ട് നമ്മൾ കീപ്പറുടെ ജോലി ചെയ്യിക്കുന്നു എന്ന് ആരെങ്കിലുമറിഞ്ഞാലോ? നമുക്കിയാളെ ഇവിടെ കീപ്പറായി നിയമിച്ചാലെന്താ?"

അന്നു സ്വാമി വിചാരിച്ചാൽ എന്തും നടക്കും. ആരെ വേണമെങ്കിലും നിയമിക്കാം. എത്ര തുകയും ചെലവഴിക്കാം. ഇന്നത്തെപ്പോലെ ആനയ്ക്കു തിന്നാൻ രണ്ടോല വാങ്ങണമെങ്കിൽ സെക്രട്ടറിയറ്റിലേക്കെഴുതി വകുപ്പു മന്ത്രിയുടെ അനുവാദം വാങ്ങുന്ന പതിവ് അന്നില്ലായിരുന്നു.

"അയാൾ നിൽക്കുമോ?"

ഞങ്ങളുടെ സംശയം അതായിരുന്നു.

"നമുക്കു നോക്കാം"

സ്വാമിക്കു ശുഭാപ്തിവിശ്വാസമായിരുന്നു.

അടുത്ത ദിവസം തന്നെ ഗോപിക്കുട്ടൻ നായരോടു സ്വാമി കാര്യം പറഞ്ഞു. അയാൾ അതു പ്രതീക്ഷിച്ചിരിക്കുകയായിരുന്നു. പക്ഷേ, ഒരു വ്യവസ്ഥ മാത്രം അയാൾ മുന്നോട്ടു വച്ചു:

"ഞാൻ ഈ കുതിരയെ മാത്രമേ നോക്കൂ. രാത്രിയിലും ഇവിടെ കിടക്കാൻ എന്നെ അനുവദിക്കണം."

നടപടിക്രമങ്ങളോ ചട്ടങ്ങളോ ഒന്നും സ്വാമി നോക്കിയില്ല. കുതിരയുടെ കാര്യം ഭദ്രമാകണം. അതിനൊരാളായല്ലോ. സ്വാമി എല്ലാം സമ്മതിച്ചു.

ഗോപിക്കുട്ടൻ നായരെ നാലാം ഗ്രേഡ് കീപ്പറായി നിയമിച്ചുകൊണ്ടുള്ള ഉത്തരവ് അയാൾക്കു നൽകുമ്പോൾ ഞാൻ തൊട്ടടുത്തു നിൽക്കുകയായിരുന്നു. ഉത്തരവിൽ ഇരുപത്തിയേഴു മുതൽ മുപ്പത്തിയാറു വരെയുള്ള കൂടുകളുടെ കീപ്പർ ഗോപിക്കുട്ടൻ നായരായിരിക്കുമെന്ന് എഴുതിയിട്ടുണ്ടെങ്കിലും അയാൾ മുപ്പത്തിയാറാം നമ്പർ കൂടുമാത്രം നോക്കിയാൽ മതിയെന്നു സ്വാമി കല്പിച്ചു. ഔദ്യോഗികമായി ഗോപിക്കുട്ടൻ നായർ ശ്രദ്ധിക്കേണ്ട മറ്റ് ഏഴു കൂടുകളുടെ ചുമതലകൂടി മറ്റുള്ളവർ വിഭജിച്ചെടുക്കുകയായിരുന്നു.

സ്വാമി റിട്ടയർ ചെയ്തതിനുശേഷം സൂപ്രണ്ടുമാരായി ഇതുവരെ വന്ന നാലു പേരും, തസ്തിക മാറിയപ്പോൾ ഡയറക്ടറായി ഇതുവരെ വന്ന ഏഴു പേരും ഈ കീഴ്‌വഴക്കത്തിന് ഒരു മാറ്റവും വരുത്തിയില്ല. അങ്ങിപ്പോൾ ഈ സ്ഥാപനത്തിന്റെ എട്ടാമത്തെ ഡയറക്ടറാണ്. ഞാനിതു പറയുന്നതു വരെ അങ്ങുപോലും ഈ കീഴ്‌വഴക്കത്തെക്കുറിച്ച് അറിഞ്ഞിട്ടില്ലല്ലോ.

ഞങ്ങൾക്കാർക്കും ഈ കീഴ്‌വഴക്കത്തിൽ പരാതിയില്ലായിരുന്നു. കാരണം ഞങ്ങൾ ഒൻപതു കൂടുകളിൽ ചെയ്യുന്ന ജോലി ഗോപിക്കുട്ടൻ നായർ ഈ ഒറ്റ കൂട്ടിൽ ചെയ്തിരുന്നു. രാവിലെ തന്നെ കുതിരയെ തേച്ചു മിനുക്കും. തീറ്റ കൊടുക്കും. പിന്നെ കൈകാലാട്ടിക്കും. കരാറുകാരൻ കൊണ്ടു വരുന്നതിനു പുറമേ ഈ കുതിരയ്ക്ക് ഇഷ്ടമുള്ള തീറ്റ എവിടെ നിന്നെങ്കിലും അയാൾ സംഘടിപ്പിക്കും. തീറ്റ മാത്രമല്ല നല്ലതെന്ന് അയാൾക്കു തോന്നുന്നതൊക്കെയും കൊടുക്കും. രാത്രിയിൽ ഈ കൂട്ടിൽ തന്നെ കുതിരയോടൊപ്പമാണ് അയാളുടെ ഉറക്കം. ഈ സ്വഭാവം കൊണ്ടു ക്രമേണ അയാൾക്കു സ്വന്തം പേരു പോലും നഷ്ടപ്പെടുകയായിരുന്നു. ഗോപിക്കുട്ടൻനായർ എന്നതിനു പകരം ആൾക്കാർ അയാളെ കുതിരക്കുട്ടൻനായർ എന്നു വിളിക്കാൻ തുടങ്ങി. ഒടുവിൽ കുതിരക്കുട്ടൻ എന്ന പേർ പതിഞ്ഞു. സന്ദർശകർ പോലും അയാളെ കുതിരക്കുട്ടനെന്നാണു വിളിച്ചിരുന്നത്. അയാൾക്കതിൽ പരിഭവമില്ലെന്നു മാത്രമല്ല, ഗാഢമായ ഒരു സുഖം കൂടി ഉണ്ടെന്നുപോലും എനിക്കു തോന്നിയിട്ടുണ്ട്. കുതിരയെ വിട്ട് അയാളെങ്ങും പോയിരുന്നില്ല. ആഹാരം കഴിക്കാനെങ്ങാനും അല്പ നേരം പുറത്തു പോയാലായി.

കുതിരക്കുട്ടൻ ഒരു പ്രഹേളികപോലെ ഞങ്ങൾക്കിടയിൽ അലിഞ്ഞു ചേരുകയായിരുന്നു. ഉത്തരം കിട്ടാത്ത ആ കടങ്കഥ ഞങ്ങൾ കടം കൊള്ളുകയായിരുന്നു. ഗോപിക്കുട്ടൻനായരുടെ കുടുംബപശ്ചാത്തലത്തെക്കുറിച്ച് അധികമൊന്നും ഞങ്ങൾക്കറിയില്ലായിരുന്നു. അപൂർവമായി പൊഴിഞ്ഞു വീഴുന്ന അയാളുടെതന്നെ വാക്കുകളിൽനിന്ന് ഞങ്ങളൊരു സങ്കല്പം സ്വരൂപിക്കുകയായിരുന്നു: മകന്റെ വേർപാടിൽ സമനില തെറ്റിയ ചെറുപ്പക്കാരനായ ഒരച്ഛൻ. വീട്ടിൽക്കയറാതെ വെട്ടിക്കുളങ്ങര അമ്പലത്തിലെ കളത്തട്ടിലങ്ങനെ കിടക്കും. അച്ഛനമ്മമാരോ സഹോദരങ്ങളോ ഇല്ലാത്ത അയാൾ ഭാര്യയ്ക്കും ഭാര്യവീട്ടുകാർക്കും ഭാരമായിരുന്നു. അങ്ങനെയിരിക്കെ ഒരു രാത്രി അയാൾ അപ്രത്യക്ഷനാവുന്നു. വീട്ടുകാർ ആശ്വസിച്ചിരിക്കും - ഒരു ശല്യമൊഴിഞ്ഞെന്ന്. ദേശാടനം ചെയ്യുന്ന അരക്കിറുക്കൻ എവിടെയെങ്കിലും കിടന്ന് ചത്തുകാണും. ആരും അയാളെ അന്വേഷിച്ചു വന്നില്ല. അയാളും ആരേയും തിരക്കിപ്പോയില്ല. ഗോപിക്കുട്ടൻനായരുടെ

സർവസ്വവും ഈ കുതിരയായിരുന്നു. കുതിരക്കും അങ്ങനെ തന്നെ. ഈ ആത്മാർത്ഥത കണ്ടിട്ടാവാം അധികൃതർ അയാളുടെ ഗ്രേഡ് മാറ്റിക്കൊടുത്തത്. നാലാം ഗ്രേഡുകാരനെ മൂന്നാം ഗ്രേഡും മറികടന്ന് പെട്ടെന്നു രണ്ടാം ഗ്രേഡുകാരനാക്കി. അതൊന്നും അങ്ങയോടു വിശദീകരിക്കേണ്ട കാര്യമില്ലല്ലോ. പിന്നെ അസ്വാഭാവികമായ ഈ മരണത്തെപ്പറ്റി – അതിൽ അങ്ങേക്കറിയാവുന്നതോ അല്ലെങ്കിൽ അറിഞ്ഞിട്ടും അറിഞ്ഞില്ലെന്നു നടിക്കുന്നതോ ആയ ഒരു കാരണമുണ്ടെന്നു ഞാൻ വിശ്വസിക്കുന്നു. നമ്മുടെ ഓണാഘോഷം! ഈ മരണത്തെപ്പറ്റി എനിക്കു നൽകാൻ കഴിയുന്ന ഏക വിശദീകരണവും ഒരുപക്ഷേ ഇതു മാത്രമായിരിക്കും.

സർക്കാരിന്റെ ഓണാഘോഷ പരിപാടി ആസൂത്രണം ചെയ്ത കമ്മിറ്റിയിൽ അങ്ങും അംഗമായിരുന്നില്ലേ? ആഘോഷത്തിന്റെ സമാപനദിവസത്തെ ഘോഷയാത്രയുടെ മുന്നിൽ ഈ ഗവൺമെന്റിന്റെ ശക്തിയുടെയും പവിത്രതയുടെയും പ്രതീകമായി അശ്വമേധത്തിലെപ്പോലെ ഒരു കന്നിക്കുതിരയെ – ഒരു വെള്ളക്കുതിരയെ – നിർത്തണമെന്ന് നിർദ്ദേശിക്കുമ്പോൾ അങ്ങയുടെ മനസ്സിൽ ഈ കുതിരയായിരുന്നില്ലേ? പോലീസിന്റെ കുതിരാലയത്തിലുൾപ്പെടെ എല്ലായിടത്തും തിരഞ്ഞിട്ടും കിട്ടിയില്ലെന്ന ഭാവത്തിൽ ഒടുവിൽ വകുപ്പുമന്ത്രിയെ വിളിച്ചുകൊണ്ടുവന്ന് ലക്ഷണമൊത്ത കുതിര ഇതുമാത്രമാണെന്നു വീമ്പിളക്കി ഇതിനെ കാട്ടിക്കൊടുത്തതും അങ്ങു മറന്നുപോയോ? സത്യത്തിൽ അതു ഗോപിക്കുട്ടൻ നായരുടെ മരണത്തിലേക്കുള്ള വഴിതുറക്കലായിരുന്നു. ഈ തീരുമാനമറിഞ്ഞ ദിവസം അയാളെന്തു കരഞ്ഞെന്നോ! ജീനിയിടാത്ത, കുളമ്പടിക്കാത്ത, കടിഞ്ഞാണിടാത്ത ഈ കുതിരയെ റോഡിലിറക്കരുതെന്ന് അയാൾ എത്രപ്രാവശ്യം പറഞ്ഞു. അയാളുടെ സങ്കടം കാണാൻ കഴിയാതെ വന്നപ്പോൾ ഞങ്ങളാണയാളെ അങ്ങയുടെ മുന്നിലേക്കു വിട്ടത്. നീണ്ട ഇരുപതു വർഷമായിട്ടും ഒരു കാര്യത്തിനും മേലധികാരിയെ കണ്ടിട്ടില്ലാത്ത ഗോപിക്കുട്ടൻനായർ അങ്ങയുടെ മുന്നിൽ നിന്ന് എന്തു മാത്രം കരഞ്ഞു: "............ എന്റെ കുഞ്ഞിനെ പെരുവഴിയിൽ വിടരുത്...... അവനതു ശീലമില്ല..... അവനു കടിഞ്ഞാണിടരുത്...... അവനു ജീനി വയ്ക്കരുത്. അവന്റെ പുറത്തു സവാരി ചെയ്യരുത്...... അവനൊരപൂർവ്വ ജനുസ്സാ...." എന്നൊക്കെ അയാൾ പറഞ്ഞില്ലേ. ആ മനുഷ്യന്റെ തടസ്സവാദങ്ങളൊന്നും അങ്ങു ചെവിക്കൊണ്ടില്ല. ഒടുവിൽ മെരുക്കുകാരുമായി വന്നപ്പോഴും അയാൾ തടഞ്ഞു. "–ഇല്ല ഞാൻ എന്റെ മകനെ വിടില്ല." പക്ഷേ അതൊന്നും അങ്ങു കേട്ടില്ല. ഞങ്ങളുടെ മുന്നിൽ വച്ചല്ലേ അങ്ങു പറഞ്ഞത് – കുതിരയെ ഇറക്കിവിട്ടില്ലെങ്കിൽ അതിനെ വെടിവച്ചു കൊല്ലുമെന്ന്! ആ ഭീഷണിക്കു മുമ്പിൽ ഗോപിക്കുട്ടൻനായർ തളർന്നു പോയി.

നിങ്ങളുടെ ഭീഷണി ഭയന്ന് ഗോപിക്കുട്ടൻനായർ തന്നെ ആ കുതിരയെ - മെരുങ്ങാത്ത ആ കുതിരയെ - പുറത്തിറക്കിത്തന്നു. നിങ്ങളതിനെ പടങ്ങും പട്ടയുമിട്ട് കൊണ്ടുപോകുമ്പോൾ അയാൾ ബോധമറ്റു വീഴുക യായിരുന്നു. അത് അവസാനത്തെ യാത്രയാണെന്ന് അയാൾ അറിഞ്ഞി രുന്നിരിക്കും. ഘോഷയാത്ര തുടങ്ങുമ്പോൾ മന്ത്രിമാരെ സുഖിപ്പിക്കാൻ വേണ്ടി അശ്വമേധമെന്നു വീമ്പിളക്കി മുന്നിലേക്കു തള്ളിവിട്ട യാഗാശ്വം വെകിളിപിടിച്ച് എല്ലാം തകർക്കുമെന്നു നിങ്ങളാരും കരുതിക്കാണില്ല. പക്ഷേ എന്തെന്തു കുഴപ്പങ്ങളാണ് ഉണ്ടാക്കിയത്. ആദ്യമായി റോഡിലി റക്കുന്ന മൃഗം താളത്തിനു തുള്ളുമെന്നു നിങ്ങൾ വിശ്വസിച്ചിരുന്നോ? എത്രപേർക്ക് ചവിട്ടേറ്റു. ഘോഷയാത്രയിലെ അലങ്കാര ഫ്ളോട്ടുകൾ എത്രയെണ്ണം തകർന്നു വീണു? ഒടുവിൽ നിയന്ത്രണം വിട്ട കുതിരയെ വെടിവച്ചിടുമ്പോൾ ആ വെടി ഗോപിക്കുട്ടൻനായരുടെ നെഞ്ചിലും തറ ഞ്ഞിരുന്നു. എന്റെ വിശ്വാസമാണിത്. കാരണം അത്രയേറെ ആത്മബന്ധ മായിരുന്നു ആ കുതിരയും അയാളും തമ്മിൽ.

അലങ്കോലപ്പെട്ട ഘോഷയാത്രയ്ക്കുശേഷം അങ്ങയെ എവിടെ യൊക്കെ തിരഞ്ഞിട്ടും ഞാൻ കണ്ടില്ല. കുതിരയുടെ മൃതദേഹമെങ്കിലും നമുക്കു വീണ്ടെടുക്കേണ്ടതായിരുന്നു. മുൻകാല നടപടിക്രമങ്ങളൊന്നു മില്ലാത്ത ഈ സംഭവത്തിൽ അന്തിമ തീരുമാനത്തിനായി ഒരു ദിവസം കൂടി കാക്കാൻ അധികൃതർ പറഞ്ഞപ്പോൾ, ഒരു സഹായത്തിനായി ഞാൻ അങ്ങയെ എത്ര തിരഞ്ഞെന്നോ. എങ്ങും കണ്ടില്ല. ആ വിഷമാ വസ്ഥയിലും എന്റെ മനസ്സ് ഗോപിക്കുട്ടൻനായരെ നേരിടാനുള്ള സങ്കേ തങ്ങൾ തിരയുകയായിരുന്നു. പക്ഷേ, അതു വേണ്ടി വന്നില്ല. പുലർച്ചെ ഞാൻ കുതിരക്കൂട്ടിൽ ചെന്നു നോക്കുമ്പോൾ ഞെട്ടിപ്പിക്കുന്ന ആ കാഴ്ച കണ്ടു - ആ വെള്ളക്കുതിരയെപ്പോലൊരു രൂപം. അടുത്തു ചെന്നപ്പോൾ ഗോപിക്കുട്ടൻനായരതാ - കൈകൾ മുന്നിൽ കുത്തി, തല ഉയർത്തി മുട്ടുകൾ വളക്കാതെ പിൻകാലുകൾ അകത്തി വച്ച് കുതിരയെപ്പോലെ നിൽക്കുന്നു. അയാൾ സ്വയം മൂക്കു തുളച്ചു കടിഞ്ഞാണിട്ടിരിക്കുന്നു. പുറത്തു ജീനി വച്ചിരിക്കുന്നു. അനന്തതയിലേയ്ക്ക് നോക്കി നിശ്ചലനായി നിൽക്കുന്ന യാഗാശ്വം!

എല്ലാം മറന്നു ഞാൻ ഉറക്കെ വിളിച്ചു-

“ഗോപിക്കുട്ടൻനായരേ”

അനക്കമില്ല.

“ഗോപിക്കുട്ടാ......”

അപ്പോഴും അനക്കമില്ല.

"ഗോപീ......"

അതിനും മറുപടിയില്ല.

"എന്റെ കുതിരക്കുട്ടാ......"

അടുത്തു ചെന്നു ഞാൻ കുലുക്കി വിളിക്കാൻ നോക്കി. തണുത്തുറഞ്ഞ ആ ശരീരത്തിൽനിന്നും എന്റെ സിരകളിലേക്കൊരു മിന്നൽപ്പിണർ പാഞ്ഞു കയറി. ആദ്യ സ്പർശത്തിൽ തന്നെ ഞാനതറിഞ്ഞു.

ഞാനുറക്കെ നിലവിളിച്ചെന്നു തോന്നി. പിന്നൊന്നും എനിക്കറിയില്ല. ബോധം തെളിയുമ്പോൾ ഞാൻ ആശുപത്രിയിലായിരുന്നു.

രണ്ടാം ഗ്രേഡ് കീപ്പർ ഗോപിക്കുട്ടൻനായരുടെ അസാധാരണ മരണത്തെപ്പറ്റി എനിക്കറിയാവുന്ന വസ്തുതകൾ ഇതാണ്. – എന്റെ അനാസ്ഥയും നിരുത്തരവാദിത്ത്വവും എന്നതുകൊണ്ട് അങ്ങ് ഉദ്ദേശിക്കുന്നത് ഡ്യൂട്ടി സമയം കഴിഞ്ഞും അയാളെ മൃഗശാലയ്ക്കുള്ളിലെ കൂട്ടിൽ തങ്ങാൻ അനുവദിച്ചതിനെക്കുറിച്ചാണെന്നു തോന്നുന്നു. ഞാൻ അങ്ങനെ പ്രത്യേക അനുവാദമൊന്നും അയാൾക്കു നൽകിയിരുന്നില്ല. അല്ലെങ്കിൽ തന്നെ ആരും നൽകാതെ തന്നെ ആ അനുവാദം അയാളുടെ അവകാശമായിരുന്നല്ലോ? അതിനു നിരപരാധിയായ എന്നെ പഴിചാരുന്നതിനു സർവീസ് ചട്ടങ്ങളിൽ പറയാത്ത ഒരു വാക്കുകൊണ്ട് ഞാൻ വിശേഷിപ്പിക്കട്ടെ – തികഞ്ഞ അധർമ്മം.

ഈ സംഭവത്തെക്കുറിച്ച് മേല്പറഞ്ഞ വിശദീകരണത്തിന്റെ വെളിച്ചത്തിൽ അങ്ങേയ്ക്കു ദയവുണ്ടായി എനിക്കെതിരെ കൈക്കൊള്ളാനിരിക്കുന്ന സസ്പെൻഷൻ ഉൾപ്പെടെയുള്ള എല്ലാ നടപടികളും ഉപേക്ഷിക്കണമെന്ന് അപേക്ഷിക്കുന്നു.

വിശ്വസ്തതയോടെ,

വി. രാമനുണ്ണി

സീനിയർ സൂപ്രവൈസർ

■

മണി മുഴങ്ങുന്നു

ഒന്ന്....രണ്ട്....മൂന്ന്....

മണി മുഴങ്ങുന്നു.

മുനീറയ്ക്കു ദേഷ്യം വന്നു.

ഇതാരാണ് ഈ പാതിരാത്രിക്ക്? അദ്ദേഹമല്ല; ആണെങ്കിൽ ഒറ്റ പ്രാവശ്യമേ മണി മുഴക്കൂ... പിന്നാരാണ്?

മുനീറയ്ക്ക് ആകെ അസ്വാസ്ഥ്യമായി. താഴെച്ചെന്നു വാതിൽ തുറക്കാനാണെങ്കിൽ ആരുമില്ല. അത് ഔദാര്യം കൂടിപ്പോയതുകൊണ്ടാണ്. ജോലിക്കാരൻ പയ്യൻ അദ്ദേഹത്തോട് ഒന്നു ചോദിച്ചതേയുള്ളൂ. നാട്ടിൽ പോകട്ടേ എന്ന്. ഉടനെ സമ്മതം മൂളി. ഈ മാസത്തിൽ ഇതു മൂന്നാമത്തെ പ്രാവശ്യമാണ് അവൻ നാട്ടിൽ പോകുന്നത്. അവൻ പോയെന്നറിഞ്ഞിട്ടുകൂടി അദ്ദേഹത്തിനു നേരത്തേ വരാൻ തോന്നിയില്ലല്ലോ! വീട്ടിൽ ഭാര്യ തനിച്ചാണെന്നോർക്കാതെയുള്ള ഒരു രാത്രിസഞ്ചാരം! ഇന്നിങ്ങുവരട്ടെ!

ഒന്ന്...രണ്ട്...മൂന്ന്....

വീണ്ടും മണി മുഴങ്ങുന്നു!

എന്തൊരൊച്ചയാണ് ഈ മണിക്ക്! ഭ്രാന്തെന്നല്ലാതെ എന്തു പറയാൻ? നഗരമദ്ധ്യത്തിൽ ഇത്രയും മനോഹരമായ ഒരു വീടു വച്ചിട്ട് കാളിംഗ് ബെല്ലിനു പകരം വാതിൽക്കൽ ഒരു മണികെട്ടിത്തൂക്കുക! അതും ഒരു പഴയ മണി! അതിന്റെ നാക്കിൽനിന്ന് ഒരു കയറു കെട്ടി താഴേക്കിട്ടിട്ടുണ്ട്. ഭിക്ഷക്കാർ വന്നാലും പിരിവുകാർ വന്നാലും ബന്ധക്കാർ വന്നാലും ഈ മണി മുഴക്കുന്നു! ഭ്രാന്തു കാണിക്കരുതെന്ന് അന്നേ പറഞ്ഞതാണ്. ആരു കേൾക്കാൻ?

സ്വപ്നജീവികളായ സുഹൃത്തുക്കളെല്ലാം അദ്ദേഹത്തെ പ്രോത്സാഹിപ്പിക്കുകയായിരുന്നു: "ഉഗ്രൻ ഐഡിയാ! കലാകാരനായാൽ ഇങ്ങനെ വേണം. മറ്റുള്ളവർ ചെയ്യുന്നതൊന്നും ചെയ്യരുത്. എന്തിലും സ്വന്തം

വ്യക്തിത്വം കാണിക്കണം.” ആർട്ട് ക്രിട്ടിക്കുകൂടിയായ ആ പത്രാധിപർ പറഞ്ഞു: “ഷാജഹാനെ, നീ ചിത്രകലയിൽ ചക്രവർത്തിയാണ്. ജീവിതത്തിലും അങ്ങനെയാവുക. നിന്റെ പ്രജകളായ ഞങ്ങളെല്ലാം ഈ മണി മുഴക്കി നിന്നെ സങ്കടങ്ങളറിയിക്കാം. നാട്ടുകാരും നിന്റെ ദർശനത്തിനായി ഈ മണി മുഴക്കട്ടെ!” ആ കമന്റുകളൊക്കെ അദ്ദേഹത്തിനു നന്നെ രസിച്ചു. എന്നാൽ അയൽക്കാർക്കെല്ലാം പരിഹാസംനിറഞ്ഞ കൗതുകമാണ്. അതു സൂചിപ്പിച്ചപ്പോൾ അദ്ദേഹം പറഞ്ഞു: “എടീ, ബീബി.... മുനീറാ - അയൽക്കാരെന്നല്ലാ, ആരു വേണമെങ്കിലും പരിഹസിക്കട്ടെ. നിനക്കറിയാമോ, കഴിഞ്ഞ ജന്മം ഞാനൊരു ചക്രവർത്തിയായിരുന്നു. അന്നെന്റെ കൊട്ടാരവാതിൽക്കൽ കെട്ടിയിരുന്ന മണിയാണിത്. ഏതു നേരത്തും ഈ മണി മുഴക്കാൻ പ്രജകൾക്ക് അവകാശമുണ്ടായിരുന്നു. ഈ ജന്മം ഞാനിങ്ങനെയായി. പുനർജന്മ രഹസ്യങ്ങളൊന്നുമറിയാതെ പുരാവശിഷ്ടങ്ങൾ കണ്ടുനടക്കെ ദർബാറയിലെ ആന്റിക് മ്യൂസിയത്തിലിരുന്ന ഈ മണി എന്റെ ശ്രദ്ധയിൽപെട്ടു; അല്ല മണിയുടെ ശ്രദ്ധയിൽ ഞാൻ പെടുകയായിരുന്നു. ഞങ്ങൾ പരസ്പരം തിരിച്ചറിഞ്ഞു. ജന്മാന്തര രഹസ്യങ്ങളെല്ലാം എനിക്കു വെളിവായി. എന്നെ കൂട്ടിക്കൊണ്ടുപോകൂ എന്നു മണി എന്നോടപേക്ഷിച്ചോ? അതോ എന്റെ കൂടെ വരൂ എന്നു ഞാൻ മണിയോട് അഭ്യർത്ഥിച്ചോ? എനിക്കിന്നും നിശ്ചയമില്ലാത്ത ഒരു കാര്യമാണത്. എന്തായാലും പറഞ്ഞ വില കൊടുത്ത് ഞാനീ മണി വാങ്ങി കൊട്ടാരം പോലുള്ള ഈ വീടുവച്ച് മണി വാതിൽക്കൽ കെട്ടിത്തൂക്കി. സത്യത്തിൽ ഈ മണി കെട്ടിത്തൂക്കാൻ വേണ്ടിയാണ് ഞാൻ ഈ വീടു വച്ചതുതന്നെ. ഈ വീടുള്ളതുകൊണ്ടാണ് ഞാൻ നിന്നെ കെട്ടിയത്. അപ്പോൾ ഈ മണിയുടെ പ്രാധാന്യവും അതിനു ഞാനുമായുള്ള ആത്മബന്ധവും നീ ഒന്നാലോചിക്കുമ്പോൾ ആരുടെ പരിഹാസത്തിനാണ് വില?”

ഇത്രയും പറഞ്ഞിട്ടൊരു ചിരിയാണ്. പൊട്ടിപ്പൊട്ടിയുള്ള ചിരി!

എന്തു ഭ്രാന്തു പറഞ്ഞാലും അതിലൊക്കെയും ഒരു രസമുണ്ട്. എതിർക്കാൻ എത്ര ശ്രമിച്ചാലും കീഴടങ്ങിപ്പോകുന്നു.

പെട്ടെന്നു മുനീറയ്ക്ക്, ഭർത്താവിനോട് എന്തെന്നില്ലാത്ത ഒരാദരവു തോന്നി. അദ്ദേഹം അനുഗൃഹീതനാണ്. എന്തു ഭ്രാന്തും പറഞ്ഞോട്ടെ, എന്തു ഭ്രാന്തും കാണിച്ചോട്ടെ. അതൊക്കെ ഒരു രസമാണ്.

ഒന്ന്...രണ്ട്...മൂന്ന്...

വീണ്ടും മണി മുഴങ്ങുന്നു.

ഇതു മൂന്നാം പ്രാവശ്യമാണ്.

അദ്ദേഹത്തെ അന്വേഷിച്ച് വന്നവരാരെങ്കിലുമായിരിക്കും. അവരെ സ്വീകരിച്ചിരുത്തണം. വൈകുവോളം സ്റ്റുഡിയോയ്ക്കുള്ളിൽ ഒറ്റ

നില്പു നിന്ന് വരച്ചുതളർന്ന അദ്ദേഹം ഒന്നു റിലാക്സ് ചെയ്യാനായി പുറത്തേക്കിറങ്ങിയതാണ്... ഇപ്പോൾ വരും... അതിഥികളെ അങ്ങനെയൊക്കെപ്പറഞ്ഞ് ആശ്വസിപ്പിക്കാം!

മുനീറ വേഗം പടികളിറങ്ങി. ലൈറ്റിടാൻ പോലും നിൽക്കാതെ അവൾ വാതിൽക്കൊളുത്ത് ഊരാൻ തുടങ്ങിയതേയുള്ളൂ – അപ്പോഴേക്കും പുറത്തുനിന്ന് ആഞ്ഞൊരു തള്ള്! അവൾ പിന്നാക്കം മലച്ചുപോയി. ആ വീഴ്ചയിലാണ് അതു കണ്ടത് – മുഖം മൂടിവച്ച ഒരു കറുത്ത രൂപം! അത് ആർത്തിയോടെ വീടിനുള്ളിലേക്കു പാഞ്ഞുകയറുന്നു. അലറിക്കൊണ്ട് എഴുന്നേൽക്കാൻ ശ്രമിച്ചപ്പോഴേക്കും ആ രൂപം മുനീറയെ കടന്നുപിടിച്ചു കഴിഞ്ഞു. റബ്ബേ... എന്തൊരു പരീക്ഷണമാണിത്! അവൾ ഉള്ളുരുകി കരഞ്ഞുകൊണ്ടു സർവ്വശക്തിയുമെടുത്ത് എതിർത്തു. അപ്പോഴൊക്കെയും മുഖംമൂടി, അവിശ്വസനീയമായ കരുത്തോടെ അവളെ കീഴടക്കിക്കൊണ്ടേയിരുന്നു. ഇതിനിടയിൽ മുനീറയുടെ വസ്ത്രങ്ങൾ ഏതാണ്ട് മുഴുവനായിത്തന്നെ കീറിപ്പോയി. അവൾ നഗ്നയായി. മുഖംമൂടി വച്ച രൂപം അവളെ തറയോടു ചേർത്തമർത്തിയിട്ട് സ്വയം നഗ്നനാവാൻ തുടങ്ങിയപ്പോൾ അവൾ സർവ്വദൈവങ്ങളേയും വിളിച്ചുകൊണ്ട് കുതറിയെഴുന്നേറ്റ് പിന്നോക്കം ഒന്നു തള്ളി. മുഖംമൂടിയുടെ തല പിന്നിലെ ഭിത്തിയിൽച്ചെന്നാഞ്ഞിടിച്ചു. ഒരലർച്ചയോടെ, ഭിത്തിയിലാകെ ചുവന്ന പാടുകൾ വീഴ്ത്തിക്കൊണ്ട് ആ തല തറയിലേക്കു നിരങ്ങി വീണു!

വാതിൽ തുറന്ന് പുറത്തേക്കോടാൻ തുനിഞ്ഞ മുനീറ ആ അലർച്ച കേട്ട് അമ്പരപ്പോടെ ഒരു നിമിഷം നിന്നു.

ആരുടെ ശബ്ദമാണത്?

അവൾ ലൈറ്റിട്ടു.

രക്തത്തിൽ മുങ്ങിക്കിടക്കുന്ന മുഖംമൂടിയുടെ ഞരക്കം അവളുടെ കാതുകളെ നടുക്കിക്കളഞ്ഞു. ആ ശബ്ദത്തിനിത്രയും ആർദ്രതയോ?

എന്റെ റബ്ബേ...

വിടവുകളില്ലാത്ത ഒരു നിലവിളി മുനീറയുടെ ആത്മാവിൽനിന്നുയർന്നുപൊട്ടി. ആ ശബ്ദവീചികളിലൂടെ അവൾ കേട്ടു...

“മുനീറാ.”

“ങ്ും...”

“എനിക്കൊരാഗ്രഹം...”

“എന്താദ്...”

“നിനക്കു വല്ലോം തോന്നുമോ?”

“ഇല്ല...”

"എന്നാലും..."

"ഇല്ലന്നേ... പറഞ്ഞോളൂ..."

"എനിക്കൊന്നു ബലാൽസംഗം ചെയ്യണം..."

"എന്റെ റബ്ബേ... ഞാനെന്താ ഈ കേക്ക്ണ്?....."

"നീ പേടിക്കാതെടീ.....ഞാൻ പുറത്തെങ്ങും പോയി അക്രമം കാണിക്കില്ല."

"പിന്നെ...?"

"ഇവിടെ."

"ഇവിടെ?"

"അതെ. നിന്നെ..."

"അയ്യോ എന്തു ഭ്രാന്താ ഇത്?...."

"ങ്ഹാ... ഇതൊരുതരം ഭ്രാന്താ... നീ സമ്മതിക്കില്ലെങ്കിൽ. വേണ്ട.... ഞാൻ പുറത്തെങ്ങാനും പോയി വല്ല അക്രമവും കാണിക്കും..."

"അയ്യോ...."

"എനിക്കു കരച്ചിലൊന്നും കാണണ്ടാ... വേണ്ടതു ഞാൻ പറഞ്ഞു. ഇല്ലെങ്കിൽ..."

"ആയിക്കോളൂ... ഇങ്ങനെ എന്തെല്ലാം ഭ്രാന്തു ഞാൻ സഹിക്കുന്നു..."

"അങ്ങനെ വേണ്ടാ - അത് കൃത്രിമമാ..."

"പിന്നെ?"

"സ്വാഭാവികമായി - വേണം."

"അതിന്?..."

"അതിനു ഞാൻ വഴിയുണ്ടാക്കാം. നീ പോലുമറിയാതെ - തികച്ചും അപ്രതീക്ഷിതമായി ഒരു ദിവസം.... ഒരു ദിവസം..."

ആ ദിവസമാണോ ഇത്?

അവൾ മുട്ടുകുത്തി താഴേക്കു നോക്കി. ആകെ രക്തക്കളം! ആ ഞരക്കംപോലും തീരെ നിലച്ചിരിക്കുന്നു. അവളാ തല താങ്ങി, സ്ഥാനം തെറ്റിയ മുഖംമൂടി വലിച്ചുമാറ്റാൻ തുടങ്ങിയപ്പോഴേക്കും തികച്ചും അപ്രതീക്ഷിതമായി പുറത്തു മണിമുഴങ്ങി-

ഒന്ന്...രണ്ട്...മൂന്ന്...

■

നിഴൽനിലാവ്

"ഒരു ദിവസം മുഴുവൻ എനിക്കു നിങ്ങളോടൊപ്പം കഴിയണം; അതു സാധിച്ചു തരുമോ?"

കണ്ണൂരിൽനിന്ന് സഹാലി എന്നൊരു ബാലൻ ഫോണിലൂടെ ഇങ്ങനെ അപേക്ഷിച്ചപ്പോൾ, അനാഥരായ ആസന്നമരണരുടെ അന്ത്യാഭിലാഷങ്ങൾ നിറവേറ്റിക്കൊടുക്കുന്ന 'മാജിക്‌ലാമ്പ്' എന്ന സന്നദ്ധസംഘടനയുടെ ഉപജ്ഞാതാവും അതിന്റെ ദക്ഷിണമേഖലാ ക്യാപ്റ്റനുമായ ജയിംസ് ജോസഫ് പകച്ചു പോയി.

അന്ത്യമടുത്തവരുടെ വിചിത്രമായ ആഗ്രഹങ്ങൾ എത്രയോ കേട്ടിരിക്കുന്നു; പലതും നിറവേറ്റിക്കൊടുത്തിരിക്കുന്നു. പക്ഷേ, ഇതുപോലൊന്ന് സംഘടനയുടെ പ്രവർത്തനചരിത്രത്തിൽ ഇതാദ്യമാണ്.

വായിലെ കാൻസർ പടർന്ന് കഴിഞ്ഞയാഴ്ച മരണംകാത്തുകിടന്ന അനാഥവൃദ്ധയ്ക്ക് ഒരേ ഒരാഗ്രഹമേ ഉണ്ടായിരുന്നുള്ളു: നാലുംകൂട്ടി ഒന്നു മുറുക്കണം. ഉറങ്ങുമ്പോൾപോലും വായിൽ മുറുക്കാൻ തിരുകി ശീലിച്ച അവർ മരണക്കിടക്കയിൽ തളിർവെറ്റിലയും ചുണ്ണാമ്പും പാക്കും പുകയിലയും കണ്ടു ചിരിക്കാൻ ശ്രമിച്ചത് കണ്ണിൽനിന്നു മായുന്നേയില്ല. അതുപോലെ കാൻസർ സെന്ററിലെ കുട്ടികളുടെ വാർഡിൽ രക്താർബുദം മൂർച്ഛിച്ച പെൺകുട്ടി അന്ത്യനേരത്ത് ആവശ്യപ്പെട്ടത്, മഞ്ഞ റോസാപ്പൂക്കൾ തുന്നിപ്പിടിപ്പിച്ച ചുവന്ന ഫ്രോക്കായിരുന്നു. വേഗം സംഘടിപ്പിച്ചു കൊടുത്തു. ആ ചുവന്ന ഫ്രോക്കണിഞ്ഞുകൊണ്ടാണ് അവൾ മൃതിയുടെ കൈപിടിച്ചത്. ഒരാഴ്ചയായി ജലപാനമില്ലാതെ കിടന്ന വൃദ്ധയാചകന്റെ അന്ത്യാഭിലാഷം വിഭവസമൃദ്ധമായ സദ്യയായിരുന്നു.

മാജിക്‌ലാമ്പിന്റെ ചുരുങ്ങിയകാലത്തെ സന്നദ്ധപ്രവർത്തനങ്ങൾക്കിടയിൽ, നിറവേറ്റിക്കൊടുക്കാൻ നിർവ്വാഹമില്ലാത്ത അന്ത്യാഭിലാഷങ്ങളും നിരവധി കേട്ടിട്ടുണ്ട്. കടുത്ത പ്രമേഹത്തെ തുടർന്ന് രണ്ടുകാലുകളും

മുറിച്ചുമാറ്റപ്പെട്ട മത്സ്യത്തൊഴിലാളി, ഡയബറ്റിക്കോമയിലേക്കു വീഴും മുമ്പ് ആവശ്യപ്പെട്ടത്. മുപ്പതുവർഷമായി അയാൾ ഉപയോഗിച്ചുകൊണ്ടിരുന്ന പ്രിയപ്പെട്ട സൈക്കിൾ ഒന്നു ചവിട്ടണമെന്നായിരുന്നു. അപകടത്തിൽപ്പെട്ട് സ്പൈനൽകോഡ് മുറിഞ്ഞു കിടപ്പിലായിരുന്ന യുവ കായികതാരം മൃതിയുടെ വിളികേട്ടപ്പോൾ, ഡിഗാനൊപ്പം ഫുട്ബോൾ കളിക്കണമെന്ന് മോഹിച്ചു. പത്തുവയസ്സിൽ നാടുവിട്ടു പോയ മകനെ കാണണമെന്ന് അന്ത്യാഭിലാഷം പ്രകടിപ്പിച്ച ഒരമ്മ അവരുടെ ആഗ്രഹം നിറവേറാതെ മരണത്തിലേക്കു മയങ്ങിവീഴുന്നതും കണ്ടിട്ടുണ്ട്.

അതൊക്കെ, പ്രസക്തങ്ങളായ ആഗ്രഹങ്ങളായിരുന്നു. പക്ഷേ, ഇപ്പോൾ ഈ ബാലന്റെ മോഹം ജയിംസ് ജോസഫിന് നിഗൂഢമായി തോന്നി. ആ കുട്ടിയുടെ ജീവിതവുമായി യാതൊരു ബന്ധവുമില്ലാത്ത ഒരാളെ എന്തിനു കാണുന്നു? അയാളോടൊപ്പം ഒരു ദിവസം ചെലവഴിക്കണമെന്ന് എന്തിനാഗ്രഹിക്കുന്നു? ഇത്തരം സംശയങ്ങൾ തോന്നിയതുകൊണ്ടാണ് മാജിക്‌ലാമ്പിന്റെ കണ്ണൂർ മേഖലാ വൈസ്ക്യാപ്റ്റനും അവിടെ ഗവൺമെന്റാശുപത്രിയിലെ ഡോക്ടറുമായ ബാലുവിനോട് കൂടുതൽ വിവരങ്ങൾ ആരാഞ്ഞത്. ബാലു അതു കൃത്യമായി തന്നു; അറയ്ക്കലെ അഹമ്മദുണ്ണിയുടെ ചെറുമകനാണ് ഈ കുട്ടി. സിംഗപ്പൂരിൽ തുകൽവ്യാപാരിയായിരുന്ന അഹമ്മദുണ്ണിയുടെ മകൻ വാഹനാപകടത്തിൽ മരിക്കുകയും പേരക്കുട്ടി രോഗാവസ്ഥയിലാവുകയും ചെയ്തതിനെ തുടർന്ന് അദ്ദേഹം നാട്ടിലേക്കു പോരുകയായിരുന്നു. കോഴിക്കോട് മെഡിക്കൽ സെന്ററിലാക്കിയ കുട്ടി മരിക്കുമെന്നുറപ്പായപ്പോൾ അവന്റെ അന്ത്യം ആഹ്ലാദകരമായ ചുറ്റുപാടിലായിക്കോട്ടെ എന്നു കരുതി വീട്ടിലേക്കു കൊണ്ടുപോന്നു. ആ കുട്ടിയോടു നേരിട്ടു സംസാരിച്ച ബാലുവിന് അവന്റെ അന്ത്യാഭിലാഷം ബോധ്യപ്പെട്ടത്രെ. അതുകൊണ്ടാവാം ഡോക്ടർ ബാലു നിർബ്ബന്ധിച്ചു വിളിച്ചത്:

“എന്തായാലും വരിക - ഇന്ന് വെള്ളിയാഴ്ച. ശനിയും ഞായറും അവധിയല്ലേ, ഇന്ന് തിരിച്ചാൽ ഒരു ദിവസം ഇവിടെ തങ്ങി നാളെ കഴിഞ്ഞ് അങ്ങെത്താമല്ലോ.”

പിന്നൊന്നും ആലോചിച്ചില്ല. ബാലുവിനോട് സമ്മതം മൂളി.

ആസന്നമരണരുടെ കാര്യത്തിൽ അമാന്തം പാടില്ലെന്നാണ് ഗോമസച്ചൻ പറഞ്ഞിരിക്കുന്നത്. അതുകൊണ്ട് ഉടനെ യാത്ര പുറപ്പെട്ടു. ട്രെയിനിൽ സൗകര്യപ്രദമായ ബർത്ത് കിട്ടി. പുലർച്ചക്കുതന്നെ കണ്ണൂരെത്താൻ കഴിയും.

ഗോമസച്ചന്റെ വാക്കുകൾ ജയിംസ് ജോസഫിനെ സംബന്ധിച്ചിടത്തോളം അലംഘനീയമായ ആജ്ഞകളാണ്. അച്ചന് അതിനുള്ള അധികാരമുണ്ട്. മുപ്പത്തഞ്ചുവർഷം മുമ്പ്, തങ്കശ്ശേരിപ്പള്ളിയിലെ പിള്ളത്തൊട്ടിലിൽ ആരോ ഉപേക്ഷിച്ച ഒരാൺകുഞ്ഞിനെ ദൈവപുത്രനെന്നു നിനച്ചാണ് അദ്ദേഹം വളർത്തിയത്. ജയിംസ് ജോസഫ് എന്നു പേരിട്ട്, അവനെ പഠിപ്പിച്ച്, കമ്പ്യൂട്ടർ എഞ്ചിനീയറും എം.ബി.എക്കാരനുമാക്കി ഉദ്യോഗത്തിനു പറഞ്ഞുവിടുമ്പോൾ അദ്ദേഹം ഒരു കാര്യം ഓർമ്മിപ്പിച്ചു:

"നിന്റെ ഭൂതകാലം ഇപ്പോൾ മുതൽ മാഞ്ഞുപോയിരിക്കുന്നു. ഇനി നീ പുതിയ മനുഷ്യനാണ്. അനിവാര്യമെങ്കിലേ നീ ഇവിടേക്കു വരാവൂ. അല്ലെങ്കിൽ അനാഥത്വത്തിന്റെ വേരുകൾ നിന്നിൽ നിന്ന് അടർന്നു മാറില്ല."

അച്ചന്റെ വാക്കുകളുടെ ഉദ്ദേശ്യശുദ്ധി പൂർണ്ണമായും ഉൾക്കൊണ്ടെങ്കിലും അറിയാതെ വിങ്ങിപ്പോയി:

"അച്ചാ എനിക്കാരുമില്ല; അച്ചനും ഇവിടുള്ളവരുമല്ലാതെ."

അച്ചന്റെ മറുപടി ഗൗരവത്തിലായിരുന്നു. അത് അരുളപ്പാടിന്റെ മുഴക്കം സൃഷ്ടിച്ചു:

"ആരും അന്യരല്ലെന്നു കരുതുക; നിനക്ക് എല്ലാവരുമുണ്ടാകും."

യാത്രയാക്കുമ്പോൾ അച്ചൻ പറഞ്ഞു:

"ഇനി നിനക്ക് ഒരു കൂട്ടുണ്ടാവണം; കുടുംബമുണ്ടാവണം." ഒന്നു നിർത്തി അനന്തതയിലേക്കു നോക്കി അച്ചൻ വീണ്ടും പറഞ്ഞു: "അവിടുന്ന് എല്ലാം നിശ്ചയിച്ചുറപ്പിച്ചിട്ടുണ്ട്. വൈകാതെ അതും സംഭവിക്കും..."

അതു ശരിക്കും പ്രവചനമായിരുന്നു.

പ്രശസ്തമായ ഐ.ടി. കമ്പനിയുടെ കൊച്ചി യൂണിറ്റിൽ എക്സിക്യൂട്ടീവായി ജോലി തുടങ്ങിയതിന്റെ നാലാം മാസത്തിൽ ബാംഗ്ലൂരിലെ ഹെഡ്ഡാഫീസിലേക്കുള്ള ഔദ്യോഗിക യാത്രക്കിടയിലാണ് അതു സംഭവിച്ചത്. ട്രെയിൻ തൃശൂരെത്തിയപ്പോൾ, അതിലേക്കു കയറി വന്ന് നേരെ എതിരെയുള്ള ബർത്തിലിരുന്ന പെൺകുട്ടിയെ കണ്ടമാത്രയിൽ "ഇതാ നിന്റെ കൂട്ട്; ദൈവം നിനക്കു വേണ്ടി സൃഷ്ടിച്ച പെണ്ണ്" എന്ന് ജയിംസ് ജോസഫിനു തോന്നി. അവൾക്കും അക്കാര്യം അപ്പോൾതന്നെ ബോധ്യപ്പെട്ടെന്നാണ് പിന്നീടു പറഞ്ഞത്. ജയിംസിനെ കണ്ടപ്പോൾത്തന്നെ "ഞാൻ ഈ മനുഷ്യനുവേണ്ടി ജനിച്ചവളാണ്; ദൈവം എനിക്കു കണ്ടുവച്ചിരിക്കുന്ന പുരുഷൻ ഇതാ" എന്ന് അവൾ തിരിച്ചറിഞ്ഞത്രേ!

അവൾ അമ്മയുടെ സുജമോളായിരുന്നു. അയൽക്കാരുടെയും ബന്ധുക്കളുടെയും സുജക്കുട്ടി. സുഹൃത്തുക്കളുടെയും ഫാഷൻ ഡിസൈനർമാരായ സഹപ്രവർത്തകരുടെയും പ്രിയപ്പെട്ട സുജാമേനോൻ.

അന്ന് തൃശൂരിൽ നിന്ന് ബാംഗ്ലൂരിലേക്കുള്ള യാത്രയ്ക്കുമുമ്പ് ഇതൊക്കെയായിരുന്ന അവൾ അടുത്ത ഇരുപത്തിരണ്ടുമണിക്കൂറിനുള്ളിൽ സുജാജയിംസായി രൂപാന്തരപ്പെടുകയായിരുന്നു.

ട്രെയിനിൽ മുഖാമുഖമുള്ള ബർത്തുകളിലിരുന്ന് ചിരപരിചിതരെപ്പോലെ സംസാരിച്ചത്, ഭാവിയെപ്പറ്റി മാത്രമല്ല, ഭൂതകാലത്തിനും മുമ്പുള്ള ജന്മാന്തര രഹസ്യങ്ങളായിരുന്നുവെന്ന് ജയിംസ് തിരിച്ചറിഞ്ഞത്, കേണൽ കെ എസ് ആർ മേനോന്റെ രൗദ്രഭാവവും സുജയുടെ നിശ്ചയദാർഢ്യവും കണ്ടപ്പോഴാണ്.

"പ്രായപൂർത്തിയായ ഞാൻ ആരെ വിവാഹം കഴിക്കണമെന്നു തീരുമാനിക്കേണ്ടത് അച്ഛനല്ല; അതിനുള്ള അവകാശം എനിക്കു മാത്രമാണ്. ഞാൻ ജയിംസ് ജോസഫിനെ ഭർത്താവായി സ്വീകരിച്ചുകഴിഞ്ഞു."

സുജയുടെ വാക്കുകൾ ജന്മബന്ധം മുറിക്കുകയായിരുന്നു. കേണൽ തീർത്തു പറഞ്ഞു:

"എനിക്ക് ഇനി ഇങ്ങനെയൊരു മകളില്ല; എന്റെ മകൾ സുജാമേനോൻ മരിച്ചുപോയി."

ബാംഗ്ലൂർ ഓഫീസിലേക്ക് മാറ്റം വാങ്ങാനും വിവാഹിതരാവാനും അവിടെത്തന്നെ താമസിക്കാനും സഹായിച്ച ഗോമസച്ചൻ നല്ല ദാമ്പത്യം ആശീർവദിച്ചു:

"നീ സ്നേഹിക്കുക; നീയും സ്നേഹിക്കപ്പെടും."

സുജയോടാണോ ജയിംസിനോടാണോ എന്ന് തിരിച്ചറിയാഞ്ഞ ആ ആശീർവാദത്തിന് അല്പായുസ്സായിരുന്നോ? ഒരു വർഷത്തോളം സ്വർഗ്ഗതുല്യമായിരുന്നു സുജയുമൊത്തുള്ള ജീവിതം. അതുകണ്ട സുഹൃത്തുക്കൾ അസൂയപ്പെട്ടു; സുജ, ജയിംസിനു വേണ്ടിയും ജയിംസ്, സുജയ്ക്കു വേണ്ടിയും സമർപ്പിക്കപ്പെട്ടിരിക്കുന്നു.

അസൂയയുടെ പൂക്കൾ കൊഴിഞ്ഞത് പെട്ടെന്നായിരുന്നു. കാലിഫോർണിയയിലെ വിഖ്യാതമായ ഫാഷൻ വേൾഡാണ് കാറ്റായി വീശിയത്. ഇന്ത്യയിൽ നിന്നുള്ള മൂന്ന് ഫാഷൻ ഡിസൈനർമാരെ അവർ തെരഞ്ഞെടുത്തപ്പോൾ അതിലൊരാൾ സുജാജയിംസായി. കനത്ത

ശമ്പളവും അനന്തസാധ്യതകളും താരലോകത്തിന്റെ അംഗീകാരവും കാട്ടി അവർ വിളിച്ചപ്പോൾ അവൾ പറഞ്ഞു:

"ഞാൻ പോയി ഒന്നു സെറ്റിലായിട്ട് ജയിംസിനെ കൂടി കൊണ്ടു പോകാം."

"വേണ്ടാ. നീ പോകണ്ടാ. നമുക്കു വേണ്ടതിലധികം ഇവിടെ കിട്ടുന്നുണ്ടല്ലോ..."

അതായിരുന്നു എതിർപ്പിന്റെ തുടക്കം. ആഴ്ചകൾ നീണ്ട തർക്കത്തിലേക്ക് അതു വളർന്നു.

ഒരു ഘട്ടത്തിൽ അവൾ ചോദിച്ചു:

"ജയിംസിന് എന്നോട് അസൂയ തോന്നുന്നുണ്ടോ – എന്റെ കരിയർ വളർച്ച, നിങ്ങളിൽ അപകർഷബോധമുണ്ടാക്കുന്നുണ്ടോ?"

ആ ചോദ്യം സഹിക്കാവുന്നതിലുമപ്പുറമായിരുന്നു. എത്ര ശ്രമിച്ചിട്ടും നിയന്ത്രണം തെറ്റി. ബോധപൂർവമല്ലാതെ നാവിൻതുമ്പ് വിറയ്ക്കുകയായിരുന്നു:

"നീയിതു പറയും. ഇരുപത്തിരണ്ടു വർഷം പോറ്റി വളർത്തിയ അച്ഛനമ്മമാരെ, ഇരുപത്തിരണ്ടു മണിക്കൂർ നേരത്തെ പരിചയം മാത്രമുള്ള ഒരാൾക്കുവേണ്ടി തള്ളിപ്പറഞ്ഞവളിൽ നിന്ന് ഇതിലും ഇതിലപ്പുറവും പ്രതീക്ഷിക്കണം... കരിയർവളർച്ച മാത്രമല്ല, അവിടെ ജയിംസുമാർ കാണും– അല്ലെങ്കിൽ ജയിംസിനേക്കാൾ മിടുക്കർ..."

തീർന്നു.

അവൾക്ക് ഒരു മറുപടിയേ ഉണ്ടായിരുന്നുള്ളു:

"നമുക്കു പിരിയാം."

മാസങ്ങളുടെ ദൈർഘ്യംപോലും അവളുടെ നിലപാടിൽ അയവു വരുത്തിയില്ല; അത് അവളുടെ കാർക്കശ്യം ഉറപ്പിക്കുകയായിരുന്നു.

പോകാനുള്ള തയ്യാറെടുപ്പുകൾ പൂർത്തിയായെന്നറിഞ്ഞപ്പോൾ ഗോമസച്ചൻ ബാംഗ്ലൂരിലെത്തി അവളെ അനുനയിപ്പിക്കാൻ ശ്രമിച്ചു:

"ദൈവം കൂട്ടി യോജിപ്പിച്ചതിനെ മനുഷ്യൻ വേർപെടുത്തരുത്."

അവളുടെ നിലപാട് ഉറച്ചതായിരുന്നു.

"ഇവിടെ ദൈവവൃത്തികൾ യാതൊന്നുമില്ലായിരുന്നു. ഇത് എന്റെ മാത്രം തെറ്റ്. അപ്പനമ്മമാർക്ക് വ്യസനഹേതുവാകുന്ന ചെയ്തികൾക്ക് മക്കൾ പിഴയൊടുക്കേണ്ടിവരുമെന്നല്ലേ പ്രമാണം. ഇതാണെന്റെ പിഴ. എന്റെ വലിയ പിഴ – എന്റെ പിരിയൽ."

അവൾ ഒന്നുകൂടി പറഞ്ഞു:

"പിഴയൊടുക്കി പിരിഞ്ഞ സ്ഥിതിക്ക് അച്ഛനമ്മമാരുടെ അടുത്തേക്കു പോലും ഇനി ഒരിക്കലും പോകേണ്ട ബാധ്യത എനിക്കില്ല; അല്ലെങ്കിൽ ത്തന്നെ ജീവിച്ചിരിക്കെ, മരിച്ചവളായി തള്ളിക്കളഞ്ഞിടത്തേക്കു പുനഃ പ്രവേശം സാധ്യമല്ലല്ലോ-"

അവൾ പോയി.

തനിച്ചായപ്പോൾ ജയിംസിന് നിരാശ തോന്നി. അകമാകെ പുകയുന്ന അസ്വസ്ഥത. അതു ക്രമേണ വെറുപ്പും വിദ്വേഷവുമായി. എന്തിനോടെ ന്നില്ലാതെ എല്ലാറ്റിനോടും അരിശം. അതു മനസ്സിലാക്കിയാവാം ഗോമസ ച്ചൻ ഉപദേശിച്ചു:

"നീ വിദ്വേഷങ്ങൾ വെടിയുക; നിന്റെ മനസ്സ് സ്വസ്ഥമാകും."

അതിനുള്ള ആദ്യവഴിയും അച്ചൻ കാട്ടിത്തന്നു. അവളെക്കുറിച്ചുള്ള ഓർമ്മകളും പരാമർശങ്ങളും നിറഞ്ഞുനിൽക്കുന്ന ബാംഗ്ലൂരിലെ അന്ത രീക്ഷത്തിൽനിന്ന് നാട്ടിലേക്കു മാറുക.

ചോദിക്കാത്ത താമസം, കൊച്ചി യൂണിറ്റിലേക്കു നിയമനം കിട്ടി.

ഒറ്റയ്ക്കു കഴിയണ്ടാ, ഓർമ്മകൾ വേട്ടയാടും എന്നു ഭയന്ന് മരടിലെ ഒരു വീട്ടിൽ പേയിംഗ് ഗസ്റ്റായി താമസസൗകര്യം ഏർപ്പാടാക്കിയത് ഗോമസച്ചനായിരുന്നു.

തിങ്കൾ മുതൽ വെള്ളിവരെ അഞ്ചു ദിവസങ്ങളിലേ, ഓഫീസുള്ളൂ - രാവിലെ എട്ടിനും വൈകുന്നേരം ആറിനുമിടയിൽ. അതു കഴിഞ്ഞാലുള്ള സമയം പോക്കാൻ യാതൊരു മാർഗ്ഗവുമില്ല. പൂർണ്ണമായും ഒഴിവുവരുന്ന ശനി, ഞായർ ദിവസങ്ങളിലാണ് കൂടുതൽ വിഷമം. ഒറ്റയ്ക്കാകുമ്പോൾ സുജയുടെ ഓർമ്മകൾ ഭ്രാന്തു പിടിപ്പിക്കും. കൂട്ടുകൂടാനോ ചുറ്റിയടി ക്കാനോ താത്പര്യമില്ല. തങ്കശ്ശേരിയിലേക്ക് ചെല്ലരുതെന്നാണ് അച്ചന്റെ കല്പന. പിന്നെ, എന്തു ചെയ്യും? അതു പറഞ്ഞപ്പോൾ ഒഴിവുനേരങ്ങളിൽ ഉപരിപഠനം നടത്താനായിരുന്നു അച്ചന്റെ ഉപദേശം. ശ്രമിച്ചു നോക്കി. അതിലെന്നല്ല, ഒന്നിലും മനസ്സുറച്ചില്ല. അതു മനസ്സിലാക്കിയാവാം ഒരിക്കൽ അച്ഛൻ ചോദിച്ചു:

"മറ്റൊരു ബന്ധത്തിന് നിനക്കു സമ്മതമാണോ?"

ആദ്യമായിട്ടായിരുന്നു അച്ചനെ എതിർത്തത്:

"സാധ്യമല്ല. മരിക്കണമെന്ന് അച്ചൻ പറഞ്ഞാൽ ഞാൻ അനുസ രിക്കും."

“എന്നാൽ നീയൊരു കാര്യം ചെയ്യ് - അവളുടെ അടുത്തേക്കു പോവുക; അല്ലെങ്കിൽ അവളെ ഒന്നു വിളിക്ക്-”

പലവട്ടം ആലോചിച്ച് ഉപേക്ഷിച്ചതാണെങ്കിലും വൈമനസ്യത്തോടെ അച്ഛന്റെ ആ നിർദ്ദേശം സ്വീകരിച്ചു. ആദ്യം വിളിക്കാം; പിന്നെ നേരിട്ടു പോകാം.

വളരെ ശ്രമപ്പെട്ടിട്ടാണ് നമ്പർ കിട്ടിയത്. ആദ്യ സംഭാഷണത്തിൽ ത്തന്നെ അവൾ നിഷേധിക്കുകയായിരുന്നു; അതിന് ഉപയോഗിച്ചതോ തികച്ചും നിന്ദ്യമായ ഭാഷയും:

“നിങ്ങളോടൊപ്പം ഒരു നിമിഷംപോലും കഴിയാൻ എനിക്കു താത്പര്യ മില്ല. മേലിൽ എന്നെ വിളിക്കരുത്.” മറുപടി പ്രതീക്ഷിക്കാതെ അവൾ തീർത്തു പറഞ്ഞു: “ഉപേക്ഷിച്ചത് തിരിച്ചെടുക്കുന്ന പതിവ് എനിക്കില്ല.”

തകർന്നു പോയി.

അവളെ തൽക്കാലം മറക്കുന്നതാണ് മാന്യതയെന്ന് അച്ഛൻ ഉപദേശി ച്ചെങ്കിലും മറക്കാൻ സാധ്യമല്ലായിരുന്നു; ഓർമ്മകൾ മരിക്കുന്നില്ല.

എന്നാൽ ഓർമ്മകളലട്ടാത്ത രീതിയിൽ മറ്റേതെങ്കിലും കാര്യങ്ങളിൽ വ്യാപൃതനാവാനായിരുന്നു അച്ഛന്റെ അടുത്ത നിർദ്ദേശം. അതിനുള്ള എളുപ്പവഴിയും അദ്ദേഹംതന്നെ കാട്ടിത്തന്നു- ഒഴിവുനേരങ്ങളിൽ ആശുപത്രികളിലോ അനാഥാലയങ്ങളിലോ വൃദ്ധസദനങ്ങളിലോ പോവുക. പരിചരണമാവശ്യമുള്ള അനാഥരെ സഹായിക്കുക. അച്ഛന്റെ വാക്കുകൾ തിരുവചനമായിരുന്നു:

“നീ സഹായസന്നദ്ധനാവുക; നീയും സഹായിക്കപ്പെടും...”

ആ വാക്കുകളിലെ വെളിച്ചം മുന്നോട്ടുള്ള വഴിയിൽ പ്രകാശം ചൊരിഞ്ഞു.

ആശുപത്രികളിലും അനാഥാലയങ്ങളിലും ആസന്നമരണരുമായുള്ള നിരന്തരസമ്പർക്കമാണ് ആ സത്യം ബോധ്യപ്പെടുത്തിയത്. മരണം പ്രവചിക്കപ്പെട്ട്, ഡോക്ടർമാർ കയ്യൊഴിഞ്ഞ എല്ലാ രോഗികൾക്കും, മൃതിയുടെ കാലൊച്ച കേൾക്കുന്ന എല്ലാ അനാഥവാർദ്ധക്യങ്ങൾക്കും അതുവരെ സാധിതമാകാതിരുന്ന പ്രിയതരമായ മോഹത്തെക്കുറിച്ച് അന്ത്യനിമിഷങ്ങളിൽ ഓർമ്മവരും. മരണമുഹൂർത്തമടുക്കുമ്പോൾ അന്ത്യാഭിലാഷ നിവൃത്തിക്കായി അവർ വെമ്പും. ആ നേരങ്ങളിൽ അവർ തികച്ചും സുബോധമുള്ളവരാണ്. ഭൂമിയിലെ ജീവിതത്തിൽ നിന്നുള്ള വേർപിരിയൽ അനിവാര്യവും ആസന്നവുമാണെന്നും ഇനിയൊരു തിരിച്ചു

വരവ് അചിന്ത്യവും അസാധ്യവുമാണെന്നും മൃതിയുടെ വിനാഴികകളിൽ ഓരോ മനുഷ്യജീവിയും തിരിച്ചറിയുമ്പോഴാണ്, പ്രിയപ്പെട്ടവരെയും ഏറ്റവും പ്രിയങ്കരമായതിനേയും വല്ലാത്തൊരു വിഭ്രാന്തിയോടെ അവർ തിരയുന്നത്; അല്ലെങ്കിൽ നിർവ്വഹിക്കാൻ സാധിക്കാത്ത കാര്യങ്ങളെക്കുറിച്ചോർത്ത് ഉത്കണ്ഠപ്പെട്ട് അതു നിറവേറ്റാൻ മറ്റുള്ളവരെ ഏല്പിക്കുന്നത്; അതുമല്ലെങ്കിൽ നിസാരമെന്ന് നമുക്കു തോന്നാവുന്നതും അനിവാര്യമെന്ന് മൃതിപൂകുന്നവർക്കു ബോധ്യമുള്ളതുമായ ഒരു മോഹം വാക്കുകളിലൂടെ പുറത്തേക്കു വരുന്നത്.

ഒരിക്കൽ മെഡിക്കൽ കോളേജാശുപത്രിയിൽ അന്ത്യശ്വാസം വലിച്ചുകൊണ്ടിരുന്ന അനാഥയായ ഒരു വൃദ്ധ, പെട്ടെന്ന് പ്രസന്നവതിയായി. കണ്ണുമിഴിച്ച് ചുറ്റുംനോക്കി ആരോടെന്നില്ലാതെ പറഞ്ഞു: “എനിക്കുവേണ്ടി ബലിയിടണം.” അവരുടെ അന്ത്യാഭിലാഷം നിറവേറ്റിയത് അചാരാനുഷ്ഠാനങ്ങളോടെയായിരുന്നോ എന്ന് തിട്ടമില്ല. പിന്നൊരിക്കൽ, മരണത്തോടു മല്ലിട്ട് റോഡുവക്കിൽ കിടന്ന ഒരു യാചകനെ ആശുപത്രിയിലേക്കു കൊണ്ടുപോകാനായി ഓട്ടോയിൽ കയറ്റുമ്പോൾ അയാൾ വ്യക്തമായും ആവശ്യപ്പെട്ടു: “എന്നെ ചെറിയ പള്ളിയുടെ സെമിത്തേരിയിൽ അടക്കണം; എന്റെ കിഴിയിലുള്ള ഇരുപതിനായിരം രൂപയും അതിലിടണം...” വേറൊരു സന്ദർഭത്തിൽ, മാരകരോഗത്തിന്റെ പിടിയിൽപ്പെട്ടതിനെ തുടർന്ന് ഉപേക്ഷിച്ചുപോയ ഭർത്താവിനെ ഒരു നോക്കു കാണണമെന്ന് അന്ത്യാഭിലാഷം പ്രകടിപ്പിച്ച യുവതി, അയാളെ കാണുംവരെ മരണത്തോടു മാറി നിൽക്കാൻ പറഞ്ഞു. അയാളുടെ കൈപിടിച്ചാണ് അവൾ അന്ത്യയാത്രയായത്.

നിത്യവും ഇത്തരം തിരക്കുകളായതിനാൽ അച്ചനെ വിളിക്കാൻ നേരം കിട്ടാതെയായി. ഇടയ്ക്കെപ്പോഴെങ്കിലും വിളിക്കുമ്പോൾ കാര്യങ്ങളെല്ലാം പറയും. അതു കേൾക്കുമ്പോഴൊക്കെ അച്ചന്റെ ഒരനുഗ്രഹപല്ലവിയുണ്ട്:

“നീ എപ്പോഴും കരുണയും കരുതലുമുള്ളവനാവുക. നീയും കരുണയോടെ കാക്കപ്പെടും.”

ഒരിക്കൽ അച്ചൻ ചോദിച്ചു:

“നിന്റെ നന്മയുടെ പ്രകാശം ഒരിടത്തുമാത്രം മതിയോ? അത് മറ്റുള്ളിടത്തേക്കു കൂടി പ്രസരിപ്പിക്കണ്ടേ?”

മനസ്സിൽ ചിന്തിച്ച കാര്യമാണ് അച്ചൻ നിർദ്ദേശിച്ചത്: ആസന്നമരണരായ അനാഥരുടെ അന്ത്യാഭിലാഷങ്ങൾ നിറവേറ്റിക്കൊടുക്കാൻ സംസ്ഥാനവ്യാപകമായി പ്രവർത്തിക്കുന്ന സന്നദ്ധസംഘടന!

അതിനു വിപുലമായ സന്നാഹങ്ങൾ വേണമെന്നു ബോധ്യമായപ്പോൾ ജില്ലാതലങ്ങളിൽ ചെറിയതോതിൽ തുടങ്ങാമെന്നു തീരുമാനിച്ചു. ക്യാപ്റ്റനായി കൊച്ചിയിൽ സ്വയം അവരോധിച്ചു. കൊല്ലത്ത് നാസറുണ്ട്. കോട്ടയത്ത് ഫ്രാൻസിസുണ്ട്. അങ്ങനെ നോക്കുമ്പോൾ എല്ലാ ജില്ലകളിലും സന്നദ്ധരായ സുമനസ്സുകളേറെയുണ്ട്. പിന്നെ എല്ലാം പെട്ടെന്നായിരുന്നു. സന്നദ്ധസംഘടനയ്ക്ക് 'മാജിക് ലാമ്പ്' എന്നു പേരിട്ടത് ഗോമസച്ചനായിരുന്നു. അലാവുദ്ദീന്റെ അദ്ഭുതവിളക്കുപോലെ ആവശ്യപ്പെടുന്നതെന്തും സാധിച്ചുതരാൻ മാജിക്ലാമ്പിനു കഴിയട്ടെ എന്ന് അച്ചൻ ആശംസിച്ചു. സംഘടനയ്ക്ക് സ്വന്തമായി വെബ്സൈറ്റുണ്ടാക്കുകയും പ്രവർത്തനലക്ഷ്യങ്ങൾ അതിലൂടെ വിശദീകരിക്കുകയും ചെയ്തപ്പോൾ, ആസന്നമരണരായ അനാഥരുടെ അന്ത്യാഭിലാഷങ്ങൾ നിറവേറ്റിക്കൊടുക്കാൻ നിരവധിപേർ മുന്നോട്ടു വന്നു. അങ്ങനെ സന്നദ്ധപ്രവർത്തകരായി വന്നവരുടെ സമർപ്പിത സേവനങ്ങളെ ഡോക്ടർമാരും ആശുപത്രിജീവനക്കാരും ആദരവോടെയും ഗൗരവത്തോടെയും കണ്ടു. അതിന്റെ ഏറ്റവും ഒടുവിലത്തെ തെളിവാണ് സഹാലിയുടെ അഭ്യർത്ഥനയും ഈ യാത്രയും.

മരണം പ്രവചിക്കപ്പെട്ട സഹാലി എന്ന ബാലന്റെ അരികിലേക്കു മാജിക്ലാമ്പിന്റെ കോഴിക്കോട്ടെ പ്രതിനിധിയെ ഡോക്ടർ വിളിച്ചുവരുത്തുകയായിരുന്നു. അവന്റെ ഒരാഗ്രഹം നിറവേറ്റിക്കൊടുക്കണമെന്ന് പറഞ്ഞുകൊണ്ടായിരുന്നു ഡോക്ടറുടെ അഭ്യർത്ഥന.

ആ കുട്ടിയെ കണ്ടാലുടനെ ചോദിക്കേണ്ടത്, മാജിക്ലാമ്പിന്റെ ഉപജ്ഞാതാവിനൊപ്പം ഒരു ദിവസം ചെലവിടാൻ നിന്നെ പ്രേരിപ്പിക്കുന്നതെന്താണ് എന്നായിരിക്കണം. അങ്ങനെ തീരുമാനിച്ചുകൊണ്ടാണ് ജയിംസ് ജോസഫ് ട്രെയിനിൽ ഉറങ്ങാൻ കിടന്നത്.

പുലർച്ചെ, കംപാർട്ടുമെന്റിലേക്കു കയറിവന്ന് ബാലു വിളിച്ചുണർത്തിയപ്പോഴാണ് കണ്ണൂരിലെത്തി എന്നറിഞ്ഞത്. അറയ്ക്കലേക്കു പോകുമ്പോൾ ബാലു, ആ കുട്ടിയെക്കുറിച്ചു സംസാരിച്ചുകൊണ്ടേയിരുന്നു. കണ്ടാൽ യാതൊരസുഖവുമുണ്ടെന്ന് തോന്നില്ലത്രെ! മഹാകുസൃതിയായ ഒരു സുന്ദരക്കുട്ടൻ.

അറയ്ക്കൽ ബംഗ്ലാവിന്റെ ഉമ്മറത്ത് അഹമ്മദുണ്ണി കാത്തുനിൽക്കുകയായിരുന്നു. വരൂ വരൂ എന്നു വിളിച്ചാണ് അദ്ദേഹം സ്വാഗതം ചെയ്തത്. പൂമുഖത്തിനപ്പുറം, ഇടനാഴി കഴിഞ്ഞുള്ള നടുത്തളത്തിലെ ആട്ടുകട്ടിലിൽ അലസമായി ആടുകയായിരുന്നു സഹാലി. ബാലു പറഞ്ഞതുപോലെ ഓമനത്തമുള്ള ഒരു സുന്ദരക്കുട്ടൻ!

കണ്ടമാത്രയിൽത്തന്നെ വല്ലാത്തൊരു ജന്മാന്തരബന്ധം അവനോടു തോന്നി. പറയാതെ പറയുന്ന കണ്ണുകളായിരുന്നു അവന്. കൂസലില്ലായ്മയായിരുന്നു അവന്റെ പ്രത്യേകത. നിർഭയത്വവും നിശ്ചയദാർഢ്യവും അവന്റെ ഓരോ ചലനങ്ങളിലുമുണ്ടായിരുന്നു. കരംഗ്രഹിച്ച് ഹലോ എന്നു പറയുമ്പോൾ അവൻ നിശ്ശബ്ദം നോക്കുകയായിരുന്നു. ആത്മാവിലേക്കു ചൂഴ്ന്നിറങ്ങുന്ന നോട്ടം.

"എന്നെ മനസ്സിലായോ?"

മെല്ലെ ചോദിച്ചു.

"ഉവ്വ്"

അവന്റെ മറുപടി ഉറച്ചതായിരുന്നു.

"എങ്ങനെ അറിയാം?"

"സൈറ്റിൽ കണ്ടിരുന്നു. പിന്നെ അമ്മ പറഞ്ഞു. ഉപ്പായും പറഞ്ഞിരുന്നു."

കൈയിൽ നിന്ന് പിടിവിടാതെയാണ് അവന്റെ സംസാരം.

അവൻ വീണ്ടും എന്തോ പറയാനാഞ്ഞപ്പോൾ അഹമ്മദുണ്ണി എന്നെ പുറത്തേക്കു നയിച്ചുകൊണ്ട് പറഞ്ഞു:

"ഇന്ന് മുഴുവൻ നിങ്ങൾക്ക് ഒന്നിച്ചു സംസാരിച്ചു കഴിയാനുള്ളതല്ലേ - അതിനുമുമ്പ് നമുക്ക് അല്പം സ്വകാര്യമായി സംസാരിക്കാം." ഒന്നു നിർത്തി അദ്ദേഹം തുടർന്നു: "ഞാൻ സംസാരിക്കുന്ന കാര്യം നിങ്ങൾക്കു ബന്ധമില്ലാത്തതാണെന്നു തോന്നും. പക്ഷേ, അതു മുഴുവൻ നിങ്ങൾ ക്ഷമയോടെ കേൾക്കണം. സഹാലിക്കു സാന്ത്വനം പകരാൻ അതാവശ്യമാണ്. ഇടയ്ക്ക് എന്നെ തടസ്സപ്പെടുത്തുകയുമരുത്."

ഏതോ ഗൗരവമുള്ള കാര്യമാണ് അദ്ദേഹത്തിന്റെ മനസ്സിലുള്ളതെന്നു തോന്നി. അത് ഒരുപക്ഷേ ഈ കുട്ടിയുടെ രോഗത്തെക്കുറിച്ചാവാം. രോഗശമനത്തിനു പുതിയ വഴികൾ തേടുന്നതിനെക്കുറിച്ചാവാം. അതുമല്ലെങ്കിൽ...

സ്വകാര്യമെന്നു കേട്ടതോടെ ഡോക്ടർ ബാലു ഒഴിഞ്ഞുനിന്നു.

ഔട്ട്ഹൗസിൽ, വിഭവസമൃദ്ധമായ പ്രാതലിനു നടുവിലിരുന്ന് അദ്ദേഹം പറഞ്ഞു തുടങ്ങി:

"ഞാനൊരു തുകൽ വ്യാപാരി. ഭാര്യ മരിച്ചതിനുശേഷം പണമുണ്ടാക്കുന്നതിൽ മാത്രമായിരുന്നു എന്റെ ശ്രദ്ധ. സിംഗപ്പൂരിൽ ഞാനൊരുപാട്

സമ്പാദിച്ചു. അത് അനുഭവിക്കാൻ എന്റെ ഏകമകന് യോഗമില്ലാതെ പോയി. അവനും ചീനക്കാരിയായ നവവധുവും കൂടി മധുവിധുവിനു പോയതായിരുന്നു. എക്സ്പ്രസ് ഹൈവേയിൽ ഒരപകടം. പുത്തൻ സ്പോർട്ട്സ്കാർ സോപ്പുപെട്ടിപോലെ തകർന്നു പോയി. അതിനുള്ളിൽ നിന്ന് അവന്റെയും ആ കുട്ടിയുടെയും മൃതദേഹങ്ങൾ പല ഭാഗങ്ങളായാണ് പുറത്തെടുത്തത്. ധൂർത്തനും താന്തോന്നിയുമായിരുന്നെങ്കിലും അവനെന്റെ മകനല്ലേ? അവനില്ലാതെ ആ നാട്ടിൽ കഴിയാൻ എനിക്കാവില്ലായിരുന്നു. തിരിച്ചു പോരാൻ തുടങ്ങുമ്പോഴാണ് എല്ലാം തകിടം മറിഞ്ഞത്.

മലയാളിയായ ഒരു പെൺകുട്ടി എന്റെ വീടിന്റെ ഒരു ഭാഗം വാടകയ്ക്ക് ചോദിച്ചുകൊണ്ടുവന്നു. അവൾ അവിടെ ഉദ്യോഗം കിട്ടിവന്നതാണ്. കൂടെ മകനുമുണ്ടായിരുന്നു. ഒന്നരവയസ്സുള്ള ഒരാൺകുട്ടി. എന്നെ കണ്ടതും എന്റെ നേരെ കൈകാട്ടി അവൻ ആഞ്ഞുവന്നതും ഒപ്പമായിരുന്നു. കുഞ്ഞായിരുന്നപ്പോൾ എന്റെ മകൻ സഹാലിയും ഇങ്ങനെയായിരുന്നു ആരുടെ കൈയിലിരുന്നാലും എന്നെ കാണുമ്പോൾ അവൻ ഇതുപോലെ എന്റെ നേരെ കൈകാട്ടി ആഞ്ഞു വരും. ഞാൻ എടുത്തപ്പോൾ അവൻ എന്നെ നോക്കി ചിരിച്ചു; കുഞ്ഞായിരുന്നപ്പോൾ എന്റെ മകൻ സഹാലി ചിരിച്ചതുപോലെ. എനിക്ക് എന്റെ മകനെ തിരിച്ചുകിട്ടിയെന്നു തോന്നിയ നിമിഷങ്ങളായിരുന്നു അത്. വീടിന്റെ ഒരു ഭാഗം വാടകയ്ക്കു ചോദിച്ചു വന്ന ആ പെൺകുട്ടിക്ക് ഞാൻ എന്റെ വീട് മുഴുവനായും കൊടുത്തു. എന്നിട്ട് ഒരു പേയിംഗ് ഗസ്റ്റിനെപ്പോലെ ഞാനവിടെ താമസിച്ചു.

അവളുടെ കഥ മുഴുവൻ ഞാൻ കേട്ടു. അതെല്ലാം സത്യമാണെന്ന് ആ കണ്ണുകൾ എന്നെ അറിയിച്ചു. ആ കുഞ്ഞിനെ നോക്കാൻ അവൾക്കു പ്രത്യേകിച്ച് ഒരു ജോലിക്കാരിയെ വെക്കേണ്ടി വന്നില്ല. അവൾ എന്റെ മകളായി മാറിയതുകൊണ്ട് ഞാനവന്റെ ഉപ്പയായി. പിന്നെ ആയയായി. അവന് ഏതോ പേരുണ്ടായിരുന്നു. പക്ഷേ, ഞാനവനെ സഹാലി എന്നു തന്നെ വിളിച്ചു. അതായി അവന്റെ പേര്. എന്റെ നാട്ടുകാരും ബന്ധുക്കളും ഇപ്പോഴും ധരിച്ചിരിക്കുന്നത് സഹാലി എന്റെ പേരക്കുട്ടിയാണെന്നാണ്.

അദ്ദേഹം ഒന്നു നിശ്വസിച്ചു. എന്നിട്ട് തുടർന്നു:

സഹാലി വളർന്നു. അവനെ ഇന്റർനാഷണൽ സ്കൂളിൽ ചേർത്തു. അഞ്ചാം ക്ലാസിലെ ആദ്യപരീക്ഷാദിവസം പ്രിൻസിപ്പൽ എനിക്കു ഫോൺ ചെയ്തു. വേഗം ഹെൽത്ത് സെന്ററിലെത്താൻ. പരിഭ്രമത്തോടെ ഞാൻ പാഞ്ഞുചെന്നപ്പോൾ കണ്ട കാഴ്ച- വേരോടെ പിഴുതുമാറ്റിയ ചെടി

വാടിക്കരിഞ്ഞു കിടക്കുന്നതുപോലെ എന്റെ സഹാലി ആശുപത്രിക്കിടക്കയിൽ! ഞാൻ തളർന്നുപോയി. വിവരമറിഞ്ഞെത്തിയ അവന്റെ അമ്മയോടൊപ്പം മൂന്നു ദിവസം ഞാൻ ആശുപത്രിയിൽ തന്നെ കഴിഞ്ഞു. നാലാം ദിവസമാണ് അവനു ബോധം തെളിഞ്ഞത്.

"വേരോടെ പിഴുതെറിഞ്ഞ ചെടി വീണ്ടും നട്ടുനനച്ച് കിളിപ്പിച്ചെടുത്തിരിക്കുകയാണ്" എന്നു പറഞ്ഞുകൊണ്ടാണ് ചീനക്കാരനായ ഡോക്ടർ ഞങ്ങളെ ആശ്വസിപ്പിച്ചത്. അതൊരു മഹാരോഗമാണത്രേ! അത്യപൂർവ്വമായ രോഗം. മതിയായ തോതിൽ ഭക്ഷണം കഴിച്ചാലും രക്തത്തിലെ ഗ്ലൂക്കോസിന്റെ അളവ് അപ്രതീക്ഷിതമായി തീരെ താഴ്ന്നുപോകുന്ന അവസ്ഥ. അതു ദീർഘിച്ചാൽ ഹൈപ്പോഗ്ളൈസീമിയയിലേക്കും പിന്നെ കോമയിലേക്കും തുടർന്ന് മരണത്തിലേക്കും വഴുതിവീഴാം. ആദ്യം അടിമുടി വിയർക്കും; പിന്നെ കൈകാലുകൾ തളരും; തുടർന്ന് അബോധാവസ്ഥയിലേക്കു കൂപ്പുകുത്തുന്നതാണ് രോഗലക്ഷണം. ഇൻസുലിൻ കുത്തിവയ്ക്കുന്ന പ്രമേഹരോഗികളായ മുതിർന്നവരിൽ അപൂർവ്വമായി കാണുന്ന ഈ അവസ്ഥ കുട്ടികളിൽ അത്യപൂർവ്വമാണത്രേ! ഒരിക്കൽ വന്ന സ്ഥിതിക്ക് ഇതാവർത്തിക്കാം. സിഡ്നിയിലെ ഡയബറ്റിക്സെന്ററിലും കാലിഫോർണിയയിലെ പാൻക്രിയാസ് ഫൗണ്ടേഷനിലും ഇതു സംബന്ധിച്ച് ഗവേഷണം നടക്കുന്നുണ്ട്. അത്രയും പറഞ്ഞ ശേഷം ഡോക്ടർ ഒരു നിർദ്ദേശം വച്ചു: സാധിക്കുമെങ്കിൽ ഇവിടെയെവിടെയെങ്കിലും കൊണ്ടുപോയി ഇവനെ കാണിക്കുക.

ആദ്യം സിഡ്നിയിലും തുടർന്ന് കാലിഫോർണിയയിലും മാസങ്ങളോളം ഞങ്ങൾ ഇവനേയുംകൊണ്ട് താമസിച്ചു. ഈ കുട്ടിയിൽ നടത്താത്ത പരീക്ഷണങ്ങളില്ല. പുതിയരോഗമാണ്; ചികിത്സാക്രമം വികസിപ്പിച്ചെടുത്തിട്ടില്ല എന്നായിരുന്നു ഡോക്ടർമാരുടെ അവസാന മറുപടി.

രോഗലക്ഷണം കാണുമ്പോൾ ഞങ്ങൾ ഇവനെ ആശുപത്രിയിലാക്കും; ഭേദപ്പെടുമ്പോൾ വീട്ടിലേക്കു പോരും. അവനെ സ്കൂളിലയയ്ക്കാൻ പറ്റില്ല; അവൾ ഓഫീസിലും പോയില്ല. ഇങ്ങനെ എത്രനാൾ അന്യനാട്ടിൽ പിടിച്ചുനിൽക്കും? ഒടുവിൽ നാട്ടിലേക്കു പോരാൻ തന്നെ ഞങ്ങൾ തീരുമാനിച്ചു.

അവൾക്കു പോകാൻ മറ്റൊരിടമില്ലായിരുന്നു. അവൻ എന്റെ പേരക്കുട്ടിയും അവൾ എന്റെ മകളും ആയിക്കഴിഞ്ഞിരുന്നതുകൊണ്ട് ഞാനവരെ ഈ അറയ്ക്കൽ തറവാട്ടിലേക്കു കൊണ്ടുപോന്നു. ഇവിടെ വന്നിട്ടും മൂന്നുനാലുപ്രാവശ്യം അവൻ തളർന്നു വീണപ്പോൾ ഞങ്ങൾ ആശുപത്രിയിലെത്തിച്ചു. ഓരോ പ്രാവശ്യവും ഭാഗ്യംകൊണ്ടുമാത്രം രക്ഷപ്പെട്ടതാണ്.

ഏതു നിമിഷവും അവൻ അബോധാവസ്ഥയിലേക്കും പിന്നെ കോമയിലേക്കും വീഴാം; തുടർന്ന് മരണമാണ്. അതിനുമുൻപ് അവനൊരാഗ്രഹം. അതു സാധിച്ചു കൊടുക്കാൻ ഞാനല്ലാതെ മറ്റാരും...

പക്വമതിയെന്നു തോന്നിച്ച അഹമ്മദുണ്ണി, വാക്കുകൾ പൂർത്തിയാക്കാൻ കഴിയാതെ വിങ്ങി.

ജയിംസ് ജോസഫിന് ആകാംക്ഷ അടക്കാനായില്ല.

“അങ്ങ് എല്ലാം പറഞ്ഞില്ലല്ലോ- ഈ കുട്ടിയുടെ അച്ഛൻ? ആ സ്ത്രീയുടെ കുടുംബം? അവരുടെ രക്ഷിതാക്കൾ?”

അദ്ദേഹത്തിന്റെ മറുപടി ഇടിവെട്ടുംപോലെയായിരുന്നു:

“എല്ലാം നിങ്ങളാണ്; നിങ്ങളുടെ സുജയാണവൾ.”

ജയിംസ് ജോസഫ് നടുങ്ങിപ്പോയി.

നടുക്കത്തിന്റെ മരവിപ്പിലും അഹമ്മദുണ്ണിയുടെ വാക്കുകൾ മുഴങ്ങുന്നത് ജയിംസ് ജോസഫ് അറിഞ്ഞു.

നിങ്ങളെ പിരിഞ്ഞ് അമേരിക്കയിലെത്തിയപ്പോഴാണ് അവൾ അറിയുന്നത്, അവളിൽ നിങ്ങളുടെ കുഞ്ഞു വളരുന്നുണ്ടെന്ന്. ഇരുപത്തിരണ്ടു വർഷം വളർത്തിയ മാതാപിതാക്കളെ ഇരുപത്തിരണ്ടു മണിക്കൂർ മാത്രം പരിചയമുള്ള നിങ്ങൾക്കുവേണ്ടി ഉപേക്ഷിച്ചതിന്റെ പേരിൽ നിങ്ങൾ പോലും തള്ളിപ്പറഞ്ഞതാണ് അവളെ തകർത്തത്. അല്ലെങ്കിൽ നിങ്ങളെ വിട്ട് അവൾ പോകില്ലായിരുന്നു. അമേരിക്കയിലെത്തിയപ്പോൾ ജനിക്കാൻ പോകുന്ന കുഞ്ഞിനുവേണ്ടി മാത്രമായി അവളുടെ ജീവിതം. ആ കുട്ടിയെ വളർത്താൻ അമേരിക്കയേക്കാൾ നല്ലത്, സിംഗപ്പൂരാണെന്നു കണ്ടാണ് അവൾ അങ്ങോട്ടു മാറ്റം വാങ്ങി വന്നത്. പക്ഷേ...

അദ്ദേഹത്തിന്റെ വാക്കുകൾ എവിടെയോ തടഞ്ഞെങ്കിലും, പെട്ടെന്ന് പൂർവ്വാധികം ശക്തിയോടെ അതു മുഴങ്ങി:

മകനുവേണ്ടി ചികിത്സയുടെയും സാന്ത്വനത്തിന്റെയും വഴി തേടുന്നതിനിടയിലാണ് നിങ്ങളുടെ വെബ്സൈറ്റ് അവൾ കണ്ടത്. അതിലെ ചിത്രം കാട്ടി അവൾ മകനോടു പറഞ്ഞു, ഇതാണ് മോന്റെ അച്ഛനെന്ന്. കുട്ടിയല്ലേ, അപ്പോൾ മുതൽ അവനൊരു മോഹം അച്ഛനെ കാണണം, അച്ഛനോടൊപ്പം ഒരു നാളെങ്കിലും കഴിയണം എന്നൊക്കെ. ആരെയും ശല്യപ്പെടുത്തണ്ടാ എന്ന് സുജ ആദ്യമേ പറഞ്ഞിരുന്നു. അവൾ അങ്ങനെയാണ്. കുട്ടിയുടെ മരണം പ്രവചിച്ച നാളുകളിലൊരിക്കൽ, ആ വാക്കു

ധിക്കരിച്ച് ഞാൻ അവളുടെ അച്ഛനെ കാര്യങ്ങളറിയിച്ചപ്പോൾ ആ മനുഷ്യൻ പറഞ്ഞതെന്താണെന്നോ- അയാളുടെ മകൾ, സുജാമേനോൻ മരിച്ചുപോയെന്ന്. ഞാൻ അവളോടിതു പറഞ്ഞിട്ടില്ല. സുജാജയിംസ് ആത്മഹത്യ ചെയ്തെന്ന് ഇപ്പോൾ നിങ്ങളും പറയുമായിരിക്കും. പക്ഷേ, ആസന്നമരണനായ ആ കുട്ടിയുടെ അന്ത്യാഭിലാഷം നിറവേറ്റാൻ നിങ്ങൾക്കു സംഘടനാപരമായ ബാധ്യതയെങ്കിലുമുണ്ടാവുമല്ലോ? ആ ഒരു ബലത്തിലാണ് ഞാൻ ഇപ്പോൾ നിങ്ങളെ വരുത്തിയത്...

അഹമ്മദുണ്ണി എവിടെയോ ഒന്നു നിർത്തിയപ്പോൾ എല്ലാ വിലക്കുകളും ലംഘിച്ച് അയാളുടെ കൈപിടിച്ച് ജയിംസ് ജോസഫ് യാചിച്ചു.

"അരുത്. ഇനി ഒന്നും പറയരുത്."

അഹമ്മദുണ്ണി നിശ്ശബ്ദനായെന്നു കണ്ടപ്പോൾ ജയിംസ് ചോദിച്ചു:

"എന്റെ മകന്റെയടുത്തേക്ക് ഞാൻ പോകട്ടെ? എവിടെ എന്റെ സുജ?"

അദ്ദേഹം പറഞ്ഞു:

"അവൾ, നിങ്ങളുടെ മകന്റെ അടുത്തുതന്നെയുണ്ടാവും... നിങ്ങൾ വരുന്നതു കണ്ടപ്പോൾ പ്രതികരണമെന്താണെന്നു പ്രവചിക്കാനാവാത്തതിനാൽ മാറിനിൽക്കാൻ ഞാനാണ് അവളോടു പറഞ്ഞത്..."

അതു കേൾക്കാത്ത താമസം ജയിംസ് ജോസഫ് ഔട്ട് ഹൗസിൽ നിന്നിറങ്ങി പൂമുഖത്തേക്ക് ഓടുകയായിരുന്നു. ഇടനാഴി കടന്ന് നടുത്തളത്തിലെ ആട്ടുകട്ടിലിനടുത്തെത്തിയപ്പോൾ മകന്റെ ചുമലിൽ ഇരുകൈകളും താങ്ങി കണ്ണടച്ചു നിൽക്കുന്ന സുജ! പിന്നൊട്ടും താമസിച്ചില്ല. തടഞ്ഞുനിർത്തിയിരുന്ന പ്രവാഹം പെട്ടെന്ന് തുറന്നുവിട്ടതുപോലെ അയാൾ സുജയേയും മകനേയും അതിൽ മുക്കി.

പക്ഷേ, ജയിംസിൽ നിന്ന് അകന്നുമാറാനാണ് അവൾ ശ്രമിച്ചത്.

അതൊന്നും ശ്രദ്ധിക്കാതെ ജയിംസ് വിതുമ്പി:

"എന്റെ സുജേ നീ എത്ര സഹിച്ചു..."

പിന്നെ അയാൾ പരിഭവപ്പെട്ടു:

"നമുക്കൊരു മകനുള്ള കാര്യംപോലും നീ എന്നെ അറിയിച്ചില്ലല്ലോ."

അതുകേട്ടപ്പോൾ അവൾ കണ്ണുകൾ ഒന്നുകൂടി ഇറുക്കി അടച്ചു. ആ ചുണ്ടുകൾ യാന്ത്രികമായി ചലിച്ചു:

"അച്ഛനെ തിരക്കാനുള്ള പ്രായമായപ്പോൾ അവൻ അന്വേഷിച്ചു... ഞാൻ കാട്ടിക്കൊടുത്തു..."

അയാൾ, അവളുടെ മുഖത്തേക്കു നോക്കി. അവൾ കണ്ണുകളിൽ ഇറുക്കി അടച്ചിരിക്കുകയാണ്.

"സുജേ" അയാൾ വിളിച്ചു. എന്നിട്ട് മെല്ലെ ചോദിച്ചു: "നമ്മുടെ മകന് എന്തു പറ്റി?"

അവളുടെ മറുപടി കാക്കാതെ അയാൾ പറഞ്ഞു.

"ഇനി നീ ഒറ്റയ്ക്കല്ല... എല്ലാറ്റിനും ഞാനുണ്ട്."

കണ്ണുകൾ തുറക്കാതെ തന്നെ അവൾ പരിഹാസത്തോടെ ചിരിച്ചു. എന്നിട്ട് ദൃഢമായി പറഞ്ഞു:

"ഒറ്റയ്ക്കാണെന്ന സഹതാപം എനിക്കുവേണ്ടാ - ദയയ്ക്കു യാചിക്കുന്നവളല്ല ഞാൻ. അതിനുവേണ്ടിയല്ല നിങ്ങളെ വരുത്തിയത്. ആസന്ന മരണനായ എന്റെ മകന്റെ അന്ത്യാഭിലാഷമാണ് അവന്റെ അച്ഛനോടൊപ്പം ഒരുനാൾ കഴിയണമെന്നുള്ളത്. എന്റെ ഭാഗ്യത്തിന് അതു നിങ്ങളുടെ സംഘടനാപരമായ ബാധ്യതയുമായി..."

"എന്താ സുജേ, നീയിങ്ങനെ?"

ജയിംസ്, അവളെ ആകെയൊന്നു നോക്കി. അപ്പോഴും അവൾ കണ്ണുകൾ ഇറുക്കി അടച്ചിരിക്കുകയായിരുന്നു. അയാൾ കേണു:

"സുജേ നീ ആ കണ്ണൊന്നു തുറക്ക്- എന്നെയൊന്ന് നോക്ക്-"

"വേണ്ടാ" അവളുടെ മറുപടി കർക്കശമായിരുന്നു. "എന്റെ ഉള്ളിൽ നിങ്ങളുടെ ഒരു പഴയചിത്രമുണ്ട്. അതുമാറ്റാൻ ഞാൻ ഉദ്ദേശിക്കുന്നില്ല."

വീണ്ടും എന്തോകൂടി പറയാൻ സുജ ശ്രമിച്ചതാണ്. അപ്പോഴേക്കും അവിടേക്കു കടന്നുവന്ന അഹമ്മദുണ്ണിയുടെ വാക്കുകൾ അവളെ നിശ്ശബ്ദയാക്കി.

"എന്റെ ജയിംസെ- അവനൊന്നു ശ്വാസം വിടട്ടെ. നിങ്ങൾ ആ കുട്ടിയെ ഒന്നു വിട്..."

മാറോടടുക്കിയിരുന്ന മകന്റെ കാര്യം അപ്പോഴാണ് ജയിംസ് ശ്രദ്ധിച്ചത്. അവന്റെ മുഖം പിടിച്ചുയർത്തി ജയിംസ് ചോദിച്ചു:

"മോനേ, അമ്മ പറയുന്നത് നീ കേട്ടില്ലേ...? ഇത്രനേരമായിട്ടും എന്നെ ഒന്നു നോക്കുകപോലും ചെയ്യാതെ അവൾ കണ്ണടച്ചിരിക്കുന്നത് നീ കണ്ടില്ലേ?"

കുട്ടി മറുപടി പറഞ്ഞില്ല. അവൻ അച്ഛന്റെ മാറിലേക്കു വീണ്ടും മുഖം മുക്കി.

അഹമ്മദുണ്ണി ചിരിച്ചു.

“ഇരുപത്തിരണ്ടുമണിക്കൂർ കൊണ്ട് ഒന്നായവരല്ലേ നിങ്ങൾ, ഇപ്പോഴാണെങ്കിൽ ഇരുപത്തിനാലു മണിക്കൂറുണ്ട്...”

അതുകേട്ടിട്ടും സുജ കണ്ണു തുറന്നില്ല.

വല്ലാത്തൊരു ദൃഢനിശ്ചയത്തോടെ അവൾ പറയുകയായിരുന്നു:

“ഇല്ല ബാപ്പാ... ഉപേക്ഷിച്ചതൊന്നും തിരിച്ചെടുക്കുന്ന ശീലം എനിക്കില്ല.”

അതത്ര കാര്യമാക്കാതെ അഹമ്മദുണ്ണി വീണ്ടും ചിരിച്ചു:

“നിന്റെ ശീലമായിരിക്കണമെന്നില്ലല്ലോ നിന്റെ മകന്... നീ ഇപ്പോൾ നീ മാത്രമല്ലല്ലോ- നിന്റെ മകൻ കൂടിയാണ്... അവന്റെ കൂടി ആവശ്യമാണിത്.”

പിന്നെ അദ്ദേഹം ഗൗരവത്തിൽ പറഞ്ഞു:

“ഈ ജീവിതം ആകെ അരനാഴികനേരം... ഈ കുഞ്ഞിന്റെ മുന്നിൽ തല്ലു കൂടാതെ നിങ്ങൾ അവന് അച്ഛനും അമ്മയുമാവുക...”

അവൾ ഉറച്ചു നിന്നു:

“ഇല്ല ബാപ്പാ, എന്റെ സ്നേഹവും ത്യാഗവും തിരിച്ചറിയാതെ തള്ളിക്കളഞ്ഞിടത്തേക്ക് ഒരു തിരിച്ചുപോക്ക് എനിക്കില്ല.”

അതുകേട്ട് ക്ഷമാപണത്തോടെ ജയിംസ് പറഞ്ഞു:

“മനപൂർവ്വമല്ല, ഞാനന്ന് അങ്ങനെ പറഞ്ഞുപോയി...”

സുജയുടെ ശബ്ദം കനത്തു:

“ഇല്ല, എന്തു പറഞ്ഞാലും എന്റെ മനസ്സുമാറില്ല...”

അഹമ്മദുണ്ണിയ്ക്ക് ക്ഷമകെട്ടു. അദ്ദേഹം പറഞ്ഞു:

“ഈ കുഞ്ഞിനെ സംബന്ധിച്ചിടത്തോളമെങ്കിലും ജീവിതം ആകെ അരനാഴികനേരം...”

അതു പറഞ്ഞുതീർന്നില്ല, അതിനുമുന്നേ സഹാലി അസ്വാസ്ഥ്യം പ്രകടിപ്പിച്ചു. ആദ്യം കഠിനമായി വിയർക്കുകയും തുടർന്ന് കൈകാലുകൾ തളർന്നു വീഴാൻ തുടങ്ങുകയും ചെയ്തപ്പോൾ അഹമ്മദുണ്ണി വിലപിച്ചു:

“അള്ളാ ചതിച്ചു, വേഗം ആശുപത്രിയിലേക്കു വിട്...”

ആ തളർച്ചയിലും സഹാലി വിതുമ്പി:

“വേണ്ടാ - എനിക്ക് ആശുപത്രി വേണ്ടാ - എന്റെ അച്ഛനോടൊപ്പം എനിക്കിവിടെ കഴിഞ്ഞാൽ മതി.”

അതുകേട്ടപ്പോൾ അതുവരെ അനുഭവിച്ചിട്ടില്ലാത്ത ആത്മസംതൃപ്തിയിലായ ജയിംസിന്, പെട്ടെന്ന് ഗോമസച്ചനെയാണ് ഓർമ്മ വന്നത്; അദ്ദേഹത്തിന്റെ തിരുവചനവും:

"നീ സ്നേഹിക്കുക; നീയും സ്നേഹിക്കപ്പെടും."

സുജയുടെ അടഞ്ഞ കണ്ണുകളിലേക്കു നോക്കി, മകനെ മാറോടടുക്കി ആശുപത്രിയിലേക്കു തിരിക്കുമ്പോൾ ജയിംസ്, ജയിംസിനു കേൾക്കാൻ മാത്രം പാകത്തിൽ മന്ത്രിക്കുകയായിരുന്നു:

ഞാൻ സ്നേഹിക്കുന്നു; ഞാനും സ്നേഹിക്കപ്പെടും.

ആത്മഗതം ഉറക്കെയായോ എന്ന് ഒരു നിമിഷം ശങ്കിച്ച ജയിംസ് അബോധാവസ്ഥയിലായ മകന്റെ ചുണ്ടിൽ ഒരു ചോദ്യം ഒളിഞ്ഞിരിക്കുന്നതു പെട്ടെന്നു കണ്ടു:

"എല്ലാവരുടെയും അന്ത്യാഭിലാഷം നിറവേറ്റുന്ന അച്ഛന്റെ മോഹം എന്താണ്?"

അനാഥരായ ആസന്നമരണരുടെ അന്ത്യാഭിലാഷങ്ങൾ നിറവേറ്റിക്കൊടുക്കുന്ന മാജിക്‌ലാമ്പ് എന്ന സന്നദ്ധസംഘടനയുടെ ഉപജ്ഞാതാവും അതിന്റെ ദക്ഷിണമേഖലാ ക്യാപ്റ്റനുമായ ജയിംസ് ജോസഫ് സ്വന്തം അന്ത്യാഭിലാഷം സ്വയം ഉരുവിട്ടു.

"ഒരു ദിവസം മാത്രമല്ല, ഒരു ജന്മം മാത്രമല്ല, എല്ലാ ജന്മങ്ങളിലും എനിക്കു നിന്നോടൊപ്പം, നിന്റെ അമ്മയോടൊപ്പം കഴിയണം."

സുജ അതു കേട്ടു കാണും;

അവൾ കണ്ണുകൾ തുറന്നിട്ടുണ്ടാവും.

ജയിംസിന് ഉറപ്പായിരുന്നു.

പ്രസന്നമായ ഈ പ്രകാശം പരക്കുന്നത്, മറ്റെവിടെ നിന്നാണ്?

■

അഗ്നിസിരകൾ

അഗ്നിസിരകൾ ഇഴയുന്ന മനസ്സുമായി ഞാനാ മുറിക്കു പുറത്തു നിന്നു. എന്റെ ഇടത്തും വലത്തും മുൻപിലും പിൻപിലും ആയുധധാരികളായ അവർ താളം ചവുട്ടി. ചുവരുകൾക്കു മുകളിൽ ചലനങ്ങളെ ചൂണ്ടുന്ന യന്ത്രത്തോക്കിന്റെ നിഴൽ എന്റെ മൂക്കിൽ തന്നെ വീഴുന്നുണ്ടായിരുന്നു.

എന്റെ ശ്രദ്ധ മുഴുവൻ അകത്തായിരുന്നു. ചുവന്ന പട്ടുവിരിപ്പിൽ പാദുകങ്ങളിട്ടുലയ്ക്കുന്ന ആ അസ്വസ്ഥതയിലായിരുന്നു. ഇടയ്ക്കിടെ ആ പാദുകങ്ങളുയരുമ്പോൾ എന്റെ മനസ്സ് അറിയാതെ വിറകൊണ്ടു. എന്റെ ജന്മത്തെ, എന്റെ വിധിയെ, എന്റെ സ്വപ്നങ്ങളെ വിലയിരുത്തുന്ന ആ അസ്വസ്ഥതയെ സ്വയം ഉൾക്കൊണ്ടുകൊണ്ട് ഞാനവിടെ തരിച്ചുനിന്നു.

തീരുമാനത്തിന്റെ തിരകളോ തിരസ്ക്കരണത്തിന്റെ തീരുവകളോ നിമിഷങ്ങൾക്കുള്ളിൽ അവിടെനിന്നുയരുമെന്ന് എനിക്കറിയാമായിരുന്നു. കാരണം എന്നെ സ്നേഹിക്കുന്ന, എനിക്കു പ്രിയപ്പെട്ടവനായ ഒരുവൻ അകത്തേക്കു പോയിട്ടുണ്ട്. കുറ്റങ്ങളും കുറവുകളും അപക്വതയുടെ ലക്ഷണങ്ങളാണെന്നും കാലപ്പഴക്കംകൊണ്ട് അവയെ മാറ്റിയെടുത്ത്, ഈ പുണ്യഭൂമിയെ സേവിക്കാൻ ഒരവസരംകൂടി, പുറത്ത് അങ്ങയുടെ ദയ കാത്തുനില്ക്കുന്ന അവനു നൽകണമെന്നപേക്ഷിക്കാൻ. അഭ്യർത്ഥനയുടെ കണ്ണീരു കണ്ട് ആ പാദുകങ്ങൾ അസ്വസ്ഥമായതാവാം. നിമിഷങ്ങൾക്കുള്ളിൽ തീരുമാനമുണ്ടാവാം.

തോക്കുകളും അഴികളും കാവൽനില്ക്കാതെ സ്വതന്ത്രനാക്കുക, ഇല്ലെങ്കിൽ ജന്മങ്ങളിൽനിന്ന് അനന്തമായ മോചനം നേടുക!

രണ്ടും ഒന്നുതന്നെയാണ്. മനസ്സിനെ ബന്ധിക്കാത്തിടത്തോളം എല്ലാ തടവും സ്വതന്ത്രമാണെന്നു സെഫറിസിനെ ഉദ്ധരിച്ചുകൊണ്ട് ഗുരു പ്രഖ്യാപിച്ചിട്ടുണ്ട്. ഗുരുവിനെ ഓർമ്മിച്ചത് അല്പം ആശ്വാസമായെന്നു തോന്നി. ആ ഓർമ്മകളും ആ ദർശനവും ആ വാക്കുകളും ആശ്വാസദായകമാണെന്ന് പരിശീലകർ പഠിപ്പിച്ചത് എത്ര ശരിയാണ്. ഒരിക്കൽ

മാത്രമേ ഗുരുവിനെ കണ്ടിട്ടുള്ളു. അന്ന് ആശ്വിനത്തിലെ അസ്വാസ്ഥ്യ ത്തിന്റെ ആരംഭത്തിൽ കരയുന്ന പൂക്കൾക്കിടയിൽ ഒരു ചിരിച്ച മുഖം തെളിഞ്ഞു. ദിവ്യപ്രഭ വിടർത്തുന്ന ആ മുഖം, ജനാലയിലൂടെ തല പുറത്തേക്കിടാൻ എന്നോടു പറഞ്ഞു. ഞാനനുസരിച്ചു. പിന്നെ നാക്കു നീട്ടാൻ പറഞ്ഞു. അതും അനുസരിച്ചു. അപ്പോൾ മടങ്ങിയിരിക്കുന്ന ആ വിരലുകൾ വിടർത്തി എന്തോ എന്റെ നാക്കിലേക്കു വിതറി. സ്പർശം! പ്രപഞ്ചരഹസ്യത്തിലേക്കുള്ള സ്പർശം. എന്റെ മുഖം പ്രസന്നമാകുന്നതു കണ്ട് പൂക്കൾക്കിടയിലേക്ക് ഉൾവലിഞ്ഞുകൊണ്ട് ഗുരു അറിയിച്ചു.

"നീ അത് നിന്റെ മനസ്സിൽ സൂക്ഷിക്കൂ. ദാഹമുള്ളവരെല്ലാം നിന്നെ തിരക്കി വരും. ഇഷ്ടമുള്ളവർക്കെല്ലാം ദാനം ചെയ്യൂ. പക്ഷേ, ഒരു കാര്യം കൊടുക്കുന്തോറും ഇത് ഏറിക്കൊണ്ടിരിക്കും. അവസാനം ഇതു സൂക്ഷി ക്കാനുള്ള ഇടവും നീ തന്നെ കണ്ടെത്തണം."

അന്നതിന്റെ അർത്ഥം മനസ്സിലായില്ല. ദാഹമുള്ളവർ എത്രയോ പേർ വന്ന് രഹസ്യമായി യാചിച്ചു. ദാനം ചെയ്യുന്തോറും മനസ്സ് നിറഞ്ഞുവന്നു. ഒടുവിൽ മനസ്സു കവിയുമെന്നായപ്പോൾ അതു സംഭവിച്ചു. മനസ്സു നിറഞ്ഞ മറ്റു രണ്ടു പേരെ കണ്ടെത്തിയതായിരുന്നു കാരണം. അവ രെല്ലാം അസ്വസ്ഥരായിരുന്നു. ഒരിടം തേടി ഇറങ്ങിയതായിരുന്നു. ഈ യാത്രയിൽ ഒരാളെക്കൂടി കൂട്ടാൻ അഭ്യർത്ഥിച്ചു. അവരതു സമ്മതിച്ചു. അങ്ങനെ യാത്രയായി.

വിതച്ചവർ കൊയ്യാത്ത വിളഞ്ഞ വയലുകൾക്കരികിലുള്ള തടാക ത്തിൽ ചൂണ്ടലും വലയും കാത്തുകിടക്കുന്ന മത്സ്യങ്ങളെ കണ്ടപ്പോഴാണ് യാത്രയ്ക്കു താൽക്കാലികമായി ഒരന്ത്യം കുറിച്ചത്. മത്സ്യങ്ങൾ സാഹസി കരാണെന്നറിയാമായിരുന്നതുകൊണ്ട് മനസ്സ് അവർക്കു നൽകാൻ തീരു മാനിച്ചു.

വെള്ളത്തിലേക്കു മുഖം മുട്ടിച്ച് മത്സ്യങ്ങളെ വിളിച്ചു. പരന്ന വാലും തിളങ്ങുന്ന കണ്ണുകളും ചലിപ്പിച്ച് അവ ചുറ്റും ഓടി. എന്റെ മത്സ്യങ്ങൾ എന്റെ നീല മത്സ്യങ്ങൾ: അവർക്കായി മനസ്സു തുറക്കവെ പിന്നിൽ ആരോ പിടിച്ചു.

മത്സ്യങ്ങളുടെ വിറയ്ക്കുന്ന മേനിയിൽ നിന്ന് മിഴികളൂരി പിന്നിലേ ക്കെറിഞ്ഞപ്പോൾ ആദ്യം തോന്നിയത് നടുക്കമായിരുന്നു. രാജ്യപരി പാലകർ! പ്രബലനായ ഒരു ശത്രുവിനെ കീഴ്പ്പെടുത്താനുള്ള സന്നാഹ ങ്ങളുമായി പിന്നിൽ ജാഗ്രതയോടെ നിൽക്കുന്നു! ആയുധങ്ങൾ താങ്ങി ക്കൊണ്ട്, പരിപാലകർക്കു പട്ടുവിരിച്ചുകൊണ്ട് ചൂണ്ടൽക്കാരും വലക്കാരും വിയർക്കുന്നു. വലയിൽ കുടുങ്ങാതിരിക്കാനുള്ള കുടുങ്ങിയാലും

മോചിതരാകാനുള്ള, റെജിസ്ദെബ്രേ എന്നൊരാൾ പറഞ്ഞിട്ടുള്ള മത്സ്യോപദേശം ഞാൻ വെള്ളത്തിലേക്കു വിതറിയെന്നു വിരൽചൂണ്ടി അവർ ആക്ഷേപിക്കുന്നു.

ഞാനൊന്നും മിണ്ടിയില്ല. എന്റെ കൂട്ടുകാരും സഹയാത്രികരുമായ ആ രണ്ടു പേരെ നോക്കി. അവർ ചൂണ്ടൽക്കാരുടെയും വലക്കാരുടെയും വിയർപ്പു തുടക്കുകയായിരുന്നു. ഞാനൊറ്റക്കായി, ഏകത്വം ഏകാന്തമാക്കിയ എന്നെയൊഴികെ മറ്റെല്ലാം അവർ എന്നിൽ നിന്നെടുത്തു. ഞാൻ എന്റെ മനസ്സായിരുന്നു. അതുമാത്രം അവർ കണ്ടെത്തിയില്ല. കണ്ടെത്താനും കഴിയുമായിരുന്നില്ല. കരഞ്ഞു കയറിയ മത്സ്യങ്ങൾ കരയിലെ കാറ്റേറ്റു മരിച്ചുവീണു. അവശേഷിച്ചവ തിരികെ വെള്ളത്തിലേക്കു മുഖം മുക്കി കരഞ്ഞു.

മൃത്യു അഴികൾ പാകിയ, രാജ്യപരിപാലകരുടെ കൂട്ടിൽക്കിടന്നു ഞാൻ മത്സ്യരോദനം കേട്ടു. എന്തൊക്കെയോ കണ്ട്, എന്തൊക്കെയോ കേട്ട്, ഒന്നും മനസ്സിലാകാതെ ഒരു ഭ്രാന്തുപോലെ രാജ്യം എന്റെ മനസ്സു ചോദിച്ചു. എനിക്കു ചിരിക്കാൻ തോന്നി. എന്റെ ചിരി അവസാനിക്കുന്നതിനു മുമ്പ് എന്നെ വധിക്കാൻ അവർ മനസ്സിൽ തീരുമാനിച്ചിരുന്നു. അപ്പോഴാണ് എന്റെ സുഹൃത്ത് ഇടപെട്ടത്. അവൻ പരിപാലകരെ പറഞ്ഞയച്ചു.

എന്റെ കൂട്ടിൽ അതിരഹസ്യമായി അവൻ കയറിവന്നു പറഞ്ഞു. “നിന്നെ എനിക്കറിയാം. നീ എനിക്കു പ്രിയപ്പെട്ടവനുമാണ്. പക്ഷേ ജനങ്ങൾ! രാജ്യം! അവർ നിന്റെ ശവം കാണാൻ ആഗ്രഹിക്കുന്നു. മാപ്പ്. അതിലൂടെയുള്ള മനംമാറ്റം ഒരുപക്ഷേ ആ ആഗ്രഹത്തിനു മാറ്റമുണ്ടാക്കിയേക്കാം.”

അഴികൾ തെറിച്ചുപോകുംപോലെ ഞാൻ ചിരിച്ചു: “മാപ്പ്” ഗുരു പറഞ്ഞിട്ടില്ലാത്ത പദമാണ്. ഉന്നതനും ശ്രദ്ധേയനുമായ സുഹൃത്ത് പിന്നെ ഉപദേശിക്കുകയായിരുന്നു.

“നിന്റെ വധം തത്ത്വത്തിൽ നിന്റെ മനസ്സിന്റെ വധമാണ്. ഗുരുവിന്റെ ഉപദേശം എന്നെന്നേക്കുമായി ഈ ഭൂമിയിൽ നിന്ന് മാറ്റപ്പെടുകയാണ്, നിനക്കൊരു കാര്യം ചെയ്യരുതോ? ഇത് ഏല്പിക്കാൻ ഒരിടം കണ്ടെത്തിയിട്ടു മരിച്ചുകൂടേ.”

ശരിയാണ്.

സുഹൃത്ത് വീണ്ടും പറഞ്ഞു.

“നീ മാപ്പപേക്ഷിച്ചുകൊണ്ടു നിന്നാൽ മതി. രാജാവിന് എന്നെ പ്രിയമാണ്. നമുക്കായി അദ്ദേഹം ഒരു നിമിഷം തന്നിട്ടുണ്ട്.”

സുഹൃത്തിനോടു തലകുലുക്കി സമ്മതിച്ചു! അപ്പോൾ മുതൽ ഒരിടം കണ്ടെത്താനുള്ള തിരക്കിലായിരുന്നു മനസ്സ്. പക്ഷേ, ഇപ്പോൾ ഈ അസ്വസ്ഥത കാണുമ്പോൾ മനസ്സ് ഇവിടെ മുങ്ങിപ്പോകുന്നു. എന്റെ വിധി തീരുമാനിക്കപ്പെടുന്നതിന്റെ അസ്വാസ്ഥ്യത്തെ ഉൾക്കൊള്ളാൻ സ്വയം ശ്രമിച്ചു നോക്കി. പറ്റുന്നില്ല.

മനസ്സ് ശൂന്യമാക്കി, ആയുധധാരികളുടെ കാൽത്താളം ശ്രവിച്ച്, യന്ത്രത്തോക്കിന്റെ നിഴൽകണ്ട്, നിമിഷങ്ങൾ നിരക്കി നീക്കെ, അകത്ത് ആ പാദുകങ്ങൾ അനങ്ങുന്നതു കണ്ടു. അവ എനിക്കുനേരെ നീണ്ടുവന്നു. എന്റെ മനസ്സുണർന്നു. ഞാനുണർന്നു. എന്റെ ചുറ്റിനുമുള്ള നിഴൽപോലും ഉണർന്നു. എന്നാൽ എന്നെ നോക്കിക്കൊണ്ട്, എല്ലാം നോക്കിക്കൊണ്ട് വെള്ളരോമങ്ങളുള്ള ഒരു നായയെ മാറിലടുക്കിപ്പിടിച്ച് രാജാവ് ഒഴുകിപ്പോയി, പിന്നാലെ സുഹൃത്തും ഇറങ്ങിവന്നു. അവൻ വിഷാദത്തോടെ മൊഴിഞ്ഞു.

“രാജാവിന്റെ നായയ്ക്കു കലശലായ ദീനം. ഇന്നവൻ പാലു കുടിച്ചിട്ടില്ല. ആ മനോവേദന അദ്ദേഹത്തെ അസ്വസ്ഥനാക്കിയിരിക്കുന്നു. നമുക്കു നാളെ കാണാം.”

അഗ്നിസിരകൾ ഇഴയുന്ന മനസ്സുമായി ആയുധധാരികളുടെ അകമ്പടിയോടെ തിരിച്ചുനടക്കുമ്പോൾ തടാകത്തിനു ചുറ്റും മരണം കാത്തുകിടക്കുന്ന മത്സ്യങ്ങളെ കണ്ടു. അവയ്ക്കിടയിൽ എന്റെ മനസ്സു യാചിക്കുന്ന മരിക്കാറായ ഒരു ചുവന്ന മത്സ്യത്തെ കണ്ടു. ആയുധങ്ങളുടെ വല ഭേദിച്ച് അനന്തതയിലേക്ക് ഓടുമ്പോൾ എനിക്കു ഭാരമില്ലായിരുന്നു. ഞാൻ കാറ്റായിരുന്നു.

■

ചുവന്ന പൂക്കൾ

മഴമേഘങ്ങൾ മയങ്ങുന്ന മദ്ധ്യാഹ്നം. ബസ്സിറങ്ങുമ്പോൾ അതുവരെ ഇല്ലാതിരുന്ന ഒരു പരിഭ്രമം സുമിത്രയെ വന്നു പൊതിഞ്ഞു.

അദ്ദേഹം അവിടെ കാണുമോ?

ഇപ്പോൾ എങ്ങനെയിരിക്കും?

എന്നെ തിരിച്ചറിയുമോ?

വിജനമായ നിരത്തിൽ അവൾ ഒരു നിമിഷം നിന്നുപോയി...

ഏഴെട്ടു വർഷങ്ങൾ.... എന്തെന്തു മാറ്റങ്ങൾ....

ഈ വഴിയോരത്തിന്റെ മുഖമാകെ മാറിയിരിക്കുന്നു. എങ്കിലും ഇട ത്തോട്ടുള്ള ഇടവഴിക്കു മാത്രം ഒരു മാറ്റവുമില്ല. കല്ലുകളിളകി കരഞ്ഞു കിടക്കുന്ന അതേ വഴി... പഴയ വഴി. ആ വഴിക്കല്ലുകളുടെ മുഖത്ത് ചിരി വിടരുന്നോ? ഒരു പഴയ പരിചയത്തിന്റെ ചിരി?...

ഇല്ല. അവ മറന്നിരിക്കുന്നു...!

എല്ലാം.... എല്ലാം....

പക്ഷേ സുമിത്രയ്ക്ക് ഒന്നും മറക്കാൻ കഴിയുന്നില്ലല്ലോ...

ഒന്നും... ഒന്നും...!!

ഒരു വർഷത്തെ ബന്ധമേ ഈ നാടുമായിട്ടുള്ളൂ...

ഏഴെട്ടു വർഷം മുൻപ്...

ആദ്യത്തെ പോസ്റ്റിംഗ് ഇവിടെയായിരുന്നു.

നല്ല ഓഫീസ്സ്...

സഹകരണമുള്ള സ്റ്റാഫ്...

പക്ഷേ, താമസസൗകര്യം ഒരു പ്രശ്നമായിരുന്നു. നഗരത്തിലുള്ള ഹോസ്റ്റലിൽ നിന്നു പോയി വരാനായിരുന്നു പരിപാടി. ഒടുവിൽ അതു

ശരിയാവില്ലെന്നു കണ്ടു. ഓഫീസിലെ പ്യൂൺ പണിക്കരാണ് ഈ വഴി ചൂണ്ടിക്കാട്ടിയത്.

'ഇവിടെ വളരെയടുത്ത് ഒരു ബംഗ്ലാവിന്റെ ഔട്ട്ഹൗസ് ഒഴിഞ്ഞു കിടപ്പുണ്ട്. നല്ല വൃത്തി. ഒരു ചെറിയ കുടുംബത്തിന് അതു ധാരാളം മതിയാകും.'

ഔട്ട്ഹൗസ് നോക്കാൻ പോയ ദിവസം... അന്നാണ് അദ്ദേഹത്തെ ആദ്യമായി കണ്ടത്. നാട്ടുകാർ 'കേണൽ സായിപ്പ്' എന്നു വിളിക്കുന്ന ആ വൃദ്ധൻ പൂമുഖത്ത് ചാരുകസേരയിൽ ചരിഞ്ഞുകിടന്ന് ഉറങ്ങുകയായിരുന്നു. ഒരു വൃദ്ധസിംഹം... ജന്മാന്തരങ്ങളുടെ സ്മൃതിരേഖകളിലെവിടെയോ തെളിഞ്ഞു വരുന്ന ഒരു സിംഹമുഖം... എവിടെയോ കണ്ടു മറന്ന മുഖം...

സ്മൃതിരേഖകളിൽ ചികയുമ്പോൾ പെട്ടെന്നാണ് വിചിത്രമായ ആ ചെടി ശ്രദ്ധയിൽപ്പെട്ടത്.

വൃദ്ധന്റെ കാൽക്കീഴിൽ കസേരക്കും അരമതിലിനുമിടയിലായി ചിത്രപ്പണികൾ ചെയ്ത ഒരു പരന്ന ചെടിച്ചട്ടിയിൽ തലയുയർത്തി നിൽക്കുന്ന വിചിത്രമായ ചെടി! സൂക്ഷിച്ചു നോക്കിയപ്പോൾ മനസ്സിലായി. അതു റോസാണ്. മുള്ളുകളില്ലാത്ത... ഒറ്റക്കമ്പിൽ നെടുങ്ങനെ വളരുന്ന റോസ്...! അതിന്റെയറ്റത്ത് ഒരു മൊട്ടു വന്നിരിക്കുന്നു.

"ആരാ?..."

സിംഹം ഉണർന്നു കഴിഞ്ഞു.

"ഞാനാ... ഞാൻ സുമിത്ര..."

"ങേ... സുമിത്രയോ...?"

വൃദ്ധൻ ഞെട്ടിയതുപോലെ തോന്നി...!

ഒന്നേ നോക്കിയുള്ളു.

ഒരു വല്ലാത്ത പരിഭ്രമം അദ്ദേഹത്തിന്റെ മുഖത്തെ ചുളിവുകൾക്കിടയിൽ എഴുന്നുവരുന്നതു കണ്ടു.

പെട്ടെന്ന് പണിക്കർ ഇടപെട്ടു.

കാര്യങ്ങളൊക്കെ പറഞ്ഞു.

ഒടുവിൽ ഇങ്ങനൊരു വാചകവും.

"എന്തു വാടക വേണമെങ്കിലും തരാം. കുറെ നാളത്തേക്ക് ഔട്ട്ഹൗസ് വിട്ടുതരണം."

വൃദ്ധൻ ഏതോ സ്വപ്നത്തിലായിരുന്നു.

അബോധാവസ്ഥയിലെന്ന പോലെ അയാൾ പറഞ്ഞു:

"തരാം....തരാം...."

"വാടക എത്രയാ? അതൂടൊന്നു നിശ്ചയിക്കൂ!"

പണിക്കരുടെ പതിഞ്ഞ ശബ്ദം അദ്ദേഹം കേട്ടില്ലെന്നു തോന്നി.

അപ്പോഴും അദ്ദേഹം എന്തോ ശ്രദ്ധിച്ചു നോക്കുകയായിരുന്നു.

അവ്യക്തമായി ആരോടോ എന്തോ മന്ത്രിക്കുകയായിരുന്നു. കുറേ നേരം ശ്രദ്ധിച്ചപ്പോൾ മനസ്സിലായി: ആ തളർന്ന കണ്ണുകളിൽ ഒരു കുരുന്നു സൂര്യൻ വിടർന്നു വരുന്നു. ആ അടഞ്ഞ ശബ്ദങ്ങളിൽ ഒരു മഹാ മന്ത്രത്തിന്റെ ധ്വനികളുയർന്നു വരുന്നു.... ജന്മാന്തരങ്ങളുടെ സ്മൃതിരേഖകളിലെവിടെയോ കണ്ടുമറന്ന സൂര്യമുഖം.... കേട്ടുമറന്ന മന്ത്രധ്വനി....

വരൂ. നിന്നാ നടക്കില്ല. വാടകയൊക്കെ പിന്നെ തീരുമാനിക്കാം.

പണിക്കർ ധൃതി കാട്ടി.

തിരിഞ്ഞു നടക്കുമ്പോൾ എല്ലാം ഒരു പ്രഹേളികയാണെന്നു തോന്നി.

വൃദ്ധനും ബംഗ്ലാവും അയാളുടെ ഭാവപ്പകർച്ചയും.

അന്ന് ഒന്നും ശ്രദ്ധിക്കാൻ തോന്നിയില്ല.

അടുത്ത ദിവസം തന്നെ താമസത്തിനെത്തി. സഹായിയായി പണിക്കരുടെ ഭാര്യയുടെ അനുജത്തിയുമുണ്ടായിരുന്നു. എന്തിനും പോരുന്ന പുരുഷനെപ്പോലെ ഒരു സ്ത്രീ....

ഔട്ട്ഹൗസ് തുറന്നിട്ട് അദ്ദേഹം കാത്തു നിൽക്കുകയായിരുന്നു, ഞങ്ങളെ പ്രതീക്ഷിച്ചുള്ള നില്പ്.

ഇന്നപ്പോൾ ചെല്ലുമെന്ന് പറഞ്ഞിരുന്നില്ല. എന്നിട്ടും... ഒന്നേ നോക്കിയുള്ളു. ആ മുഖം.... ആ സൂര്യമുഖം....

പരിഭ്രമത്തിന്റെ ചുളിവുകൾ അഴിഞ്ഞു തുടങ്ങുന്നു. തിളങ്ങുന്ന കണ്ണുകൾ അടഞ്ഞു വിടരുന്നു...

ഇന്നദ്ദേഹത്തിന്റെ ശബ്ദം പതറിയില്ല.

"ഞാൻ കാത്തുനില്ക്കുകയായിരുന്നു..."

"ഞങ്ങൾ ഇപ്പോൾ വരുമെന്ന് എങ്ങനെയറിയാം?...." പണിക്കരാണ് ചോദിച്ചത്.

"എനിക്കറിയാം..."

ഈ ശബ്ദം പരിചയമുള്ളതല്ലേ?... സ്മൃതിരേഖകളിലെവിടെയോ?.... ഇല്ല.... ഓർക്കാൻ കഴിയുന്നില്ല.

അവിടെ എല്ലാ സൗകര്യങ്ങളുമുണ്ടായിരുന്നു. മൂന്നേക്കറോളം വരുന്ന പറമ്പിന് ഒത്ത നടുവിലാണ് ബംഗ്ലാവ്. റോഡിറമ്പിലേക്കു നീക്കി സൗകര്യമായിട്ടാണ് ഔട്ട്ഹൗസ് പണിതിരിക്കുന്നത്.

അന്നു പകലത്രയും വീടൊരുക്കുന്ന തിരക്കിലായിരുന്നു.

അടുത്ത ദിവസം രാവിലെ ഓഫീസിലേക്കു പോകാനിറങ്ങുമ്പോൾ അദ്ദേഹം വടിയുമൂന്നി ഔട്ട്ഹൗസിന്റെ വാതിൽക്കലോളം വന്നു. എന്നിട്ട് പതിഞ്ഞ സ്വരത്തിൽ വളിച്ചു.

സുമിത്രാ... ഒന്നു വരൂ...

ഇറങ്ങിച്ചെന്നപ്പോൾ...

കൈയിൽ ഒരു ചുവന്ന പനിനീർപ്പൂവുമായി അദ്ദേഹം നിൽക്കുന്നു. നീട്ടിയപ്പോൾ അതു വാങ്ങാതിരിക്കാൻ കഴിഞ്ഞില്ല. വാങ്ങിയപ്പോൾ അറിയാതെ മണത്തുനോക്കി.

എന്തൊരു സൗരഭ്യം!

ഓർമ്മയിലെവിടെയോ അരിച്ചരിച്ചുവരുന്ന സുഗന്ധം...

അതു മുടിയിൽ ചൂടുമ്പോൾ അദ്ദേഹം പറഞ്ഞു:-

ഏഴു വർഷങ്ങൾക്കു ശേഷമാണ് ഇന്ന് എന്റെ എക്സ്റ്റസി പൂക്കുന്നത്. സുമിത്ര വന്നതുകൊണ്ടായിരിക്കും...

എക്സ്റ്റസിയോ?...

അതെ. ഇന്ത്യയിലെങ്ങുമില്ലാത്ത ഒരു തരം റോസാണിത്. സ്പെയിനിൽ മിലിട്ടറി അറ്റാഷെയായിരുന്ന കാലത്ത് ഒരു ബൊട്ടാണിക്കൽ എഞ്ചിനീയർ എനിക്കു സമ്മാനിച്ചതാണ്. ഈ റോസിനു മുള്ളില്ല. പത്തിരുപതു കൊല്ലമായിട്ടും ഒരു മാറ്റവുമില്ല. ഒരദ്ഭുത ചെടിയാണിത്. എല്ലാം ഉപേക്ഷിച്ചു പോന്നിട്ടും ഈ ചെടി മാത്രം ഞാൻ കൊണ്ടുപോന്നു....

ഒരു നിമിഷം നിർത്തി. അദ്ദേഹം തുടർന്നു:

അവൾക്കിഷ്ടമായിരുന്നു. അവൾക്കു ചൂടാനായി എന്നും ഓരോ പൂക്കൾ ഇതിൽ വിടരുമായിരുന്നു. ഒരു ദിവസം... ഒരു പൂ മാത്രം...

ഏതു നിമിഷവും പുറത്തേക്കു ചാടാനായി ഒരു തേങ്ങൽ ആ മനുഷ്യന്റെ ഹൃദയത്തിലെവിടെയോ തടഞ്ഞുനിൽക്കുന്നുണ്ടെന്നു തോന്നി. ഏതു നിമിഷവും അതു പുറത്തേക്കു വീഴാം... ഏതു നിമിഷവും...

അന്ന് ഓഫീസിൽ ചെന്നപ്പോൾ പണിക്കർ ആ കഥ പറഞ്ഞു:

ഒരു വലിയ തറവാട്ടിലെ അവസാനത്തെ കണ്ണിയായിരുന്നു അയാൾ. മിലിട്ടറിയിലായിരുന്നു. അവിടെവെച്ച് ഏതോ ഒരു സ്ത്രീയെ പരിചയപ്പെട്ടു.

വിവാഹം കഴിച്ചു. അവരെ നാട്ടിലേക്കു കൊണ്ടുവന്നിട്ടേയില്ല. പിന്നെ മിലിട്ടറി അറ്റാഷെയായി സ്പെയിനിൽ പോയി. ആ സ്ത്രീ അവിടെവെച്ചു മരിച്ചുവെന്നാണു പറയുന്നത്. ഇതൊക്കെ പത്തിരുപതുകൊല്ലം മുൻപത്തെ കഥ. അതിനുശേഷം മൂപ്പർ തിരിച്ചുപോന്നു. പഴയ തറവാടിന്റെ സ്ഥാനത്ത് ഒരു ബംഗ്ലാവ് പണിതു. ഔട്ട്ഹൗസും. പുറത്തേക്കിറങ്ങാറേയില്ല. ജോലിക്കാരാണ് എല്ലാം നോക്കുന്നത്...

കുട്ടികളില്ലേ...?

ഒരു കുട്ടിയുണ്ടെന്നാ പറയുന്നത്. ഒരാൺകുട്ടി. അതു വെളിയിലെവിടെയോ പഠിക്കുന്നു. വല്ലപ്പോഴും വന്നാലായി. വന്നില്ലെങ്കിലുമായി...

ദിവസം കഴിയുംതോറും ഒരസാധാരണ ബന്ധം അദ്ദേഹവുമായി വളർന്നുവരികയായിരുന്നു.

എന്നും ആ പനിനീർച്ചെടി പൂക്കുമായിരുന്നു.

ഓരോ പൂക്കൾ!

ഒരു ദിവസം ഒരു പൂ മാത്രം!

അതിറുത്തുകൊണ്ട് എന്നും ഔട്ട്ഹൗസിന്റെ വാതില്ക്കലോളം അദ്ദേഹം വടിയുമൂന്നി വരും. എന്നിട്ട് നീട്ടിവിളിക്കും.

സുമിത്രാ, ഒന്നു വരൂ...

ഇറങ്ങിച്ചെന്ന് പൂ വാങ്ങി ചൂടുന്നതുവരെ അദ്ദേഹം കാത്തുനിൽക്കും.

ഒരിക്കൽപോലും അദ്ദേഹം ഭാര്യയെപ്പറ്റിയോ മകനെപ്പറ്റിയോ സംസാരിച്ചിട്ടേയില്ല. പലപ്പോഴും ചുഴിഞ്ഞു ചോദിക്കുമ്പോൾ ഒഴിഞ്ഞുമാറും. ഒരിക്കൽ വിട്ടില്ല. വ്യക്തമായി ചോദിക്കുകതന്നെ ചെയ്തു.

ഭാര്യയുടെ പേരെന്തായിരുന്നു...?

ഉത്തരമില്ല.

അവരെവിടുത്തുകാരിയായിരുന്നു...?

ഉത്തരമില്ല.

അവരെങ്ങനെ മരിച്ചു...?

ഉത്തരമില്ല.

അവരുടെ ഏതെങ്കിലും ബന്ധുക്കൾ ജീവിച്ചിരിപ്പുണ്ടോ?

ഉത്തരമില്ല.

ഒടുവിൽ അസഹ്യത തോന്നി. അല്പം ശബ്ദമുയർത്തി ചോദിച്ചു.

അവരുടെ പേരെങ്കിലും ഒന്നു പറയൂ...

ഇല്ല. നിന്നോടു ഞാനതു പറയില്ല കുട്ടീ. നീ എന്നോടതു ചോദിക്കരുത്...

വല്ലാത്ത അദ്ഭുതം തോന്നി. ഇതെന്തൊരു മനുഷ്യൻ. ഒരു പേര് പറയുന്നതിൽ എന്താണിത്ര കാര്യം? അതും തന്നോട്?

ആ മനുഷ്യനോട് അകാരണമായൊരുതരം ഭയം തോന്നിത്തുടങ്ങി... എന്നിട്ടും വിട്ടില്ല. മറ്റൊരിക്കൽക്കൂടി... അല്ല, പല പ്രാവശ്യം ശ്രമിച്ചു നോക്കി. ഒന്നും ചോർത്തിയെടുക്കാൻ കഴിഞ്ഞില്ല. അവിടുത്തെ ജോലിക്കാർപോലും ദുരൂഹതയുടെ പുതപ്പണിയുന്നു. ആരും ഒന്നും വിട്ടുപറയുന്നില്ല.

ഒരിക്കൽ, ഒരു ഞായറാഴ്ച. അപ്രതീക്ഷിതമായ ഒരു സമയത്ത്, അദ്ദേഹത്തിന്റെ കിടക്കമുറിയിലേക്കു കയറിച്ചെന്നു. അദ്ദേഹം അതു കാത്തിരിക്കുകയായിരുന്നെന്നു തോന്നി.

ഞാനിതു പ്രതീക്ഷിച്ചിരിക്കുകയായിരുന്നു... ഇരിക്കൂ...

ഇരുന്നില്ല.

ഒരു വിചിത്ര ലോകം. കൗതുകത്തോടെ ആ മുറി കണ്ടു നടന്നു. ഒരു വീരസൈനികന്റെ ജീവിതം തുടിച്ചു നിൽക്കുന്ന മുറി. നിർണ്ണായക മുഹൂർത്തങ്ങളെല്ലാം ചിത്രങ്ങളാക്കി തൂക്കിയിരിക്കുന്നു. പക്ഷേ, ഒരൊറ്റ ചിത്രത്തിൽപോലും ഒരു സ്ത്രീയുടേയും പടമില്ല...

ഇതിലെങ്ങും സ്ത്രീകളുടെ പടമില്ലല്ലോ.

ഇല്ല.

അതെന്താ.

സ്ത്രീകളില്ലാത്തതുകൊണ്ട്...

ആൽബമൊന്നു കാണിക്കൂ... അവരുടെ പടമൊന്നു കാണണ്ട.

ആരുടെ?

ഭാര്യയുടെ.... മകന്റെ....

ഇല്ല. ഞാൻ നിന്നെയതു കാണിക്കില്ല കുട്ടി! നീയതു കാണണ്ട. അയാൾ പെട്ടെന്നു കിതയ്ക്കാൻ തുടങ്ങി.

ഇതെന്തു മനുഷ്യനാ?... ഒരു പടം കണ്ടാലെന്താ!...

വല്ലാത്ത വാശി തോന്നി.

എന്നെ ഒന്നു കാണിച്ചാൽ മതി. ഒരു പടം കണ്ടാലെന്താ? എനിക്കൊന്നു കാണണം.

ഇല്ല. നിന്നെയതു കാണിക്കില്ല.

വീണ്ടും നിർബന്ധിച്ചു.

എനിക്കു കാണണം.

വേണ്ട. കാണണ്ട.

കാണണം.

അത്ര നിർബന്ധമാണെങ്കിൽ ഞാനിപ്പോൾ മരിക്കും. എന്റെ മരണശേഷമേ നീ ആ ചിത്രം കാണാവൂ.

ഞെട്ടിപ്പോയി. ഇതെന്താണ്?

അദ്ദേഹത്തെക്കുറിച്ചു തോന്നിയ ദുരൂഹതയ്ക്കു കാറ്റു പിടിക്കുകയായിരുന്നു. ഒരു വല്ലാത്ത തണുപ്പ് ഞരമ്പുകളിലേക്കു പടരുന്നു.

അതു മനസ്സിലാക്കിയായിരിക്കണം, അദ്ദേഹം പെട്ടെന്നു പറഞ്ഞു:

പരിഭ്രമിക്കേണ്ട. ഇപ്പോഴല്ല. ഞാനൊരു ദിവസം മരിക്കും. അന്നെന്റെ കസേരക്കു മുകളിൽ എന്റെ ഭാര്യയുടെ ചിത്രം തൂക്കിയിരിക്കും. നിനക്കു വന്നു കാണാം.... അന്നുമാത്രം... അതുമതി.

അതൊരാജ്ഞയായിരുന്നോ?

പിന്നെ നിർബന്ധിച്ചില്ല.

അധികനേരം അവിടെ നില്ക്കാനും കഴിഞ്ഞില്ല.

ഇറങ്ങിപ്പോരുമ്പോൾ ആരോടെന്നില്ലാതെ അദ്ദേഹം പറഞ്ഞുകൊണ്ടേയിരുന്നു.

ജന്മാന്തരങ്ങളിൽനിന്ന് ജന്മാന്തരങ്ങളിലേക്കു നീണ്ടുകിടക്കുന്ന ചങ്ങല! ഏതെന്ന് എങ്ങനെയറിയും? ഓരോ കണ്ണിയും ഏതേതെന്നു തിരിച്ചറിയാൻ ആർക്കു കഴിയും?

വല്ലാത്ത ദുരൂഹത! വാക്കുകളിൽ മാത്രമല്ല ചെയ്തികളിലും ഈ ദുരൂഹതയുടെ പരിവേഷം കൂടുതൽ കൂടുതൽ തെളിഞ്ഞുവന്നു. അതു കൊണ്ടുതന്നെ അദ്ദേഹത്തോടുള്ള അടുപ്പവും സൂക്ഷ്മതയോടെ നിയന്ത്രിച്ചിരുന്നു. എങ്കിലും എന്നും വിടരുന്ന ഓരോ എക്സ്റ്റസിയുമായി അദ്ദേഹം ഔട്ട്ഹൗസിനു മുന്നിൽ വരും. എന്നിട്ട് വിളിക്കും. അപ്പോഴെല്ലാം ഇറങ്ങിച്ചെല്ലും. പൂ വാങ്ങും. മണത്തു നോക്കും. ചൂടും. ഒരു പതിവു ചടങ്ങായിത്തീർന്നിരുന്നു അത്.

അങ്ങനെയിരിക്കെ അപ്രതീക്ഷിതമായാണ് സ്ഥലംമാറ്റ ഉത്തരവു വന്നത്. അദ്ഭുതത്തേക്കാളേറെ അമ്പരപ്പുണ്ടാക്കിയ സംഗതിയായിരുന്നു

അത്. അന്ന് ഓഫീസിലേക്കിറങ്ങുമ്പോൾ പതിവുള്ള പൂവുമായി വന്ന് അദ്ദേഹം പറഞ്ഞു. തികച്ചും വിഷാദസ്വരത്തിൽ–

സുമിത്രയ്ക്കു സ്ഥലംമാറ്റമാകും... സുമിത്ര തിരിച്ചു പോകും...

എപ്പോൾ? എന്ന്? ആരു പറഞ്ഞു?

ചോദ്യങ്ങൾ കേട്ടതായി പോലും ഭാവിക്കാതെ അദ്ദേഹം തിരിഞ്ഞു നടന്നു. പക്ഷേ ഓഫീസിൽ ചെന്നപ്പോൾ സംഗതി ശരിയായിരിക്കുന്നു. സ്ഥലംമാറ്റം. നാട്ടിലേക്കു തന്നെ!

ഒരായിരം ചോദ്യങ്ങളുമായാണ് വൈകുന്നേരം അദ്ദേഹത്തിന്റെ അടുത്തേയ്ക്ക് ഓടിച്ചെന്നത്.

സ്ഥലംമാറ്റക്കാര്യം എങ്ങനെ അറിഞ്ഞു?

ആരു പറഞ്ഞു?

സത്യം പറയൂ!

പക്ഷേ, ഒന്നും പറയാനുള്ള സ്ഥിതിയിലായിരുന്നില്ല അദ്ദേഹം. ആകെ തളർന്നുപോയിരിക്കുന്നു. ഏറെ നിർബന്ധിച്ചപ്പോൾ ഇത്രമാത്രം പറഞ്ഞു:

സുമിത്ര പോയ്ക്കൊള്ളൂ. പക്ഷേ ഒരു ദിവസം നീ തിരിച്ചു വരണം. ഒരിക്കൽ... ഒരിക്കൽമാത്രം. അന്നെന്റെ കസേരയ്ക്കുമീതെ ഒരു ചിത്രം തൂങ്ങും. എന്റെ ഭാര്യയുടെ ചിത്രം. നീ അതു കാണണം. അദ്ദേഹം കണ്ണടച്ചു.

മൗനിയായി.

പിന്നെ ഒന്നും ചോദിക്കാൻ തോന്നിയില്ല.

ഏഴെട്ടു വർഷങ്ങൾ! കാലം മനുഷ്യരിൽ എന്തൊക്കെ മാറ്റങ്ങളാണ് വരുത്തുന്നത്! പക്ഷേ... ഓർമ്മകൾക്കു മങ്ങലേല്പിക്കാൻ മാത്രം കാലത്തിനു കഴിയുന്നില്ലല്ലോ!

ഇവിടെനിന്നു പോയതിനുശേഷം എന്നും ഓർമ്മയിൽ തങ്ങിനിൽക്കുമായിരുന്നു അദ്ദേഹവും അദ്ദേഹത്തിന്റെ വാക്കുകളും... കുറെക്കാലം... പിന്നെപ്പിന്നെ ഓർക്കാതായി. ഒടുവിൽ വിവാഹം കഴിഞ്ഞപ്പോൾ കുട്ടികളായപ്പോൾ, ജീവിതത്തിന്റെ തിരക്കിൽ എല്ലാം ഒട്ടൊന്നു മറന്നുപോയി. പക്ഷേ, അതെല്ലാം അപരാധമാണെന്നു തോന്നിപ്പിച്ചുകൊണ്ട് കഴിഞ്ഞ ഒരാഴ്ചയായി ഒരു സ്വപ്നം കാണുന്നു...

വിടർന്ന എക്സ്റ്റസിപ്പൂവുമായി ഔട്ട്ഹൗസിന്റെ വാതിലിൽ നിന്ന് അദ്ദേഹം വിളിക്കുന്നു.

'സുമിത്രാ, ഒന്നുവരൂ...'

ജന്മാന്തരങ്ങളിലൂടെ ഒഴുകി വരുന്ന ശബ്ദം...

പലപ്പോഴും വിളി കേട്ടുകൊണ്ടാണ് ഉണരുന്നത്. ഒന്നുരണ്ടു പ്രാവശ്യമായപ്പോൾ ഭർത്താവത് ശ്രദ്ധിച്ചു. മനസ്സിലൊതുക്കാൻ വയ്യെന്നായപ്പോൾ അദ്ദേഹത്തോടു കാര്യങ്ങളെല്ലാം പറഞ്ഞു.

ഒരു പൊട്ടിച്ചിരിയായിരുന്നു മറുപടി. വീണ്ടും പറഞ്ഞപ്പോൾ അദ്ദേഹം അല്പം കോപിച്ചു:

കിടന്നുറങ്ങടീ... ഭ്രാന്തു പറയാതെ.

കിടന്നാൽ, കണ്ണടച്ചാൽ, ഉറക്കം പിടിച്ചാൽ, ഇതുമാത്രമായിരുന്നു സ്വപ്നം. കഴിഞ്ഞ ഏഴു ദിവസമായി ഇതാവർത്തിക്കുന്നു. പിടിച്ചു നിൽക്കാൻ വയ്യെന്നായപ്പോൾ ഭർത്താവിനോടു കെഞ്ചിപ്പറഞ്ഞു:

നമുക്കൊന്നതുവരെ പോകാം. എനിക്കു വല്ലാതെ തോന്നുന്നു... അദ്ദേഹത്തെ ഒന്നു കണ്ടു വരാം...

ഭ്രാന്തു പറയാതെ. നീ നിന്റെ ജോലി നോക്ക്.

ഇനി പറഞ്ഞിട്ട് കാര്യമില്ല.

എല്ലാം വേഗത്തിലാണ് തീരുമാനിച്ചത്.

രാവിലെ ഓഫീസിൽ പോകുന്നതുപോലെ വീട്ടിൽ നിന്നിറങ്ങുക. ഇവിടെ വരിക. അദ്ദേഹത്തെ കാണുക. ഉടനെതന്നെ മടങ്ങുക. ഓഫീസ് വിട്ട് ചെല്ലുന്നതുപോലെ തിരികെ ചെല്ലുക. ആരുമറിയില്ല.

ബസ്സിൽ കയറിയപ്പോഴും ഇവിടെ എത്തുന്നതുവരെയും ഒരു തരം ലഹരിയായിരുന്നു; സാഹസികതയുടെ ലഹരി.

ഇപ്പോൾ അതെല്ലാം പോയി. ഇതുവരെ ഇല്ലാതിരുന്ന ഒരുതരം പരിഭ്രമം വന്നു പൊതിഞ്ഞിരിക്കുന്നു. അപരിചിതമായ ഒരു പരിഭ്രാന്തി.

"ആരാ?... എന്തുവേണം?...."

കനത്ത ശബ്ദം.

ഒന്നുരണ്ടു പ്രാവശ്യം ഈ ശബ്ദം ഉയർന്നു താണിരുന്നോ?

ഇത്ര നേരവും ഈ ഗേറ്റിനു മുന്നിൽ നിൽക്കുകയായിരുന്നോ?... അദ്ദേഹത്തിന്റെ വീട്... ബംഗ്ലാവ്... ഈശ്വരാ ഈ വഴിയിലൂടെ എപ്പോഴാണിങ്ങെത്തിയത്?

ആരാ...?

ഒരു തടിച്ച സ്ത്രീ. പുതിയ വേലക്കാരി ആയിരിക്കുമോ? അവരുടെ ശബ്ദം വല്ലാതെ കനത്തു വന്നു.

ആരാ? എന്തുവേണം?

പരിഭ്രമം ഒതുക്കാനാവാതെ പറഞ്ഞു:

ഞാൻ കുറച്ചു ദൂരേന്നു വരികയാ. കേണൽ... അദ്ദേഹമില്ലേ... ഒന്നു കാണാൻ വന്നതാണ്.

ആ സ്ത്രീ പെട്ടെന്നു നിശ്ശബ്ദയായി. പിന്നെ ഏതോ ഓർത്തിട്ടെന്ന പോലെ പറഞ്ഞു:

വരൂ... കയറിവരൂ.

അവരുടെ പിന്നാലെ ഗേറ്റ് കടന്നു പറമ്പിലേക്കു കയറി.

മുറ്റമാകെ മാറിയിരുന്നു. ആ പഴയ ഔട്ട്ഹൗസ് കാണാനില്ല. അവിടെ ഇപ്പോൾ ഒരു തോട്ടം. പൂക്കളില്ലാത്ത ഒരു പൂന്തോട്ടം.

അദ്ദേഹമെവിടെ?

ആ സ്ത്രീ ഒന്നു നിന്നു. പിന്നെ ആകെയൊന്നു നോക്കി. ഒടുവിൽ തീരെ പതിഞ്ഞ ശബ്ദത്തിൽ ചോദിച്ചു:

അദ്ദേഹത്തിന്റെ ബന്ധുവാണോ?

അല്ല.

അവർക്കാശ്വാസമായെന്നു തോന്നി. എങ്കിലും ഒരു രഹസ്യം പോലെ അവർ ചോദിച്ചു:

പിന്നെ?

പരിചയക്കാരാ...

അവർക്കു കുറെകൂടി ആശ്വാസം....

പിന്നെ പെട്ടെന്നു വളരെ നാടകീയമായി അവർ പറഞ്ഞു:

അദ്ദേഹം മരിച്ചു പോയി. ഒന്നര വർഷമായി. ഇവിടെ ഇപ്പോൾ അദ്ദേഹത്തിന്റെ മകനാ താമസം. ആ കുട്ടിയും ഇപ്പോഴിവിടില്ല. ഭാര്യയുടെ നാട്ടിൽ പോയിരിക്യാ...

ആ സ്ത്രീ പിന്നെയും എന്തൊക്കെയോ പറഞ്ഞു.

തണുത്ത ശബ്ദങ്ങൾ. ആ ശബ്ദങ്ങളിൽ നിന്ന് ഒരുതരം തണുത്ത കാറ്റ് വമിച്ചുകൊണ്ടിരുന്നു. ഊതിക്കയറുന്ന കാറ്റ്...

സുമിത്രയ്ക്കു വല്ലാതെ തണുത്തു. തണുപ്പ്! ഒരുതരം മരവിപ്പ്! ആ മരവിപ്പിനിടയിലും ഒരു പ്രത്യേക താളത്തിൽ ആ സ്ത്രീയുടെ ശബ്ദം ഉയർന്നു കേൾക്കുന്നു.

എന്താ പേര്?

വീണ്ടും അവരുടെ ശബ്ദം തന്നെ.

എവിടുന്നു വരുന്നു?

നിമിഷങ്ങളിലെ നിശ്ശബ്ദതയ്ക്കു ശേഷം സുമിത്രയറിയാതെ അവളുടെ നാവു ചലിച്ചു. ഒരന്യയുടെ വാക്കുകൾ പോലെ അവൾ പോലുമതു കൗതുകത്തോടെ കാതോർത്തു.

എന്റെ പേര് സുമിത്ര. പണ്ട് ഇവിടെ ജോലിയിലായിരുന്നപ്പോൾ ഇവിടത്തെ ഔട്ട്ഹൗസിൽ താമസിച്ചിട്ടുണ്ട്. ഇവിടെവരെ വന്നപ്പോൾ അദ്ദേഹത്തെയൊന്നു കാണാമെന്നു കരുതി, അത്രമാത്രം.

ആ സ്ത്രീയുടെ മുഖം പെട്ടെന്ന് വിവർണ്ണമാകുന്നതും അടുത്ത നിമിഷത്തിൽത്തന്നെ അത് അദ്ഭുതംകൊണ്ട് വിടരുന്നതും ഈ അവസ്ഥാന്തരത്തിനിടയിലും സുമിത്ര ശ്രദ്ധിച്ചു.

ഓ... നിങ്ങളാണോ അത്? സുമിത്ര! അവർ അന്തിച്ചു നിന്നു. എന്നിട്ടു വിളിച്ചു വരൂ... നിങ്ങളെ ഏല്പിക്കുവാൻ ഒരു സാധനം ഇവിടെ വച്ചിട്ടുണ്ട്. വരൂ...

അവർ സുമിത്രയെ പൂമുഖത്തേക്കു പിടിച്ചു കയറ്റി.

ശൂന്യമായ പൂമുഖം. ഒഴിഞ്ഞ കസേര. കസേരയ്ക്കു മുകളിൽ ഒരു സ്ത്രീയുടെ ചിത്രം. അത്.... അത്....

....സുമിത്ര പൊയ്ക്കൊള്ളൂ. പക്ഷേ ഒരു ദിവസം നീ തിരിച്ചു വരണം. ഒരിക്കൽ.... ഒരിക്കൽ മാത്രം.... അന്നെന്റെ കസേരയ്ക്കു മീതെ ഒരു ചിത്രം തൂങ്ങും. എന്റെ ഭാര്യയുടെ ചിത്രം. നീ അതു കാണണം.

മാറ്റൊലിക്കൊള്ളുന്ന സിംഹ ശബ്ദം. ശബ്ദം വമിക്കുന്ന സൂര്യമുഖം! അവൾ ആ ചിത്രത്തിലേക്കു സൂക്ഷിച്ചു നോക്കി.

എന്റെ ഫോട്ടോ......എന്റെ....എന്റെ.....ഫോട്ടോ....

പെട്ടെന്ന് ആ സ്ത്രീ ഒരു വലിയ ഹാർഡ്ബോർഡ് പെട്ടിയുമായി പുറത്തേക്കു വന്നു. ചിത്രത്തിലേക്കു തന്നെ തുറിച്ചു നോക്കിനിൽക്കുന്ന സുമിത്രയെയാണ് അവർ പെട്ടെന്നു കണ്ടത്.

ഓ.... അതോ? അതു കേണൽ സായ്പ്പിന്റെ ഭാര്യയുടെ പടമാ... സുമിത്രാമ്മ! അവർ പത്തുമുപ്പതു കൊല്ലം മുമ്പ് സ്പെയിനിൽ ഒരു വിമാനാപകടത്തിൽ മരിച്ചുപോയി. കേണൽ സായ്പ് മരിച്ചതിനുശേഷം അദ്ദേഹത്തിന്റെ ആഗ്രഹപ്രകാരമാ ഈ പടം ഇവിടെ തൂക്കിയത്.

സുമിത്ര അവൾക്കു പോലുമറിയാത്ത ഒരു ദുരൂഹതയിലായിരുന്നു.

...അതുമാത്രം എന്നോടു ചോദിക്കരുതു കുട്ടീ നീയതു കാണണ്ട. ഇപ്പോൾ കാണണ്ടാ. പക്ഷേ, ഞാൻ മരിച്ചതിനു ശേഷം നീ അതു കാണണം! എന്റെ ഭാര്യയുടെ പടം നീ കാണണം... ഞാൻ മരിച്ചതിനു ശേഷം...

അലറി വരുന്ന സിംഹശബ്ദങ്ങൾ സുമിത്രയെ മരവിപ്പിച്ചുകൊണ്ടേയിരുന്നു.

ദാ, ഇതു നോക്കൂ.

ജോലിക്കാരി സുമിത്രയെ തൊട്ടുണർത്തി.

സുമിത്ര നോക്കി,

തുറന്നിരിക്കുന്ന ഹാർഡ്ബോർഡ് പെട്ടി!

അതിനുള്ളിൽ.... ചെടിച്ചട്ടിയിൽ... തല നീട്ടി നിൽക്കുന്നു... എക്സ്റ്റസി... ആ അദ്ഭുത റോസ്! ഒരു മാറ്റവമില്ലാത്ത ആ പഴയ ചെടിയുടെ നാമ്പിൽ ഒരു ചുവന്ന പൂവു തലനീട്ടി വരുന്നു.

മരണസമയത്ത് കേണൽ സായ്പ് പറഞ്ഞിരുന്നു, ഒരു ദിവസം കുട്ടി വരുമെന്നും ഇത് കുട്ടിക്കു തരണമെന്നും. അദ്ദേഹത്തിനു സുമിത്രാമ്മയേക്കാൾ ജീവനായിരുന്നു ഈ ചെടിയെന്നാ പറഞ്ഞുകേട്ടിരുന്നത്.

സുമിത്രയ്ക്ക് പിന്നൊന്നും കേൾക്കാൻ കഴിയില്ലായിരുന്നു. അത്രയേറെ മരവിച്ചു പോയിരുന്നു അവളുടെ കാതുകൾ.

വീഴാതിരിക്കാനായി പൂമുഖത്തെ അരമതിലിൽ പിടിച്ചു. തല നേരെ നില്ക്കുന്നില്ല. താഴ്ന്നു പോകുന്നു.... താഴ്ന്ന്.... താഴ്ന്ന്..... പെട്ടെന്ന് അവൾ ഞെട്ടി.... അതാ.... കുനിയുന്ന മുഖത്തിനു താഴെ ഹാർഡ്ബോർഡിലെ ചെടിച്ചട്ടിയിൽ ആ റോസ്..... അത് മുഖം നീട്ടി..... മുകളിലേക്കു വളർന്നു വരുന്നു..... ചുവന്ന മുഖം..... എന്റെ മുഖം..... എന്റെ മുഖം..... എന്റെ സ്വന്തം മുഖം......

സുമിത്രയ്ക്കു നിൽക്കാൻ കഴിഞ്ഞില്ല.

അവൾ സർവ്വശക്തിയുമെടുത്ത് പുറത്തേക്കോടി.

അപ്പോഴും നിരത്തു വിജനമായിരുന്നു.

മഴമേഘങ്ങൾ മാത്രം കരയാൻ തുടങ്ങിയിരുന്നു....

■

കുന്ന്

മാർകഴിമാസത്തിലെ തിരുവാതിര. നിലാവും മൂടൽമഞ്ഞും പുണർന്നു മയങ്ങുന്ന പ്രേമാർദ്രയായ രാത്രി, രാത്രിയെ ഇക്കിളിയിട്ട് വയലിനക്കരെ നിന്ന് നീന്തിവരുന്ന കുളിരുള്ള കാറ്റ്. കാറ്റിന്റെ ചിറകിൽ ആരുമാരും കാണാതെ ഒളിച്ചിരിക്കുന്ന ഒരു വരി പാട്ട് - തിരുവാതിരപ്പാട്ട്. അക്കര ക്കാവിലെ ഇലഞ്ഞിച്ചോട്ടിൽ ഒന്നരയും മുണ്ടുമുടുത്ത് വൃത്തത്തിൽ താളം ചവുട്ടി പെണ്ണുങ്ങൾ പാടുന്ന പാട്ട്.

മനസ്സ് നനഞ്ഞ ഒരു കിളിയാണെന്നു തോന്നുന്നു. മിക്കപ്പോഴും അത് ഈറൻ ചിറകുകൾ വിരുത്തിക്കുടഞ്ഞ് അസ്വാസ്ഥ്യത്തിന്റെ കാറ്റുണ്ടാ ക്കുന്നു.

എണ്ണയുടെയും വിയർപ്പിന്റെയും ഗന്ധമുള്ള മുടി മുഴുവൻ മുഖ ത്താണ്. അല്പം വെറുപ്പോടെ അതു മാറ്റിയിടുമ്പോൾ അവളറിഞ്ഞെന്നു തോന്നി. എന്തോ പറഞ്ഞു. അത് ഉറക്കത്തിന്റെ ഭാഷയിലായിരുന്നു. എഴു ന്നേറ്റ് തലയിണ കട്ടിൽതലയ്ക്കലേക്കു കയറ്റിവച്ച് ചാരിക്കിടക്കുമ്പോൾ അവൾ വീണ്ടും തിരിഞ്ഞു. വസ്ത്രങ്ങൾ മാറി വീണു. നഗ്നമായ തുടയും വയറും കണ്ടിട്ടും ഒന്നും തോന്നിയില്ല.

കിളിവാതിൽ പോലുള്ള ജനാലയ്ക്കലേക്കു നിലാവിന്റെ ഒരിതൾ എത്തിവീണു. വരാനുള്ള മടികൊണ്ടല്ല. ഇനി വരാൻ വഴികളില്ലെന്നു പറഞ്ഞപ്പോൾ നിലാവിനോടു പ്രേമം തോന്നി. പണ്ടെങ്ങോ മറന്നുപോയ പ്രേമം വിശാലമായ പറമ്പിൽ വിജനമായ അതിരുകളിൽ, നിലാപ്പുഴ തട വിൽക്കിടന്ന രാവുകളിൽ ഏകനായി മുങ്ങിനടന്ന് തപ്പിയെടുത്ത പ്രേമ ത്തിന്റെ മുത്തുകൾ, കാലങ്ങളില്ലാത്ത മരവിപ്പിൽ അദൃശ്യബിന്ദുക്കളായി അടിത്തട്ടുകളിൽ മാത്രം അടിഞ്ഞുകിടന്നിരുന്ന മുത്തുകൾ. അവ യ്ക്കിന്നും തിളക്കമോ?

റോഡിലൂടെ ഒരാൾ പാടിപ്പോകുന്ന അശ്ലീലപദങ്ങൾ നിലാവിതളു കൾക്കു മീതെ ചിതറി. വീണ്ടും പാട്ട് അവളുടെ ഉറക്കം മുറിച്ചെന്നു

തോന്നി. എന്തോ പറഞ്ഞുകൊണ്ട് അവൾ എഴുന്നേറ്റു. റോഡിൽ എന്തെല്ലാം നടക്കുന്നു? ഒരുത്തനിവിടെ കിടന്നു പോത്തുപോലുറങ്ങുന്നു. എന്തൊരു സ്ഥലം. എന്തൊരു നശിച്ച വീട്. ഉറങ്ങാൻ പോലുമൊക്കു ന്നില്ല. ഹോ, എന്റെ ഒരു തലവിധി.

നേർത്ത ഇരുളിൽ ബാത്ത്റൂമിലേക്കു പോകുന്ന അവളുടെ ദാർഷ്ട്യ ത്തിന്റെ സ്വരം മുറിയാതെ വിറയലുണ്ടാക്കി.

ഒരിക്കൽപോലും ഇങ്ങനെയൊരു ജീവിതം പ്രതീക്ഷിച്ചില്ല. വിശാല മായ അകത്തളത്തിൽ ഇഷ്ടമുള്ളവ മാത്രം സ്വപ്നം കണ്ടുകിടന്നിരുന്ന രാവുകളിൽ ഈ നശിച്ച കുടുസ്സൻമുറിയിൽ ഒരു തടവുകാരനെപ്പോലെ കഴിയേണ്ടിവരുമെന്നോർത്തിരുന്നോ? ഇവിടെ വരുന്നതുവരെ ഇങ്ങനൊരു ഗുഹയിൽ കഴിയാൻ പറ്റുമെന്ന് വിശ്വാസമുണ്ടായിരുന്നില്ല. ദിവസങ്ങൾ കഴിയുംതോറും അദ്ഭുതത്തോടെ ഒരു സത്യം മനസ്സിലായി. എല്ലാം എല്ലാ വർക്കും ചേരും.

മുഷിഞ്ഞ ഫയൽക്കൂനകൾക്കിടയിൽ ജനിച്ചവരുടെയും മരിച്ചവരു ടെയും കണക്കു കുറിക്കുന്നതിനിടയിൽ മറ്റൊരു മനസ്സു കൂടി ഈ ഗന്ധം നുകരരുതെന്ന് തീരുമാനിച്ചു. ഒഴുക്കിൽ ഒരോളം പോലെ ഒഴുകാം. എപ്പോ ഴെങ്കിലും കരയിൽ ചെന്നു ചേരും.

മുഴുത്ത മുലകളും നാറുന്ന മുടിയുമുള്ള ഒരുത്തിയെ അരികെ കിട ത്താൻ തന്നിട്ട് ജീവിതത്തിന്റെ പൂർണ്ണതയ്ക്കു വേണ്ടി നിനക്കെല്ലാം ഞാൻ തന്നു; മോനേ, നിനക്കൊരാളായി, അമ്മയ്ക്കു സമാധാനം, എന്നു നിശ്വസിച്ച അമ്മ സംതൃപ്തയായിരിക്കുമോ? അവനുദ്യോഗമായി. അദ്ദേ ഹമിപ്പോൾ ഭാര്യയുമായി തലസ്ഥാനത്തു തന്നെ സ്ഥിരതാമസമാ. മാസ ത്തിലൊന്നു വന്നാലായി. ങ്ഹാ, വളർത്തി വിടാം. പിന്നെ അവരുടെ പാടായി. എന്ന് അല്പം ഫലിതരൂപത്തിൽ വീമ്പിളക്കുന്ന അച്ഛന് ആശ്വാസമായിക്കാണുമോ.

വിയർപ്പിന്റെ വിലയ്ക്കുവേണ്ടി, അക്കങ്ങളിൽ ആശ്വാസം കാണാതെ കലണ്ടർ മറിച്ചുനോക്കുമ്പോൾ ഇന്നു തിരുവാതിരയാണെന്നെന്തിനു ശ്രദ്ധിച്ചു?

വെറുതെ വെറുതെ.

ഒരോർമ്മയ്ക്കുവേണ്ടി, ഒരാശ്വാസത്തിനുവേണ്ടി.

മറന്നുപോയ ഒരുന്മാദത്തിനു വേണ്ടി.

ബാത്ത്റൂമിൽ നിന്നു തിരിച്ചു വന്നപ്പോൾ അവൾ അദ്ഭുതം കൊണ്ട് ഒന്നു നിന്നു. മുഖം കട്ടിൽതലയ്ക്കലേക്കു കൊണ്ടുവന്നു. എന്നിട്ട് അവി ശ്വസനീയമായ ഒരു കാഴ്ച കാണുംപോലെ തിരക്കി.

എന്തു പറ്റി? ഉറങ്ങുവല്ലായിരുന്നോ?

നിലാവും മൂടൽമഞ്ഞും പുണർന്നു മയങ്ങുന്ന പ്രേമാർദ്രയായ ഈ രാത്രിയിൽ ഉറങ്ങാൻ കഴിയുമൊ? നിനക്കൊന്നു പാടാമോ അക്കരക്കാവിലെ തിരുവാതിരപ്പാട്ട്. ഒന്നരയും മുണ്ടുമുടുത്ത പെണ്ണുങ്ങൾ വൃത്തത്തിൽ താളംചവുട്ടി പാടുന്ന പാട്ട്.

അവൾക്കതു മറ്റൊരദ്ഭുതമായിരുന്നു. കണ്ണുകൾ വിടർത്തി മുഖം കൂർപ്പിച്ചുനില്ക്കെ കിളിവാതിലിലൂടെ നിലാവിതളുകൾ ഒന്നൊന്നായി അകത്തേക്കിറുന്നു വീണു; പിന്നാലെ പാട്ടിനെ ഒളിപ്പിച്ച ചിറകുകളുമായി കാറ്റും.

കാറ്റും നിലാവിതളുകളും എത്രനേരം മുറിക്കുള്ളിലേക്കു വർഷിച്ചെന്നറിഞ്ഞുകൂടാ. ഉന്മാദത്തിന്റെ തിരത്തള്ളലിൽ അടഞ്ഞുപോയ കണ്ണു തുറക്കുമ്പോൾ മുന്നിൽ നിലാവിതളുകളുടെ ഒരു കുന്ന്. അതിനടിയിൽ അവളെവിടെയെന്നു തിരക്കാൻ തുടങ്ങുമ്പോഴാണ് ഒരു കാര്യം ശ്രദ്ധിച്ചത്. പുറത്ത് നിലാവു തീരെ തീർന്നിരിക്കുന്നു. എല്ലാം കൂടി അകത്തൊരു കുന്നായി മാറിയിരിക്കുന്നു.

■

ചാരം

കഴിഞ്ഞ ഏതോ ഒരു നിമിഷത്തിൽ രാമൻനായർ എന്ന വിശ്വസ്തനായ നായ മരിച്ചു; അതോ മരണത്തെ സ്വയം സ്വീകരിച്ചോ? അതു രാമൻ നായർക്കു തന്നെ സംശയമായി.

വളരെ കരുതലോടെ രാമൻനായർ ചുറ്റും നോക്കി - ആരെങ്കിലും തന്നെ കാണുന്നുണ്ടോ?

ഇല്ല, എന്നുറപ്പായപ്പോൾ രാമൻനായർ ഒരു കള്ളനെപ്പോലെ പതുങ്ങി ഇടനാഴിയിലേക്കിറങ്ങി, ആവുന്നത്ര വേഗത്തിൽ നടന്നു.

ഈ നടത്തം ആരും കാണരുത്?

രാമൻനായർക്ക് ഇത്ര വേഗമുണ്ടെന്നും രാമൻനായർക്ക് ഇങ്ങനെയും ഭാവങ്ങളുണ്ടെന്നും മറ്റാരും അറിയരുത്.

സേട്ടു വിളിക്കുന്നു എന്നു പറഞ്ഞപ്പോൾ എല്ലാവരും തലയെത്തിച്ച് തന്നെത്തന്നെ നോക്കിയതാണ്. ആ കണ്ണുകളിലത്രയും അസൂയയായിരുന്നു. അവരുടെ അടക്കിയ ശബ്ദങ്ങളിലാകെയും വെറുപ്പും ഈർഷ്യയുമായിരുന്നു.

അവരുടെ ദുഷിച്ച മുഖങ്ങൾക്കു നേരെ പുച്ഛത്തോടെ നോക്കി നടക്കുമ്പോൾ ഉള്ളിൽ ആഹ്ലാദത്തിന്റെ തിരകളുയർന്നുകൊണ്ടിരുന്നു.

സേട്ടു സന്തോഷിച്ചിരിക്കും-

ഈ മുഖം നോക്കി നേരിൽ പറയാനാവും വിളിച്ചത്.

രാമൻനായരെ, ഈ മാസം മുതൽ തനിക്കു നൂറുരൂപാ ശമ്പളം കൂട്ടിയിരിക്കുന്നു.

അല്ലെങ്കിൽ

രാമൻനായരെ, തന്റെ വീട്ടിലേക്കാവശ്യമുള്ള തുണി എടുത്തോ?

അതുമല്ലെങ്കിൽ

രാമൻനായരെ, മൂത്ത ചെറുക്കനെക്കൂടെ നാളെ മുതൽ കടയിൽ നിർത്തിക്കോ–

ഇതിലേതെങ്കിലും ഒരു വാക്ക് ഒരനുഗ്രഹംപോലെ, ഒരു വരപ്രസാദം പോലെ ആ മുഖത്തുനിന്നുതിർന്നു വീഴും.

ഒരാളോട് ഏറെ സ്നേഹം തോന്നുമ്പോൾ സേട്ടുവിന്റെ സ്വഭാവമാണ്, അയാളെ ഗോഡൗണിനു പിന്നിലുള്ള പ്രൈവറ്റു റൂമിലേയ്ക്കു വിളിച്ച് സ്വകാര്യമായി കുറെ ഉപദേശങ്ങൾ നൽകിയ ശേഷം ഇങ്ങനെ ഏതെങ്കിലും ഒരു വരംകൊണ്ട് അയാളെ അനുഗ്രഹിക്കുക.

മുമ്പൊരിക്കൽ ഹമീദിനെ പിരിച്ചുവിട്ട ദിവസം, ജോലിക്കാരെല്ലാം കൂടി സഹതപിച്ചു നിന്നപ്പോൾ ഒരു പയ്യൻ വന്നു പറഞ്ഞു.

രാമൻനായരെ മുതലാളി വിളിക്കുന്നു.

ഒന്നുമോർക്കാതെ ഓടി.

ഗോഡൗണിനു പിന്നിലുള്ള പ്രൈവറ്റ് റൂം, അതിനുള്ളിൽ ഭാഗ്യത്തിന്റെ മുത്തുകളുതിർക്കുന്ന സേട്ടുവും മാത്രമായിരുന്നു മനസ്സിൽ!

അകത്ത് ചിരിച്ചിരിക്കുന്ന സേട്ട്ജി.

ഭവ്യതയോടെ ഒതുങ്ങി നിന്നു.

സേട്ട്ജിയുടെ മുഖത്തെ ചിരിക്ക് ഒന്നു കൂടി പ്രകാശം വീണു. ആ നാവ് ചലിച്ചു. ഭാഗ്യത്തിന്റെ മുത്തുകൾ കാതിൽ വന്നുതട്ടി.

രാമൻനായരെ, തനിക്കു നൂറു രൂപാ വീതം ശമ്പളം കൂട്ടിയിരിക്കുന്നു. തന്റെ മക്കൾക്ക് ആവശ്യത്തിനുള്ള തുണികൂടി എടുത്തോ.

എന്തു ചെയ്യണമെന്നറിയാതെ, നിശ്ശബ്ദനായി നിശ്ചലനായി നിന്നപ്പോൾ വീണ്ടും മുത്തുകൾ പൊഴിഞ്ഞു.

പൊയ്ക്കോ.

ഇറങ്ങി നടക്കുമ്പോൾ വല്ലാത്ത ഉത്സാഹം സിരകളിലുറഞ്ഞുയർന്നു. എന്തൊക്കെയോ നേടിയതുപോലൊരു തോന്നൽ!

ഇടനാഴിക്കു ദൂരമില്ലായിരുന്നു.

ഷോറൂമിനുള്ളിൽ നിറഞ്ഞുനിൽക്കുന്ന കസ്റ്റമേഴ്സുമായി ഇടപെടുമ്പോൾ രാമൻനായർക്കു രാമൻനായരോടുതന്നെ അസൂയയായിരുന്നു.

തുണി മുറിക്കുന്ന കൈകൾക്ക് എങ്ങിനെ വന്നു ഇത്ര ആവേശം, ആൾക്കാരോട് ഇടപെടാൻ അവരെ വശത്താക്കാൻ ഇത്ര മനോഹരമായ പദങ്ങൾ എവിടുന്നു കിട്ടി. ആവശ്യത്തിനു മാത്രം ബില്ലെഴുതാനും

സാധനങ്ങൾക്ക് ആൾക്കാരെ നോക്കി വിലയിടാനുമുള്ള സാമർത്ഥ്യം ആരു തന്നു?

എല്ലാം അദ്ഭുതമായിരുന്നു. സ്വയം അസൂയയായിരുന്നു.

ആവേശത്തോടെ ഓടി നടക്കുമ്പോൾ ആരോ പറഞ്ഞു.

നാളെ മുതൽ പണിമുടക്കണം. ഹമീദിനെ തിരിച്ചെടുക്കുംവരെ.

പണിമുടക്കണോ? കടയിൽ തുണി മുറിക്കാതെയും ബില്ലെഴുതാതെയും ഇരുന്നാൽ സേട്ട്ജിക്കു നഷ്ടമല്ലേ? ശമ്പളം തരുന്ന സേട്ട്ജിയോട് അനീതി കാട്ടാമോ? ഇല്ല. രാമൻനായരെ അതിനു കിട്ടില്ല.

പലരും നിർബന്ധിച്ചു.

നിർബന്ധിച്ചവരെ എതിർത്തു.

അടുത്ത പ്രഭാതത്തിൽ പുത്തനുടുപ്പണിഞ്ഞ മക്കളോടൊത്തിരുന്ന് കാപ്പികുടി കഴിഞ്ഞ് കട തുറന്നു.

കടയിലൊറ്റയ്ക്കു ജോലി ചെയ്യാനെന്തോരാവേശമായിരുന്നു. പുറത്തിരുന്നു മുദ്രാവാക്യം മുഴക്കുന്നവരോടു വെറുപ്പായിരുന്നു.

അവരുടെ അലർച്ചയ്ക്കിടയിൽ അവർ രാമൻനായരെ തെറി വിളിച്ചു.

അവർ എഴുതിവച്ചിരുന്ന പ്രഖ്യാപനങ്ങളിൽ രാമൻനായർ കരിങ്കാലിയാണെന്നു പറഞ്ഞിരുന്നു.

അപ്പോൾ ചിരിയായിരുന്നു.

അനേകം അർത്ഥങ്ങൾ ഒളിപ്പിച്ചുവച്ചുകൊണ്ട് ചിരിക്കാൻ സേട്ട്ജിയിൽ നിന്നു പണ്ടേ പഠിച്ചിരുന്നു.

അവരുടെ കണ്ണുകൾക്കുനേരെ ആ ചിരി എറിഞ്ഞു.

നിങ്ങളുടെ അർത്ഥത്തിൽ കരിങ്കാലി എന്നു പറഞ്ഞാൽ ആത്മാർത്ഥതയുള്ളവനാണ് എന്നാണർത്ഥം. രാമൻനായരങ്ങനെയാണ്. രാമൻനായർ എന്നുമങ്ങനെയായിരിക്കും. രാമൻനായർക്കങ്ങനെയാവാനേ കഴിയൂ. നിവർന്ന നട്ടെല്ലും ചങ്കൂറ്റവുമുള്ള രാമൻനായർക്ക് ആരുടെയും സഹായം വേണ്ടാ.

കടയ്ക്കുള്ളിലെ ജോലി അത്രയും ഒറ്റയ്ക്കു ചെയ്തു. സേട്ട്ജിക്ക് ആദ്യമാദ്യം ആഹ്ലാദമായിരുന്നു.

ദിവസങ്ങൾ പലതു കടന്നപ്പോൾ, പുറത്തെ വിളികൾ ഏറിവരികയും ആൾക്കാർ കൂടുതലാവുകയും ബോർഡുകൾകൊണ്ട് പരിസരമാകെ നിറയുകയും ചെയ്തപ്പോൾ സേട്ട്ജിയുടെ മുഖം കറുത്തു.

എപ്പോഴും അസ്വാസ്ഥ്യം ആ മുഖത്തു നിറഞ്ഞു നിന്നു.

പുറത്തേക്കു പോയ സേട്ട്ജി വരാൻ വളരെ വൈകി, വന്നപ്പോൾ ചിന്താധീനനെപ്പോലെ ഒരിടറിയ ശബ്ദത്തിൽ പറഞ്ഞു.

എന്റെ നല്ലതിനു ഞാൻ തോൽക്കണം. ഹമീദിനെ തിരിച്ചെടുക്കാമെന്ന് ഞാൻ യൂണിയനു വാക്കുകൊടുത്തു.

വല്ലാത്തൊരസ്വാസ്ഥ്യം തോന്നി. ഒരാൾകൂടി രക്ഷപ്പെടുന്നതിലുള്ള അസൂയയല്ല. പിന്നെന്തോ പേരില്ലാത്ത ഒരു വല്ലാത്ത വികാരം മനസ്സിൽ ഉഴറി നടന്നു.

നിശ്ശബ്ദനായി നിന്നു.

പുറത്തിരുന്നട്ടഹസിച്ചവർ, പരിഹസിച്ചവർ കടയ്ക്കുള്ളിലായി. കടയ്ക്കു ജീവൻ വീണു. ഒച്ചയായി ബിസിനസ്സായി.

ഇടയ്ക്കിടയ്ക്ക് അവർ രഹസ്യമായി രാമൻനായരെ കുത്തുവാക്കുകൾകൊണ്ടു പൊതിഞ്ഞു.

എതിർത്തപ്പോൾ പരസ്യമായും പിന്നെ മുഖത്തോടുമുഖം നിന്നും അവർ ചീത്ത പറഞ്ഞു.

ഒതുങ്ങിക്കഴിയുകയാണ് നന്നെന്നു തോന്നി. സ്വയം ഉൾവലിഞ്ഞു. എങ്കിലും പുറത്ത് ഇല്ലാത്ത ഭാവങ്ങൾ കാട്ടി, മുതലാളിയുടെ വക്താവായി, സേട്ട്ജിക്കുവേണ്ടി സംസാരിച്ചു. അതൊന്നും ഫലിച്ചില്ല.

ഇനി ഇപ്പോൾ ഈ ഭാവങ്ങളുമായി അവരെ കാണുന്നതിൽ ഭേദം മരിക്കുകയാണു നന്നെന്നു രാമൻനായർക്കു തോന്നി.

അവരെങ്ങാനും ഈ വിവരം അറിഞ്ഞാൽ, പരിഹാസത്തിന്റെ ശരങ്ങളെയ്ത് ഇഞ്ചിഞ്ചായി കൊല്ലും.

രാമൻനായർ ഇടനാഴി കടന്നപ്പോൾ ഒന്നു നിന്നു. ഇനി ഷോറൂമാണ്. ഷോറൂം ക്രോസ് ചെയ്യാതെ റോഡിലേക്കിറങ്ങാൻ മറ്റു വഴികളില്ല.

ഇപ്പോഴിറങ്ങിയാൽ അവരെല്ലാം ശ്രദ്ധിക്കും. കുറെക്കൂടെ ആളു കൂടട്ടെ; രാമൻനായർ ഇടനാഴിയുടെ അറ്റത്ത് മുകളിലേയ്ക്കു കയറുന്ന സ്റ്റെയർകെയ്സിനു കീഴിൽ ഒതുങ്ങി നിന്നു.

ഈ വഴിയിലൂടെ നിമിഷങ്ങൾക്കു മുമ്പു കടന്നുപോകുമ്പോൾ സേട്ട്ജിയിൽ നിന്ന് ഇങ്ങനെ ഒരു വാക്കോ, ഒരു ഭാവമോ സ്വപ്നം കണ്ടിരുന്നുപോലുമില്ല.

ആ മുഖം ഒരു നാടകനടന്റേതുപോലെ തോന്നി. ദുഃഖം അഭിനയിക്കുന്നതുപോലെ, വേദന കടിച്ചിറക്കുന്നതു പോലെ, നിയന്ത്രിക്കാനാവാതെ

പറയുകയാണെന്ന ഭാവത്തിൽ അനന്തതയിലേയ്ക്കു ദൃഷ്ടികളൂന്നി സേട്ട്ജി മുരണ്ടു.

രാമൻനായരേ, ദുഃഖംകൊണ്ട് എന്നെത്തന്നെ നിയന്ത്രിക്കാനാവാത്തൊരവസ്ഥയിലാണ് ഞാനിപ്പോൾ. എനിക്കിത്രയും ആൾക്കാരെ പോറ്റാനുള്ള ശേഷിയില്ല. അവന്മാരെ ആരേലും പറഞ്ഞുവിട്ടാൽ വീണ്ടും ബഹളമാകും. രാമൻനായർക്ക് ഇത്രേം നാളത്തെ പരിചയമുണ്ടല്ലോ? എവിടേലും ഒരു ജോലി കിട്ടാൻ ഒട്ടും പ്രയാസമുണ്ടാവില്ല.

സേട്ട്ജി വികാരാധീനനെപ്പോലെ വാക്കുകൾ നിർത്തി. തിരിഞ്ഞ് പുറംഭിത്തിയിലേയ്ക്കു നോക്കി നില്പായി.

ആ വാക്കുകൾ അഗ്നിയായി, ഹൃദയത്തെ എരിച്ചു ദേഹത്തെയാകെ പൊള്ളിച്ചു നിന്നപ്പോൾ എവിടെനിന്നൊ ഒരു തീരുമാനം തലച്ചോറിലേക്കിഴഞ്ഞെത്തി-

ഇതിനുള്ളിൽ ഇവർ കാൺകെ എരിഞ്ഞു വീഴരുത്. വാക്കുകളില്ലാത്ത, ശബ്ദങ്ങളില്ലാത്ത, എരിഞ്ഞുകൊണ്ടിരിക്കുന്ന ഒരു രൂപമാണ് താനെന്ന് രാമൻനായർക്കു സ്വയം തോന്നി.

വേഗം പുറത്തേക്കിറങ്ങണം.

ഇവരുടെ മുന്നിലൂടെ നിഴലായെങ്കിലും നിവർന്ന ശിരസ്സോടെ പുറത്തേയ്ക്കു പോകണം.

രണ്ടും കല്പിച്ച് രാമൻനായർ ഷോറൂം മുറിച്ച് റോഡിലേയ്ക്കിറങ്ങി. പിന്നിലെന്തോ ശബ്ദം കേട്ടു. തിരിഞ്ഞു നോക്കിയില്ല. ആഞ്ഞു നടന്നു. നടക്കുമ്പോൾ ഒന്നുമാത്രം ആഗ്രഹിച്ചു. എരിഞ്ഞുവീഴുന്നത് ഈ റോഡിലാവരുത്, ഈ ചാരം അവർ കാണരുത്!

■

പ്രവാഹം

ശാപത്തിന് ആരെയെങ്കിലും ഹനിക്കുവാനുള്ള കഴിവുണ്ടായിരുന്നെങ്കിൽ വിക്രമൻ എന്നേ ചാമ്പലാകുമായിരുന്നു. ഉറക്കം അതിന്റെ മൂർദ്ധന്യത്തിലെത്തുമ്പോൾ ഹുങ്കിന്റെ ശബ്ദം കലർന്ന അവന്റെ ബൈക്ക് പുറത്ത് ഇരച്ചുനില്ക്കുന്നതും വിസിലടിച്ചുകൊണ്ടവൻ മുറിയിലേക്കു വരുന്നതും ലൈറ്റിട്ട് ബെഡ്സ്റ്റ് നിവർത്തി ആരോടെന്നില്ലാതെ നിമിഷങ്ങളോളം സംസാരിച്ചുകൊണ്ടു കിടക്കുന്നതും എന്നും നിദ്രയുടെ നേർത്ത ഇഴകളെ മുറിക്കുന്നു.

അപ്പോഴെല്ലാം സ്വയമറിയാതെ ശപിച്ചു പോകുന്നു.

ഇവനെന്നും ഇങ്ങനെയാണ്. പാതിരാത്രിവരെ ഇരുന്നു റമ്മി കളിച്ചാലും മതിയാവില്ല. ഒരൊറ്റ ദിവസംപോലും അവൻ സ്വയം കളി മതിയാക്കിയിട്ടില്ലത്രെ. എന്നും ആരെങ്കിലും എഴുന്നേല്പിച്ചു വിടുകയാവും പതിവ്!

ഇതെല്ലാം അറിഞ്ഞുകൊണ്ടുതന്നെയാണ് ഇവിടേക്കു വിക്രമന്റെ റൂംമേറ്റായി വന്നത്. സൗകര്യമായി മുറികളെങ്ങും കിട്ടാത്തതുകൊണ്ടാണോ അതോ വ്യത്യസ്തനായ ഒര മനുഷ്യന്റെകൂടെ താമസിക്കാനുള്ള അഭിനിവേശമാണോ തന്നെ ഇവിടേക്കു നയിച്ചത്? ഏതെന്നു തികച്ചും വ്യക്തമല്ല. എന്തായാലും ഇന്നു വിക്രമനോടു പറയണം-

നിന്റെ ഈ പോക്ക് എങ്ങോട്ടാണ്? നിനക്കു നിയന്ത്രണത്തിന്റെ യാതൊരു ചങ്ങലകളുമില്ലെന്ന് നീയറിയുന്നുണ്ടോ?

അവന്റെ നിലയെക്കുറിച്ചു പറഞ്ഞുകൊടുക്കുമ്പോൾ ഒരുപക്ഷേ, അവൻ ബോധവാനായേക്കും.

വെറുതെ കിടന്നു.

എത്രനേരം ഇങ്ങനെ കാത്തുകിടന്നാലാണവൻ എത്തുക. മേശമേലിരുന്ന വാച്ചെടുത്തു നോക്കി - മണി ഒന്നു കഴിഞ്ഞിരിക്കുന്നു. പുറത്തു ശബ്ദങ്ങളെല്ലാം അവസാനിച്ചിരിക്കുന്നു. നഗരവും നഗരത്തിന്റെ

സിരകളായ റോഡുകളും എല്ലാം തളർന്നുറങ്ങിയിരിക്കുന്നു. എന്നിട്ടും വിക്രമനെത്താൻ നേരമായില്ല.

ഈ നിശ്ശബ്ദതയിൽ ശബ്ദങ്ങളുടെ ഓളമനക്കിക്കൊണ്ട് ഒരു ബൈക്കു വരുന്നുണ്ടോ?

കാതോർത്തു കിടന്നു.

കാതിൽ ഇരുളിന്റെ ഗീതികൾ താളത്തിൽ മുഴങ്ങി.

നിദ്രയുടെ സംഗീതം!

മുഖത്തിനുനേരെ ഒരു മാന്ത്രികനെപ്പോലെ ഇരുൾച്ചിറകുകൾ ആലസ്യത്തിന്റെ കാറ്റു വീശിവിട്ടു.

നിദ്രയുടെ ലാസ്യത!

അറിയാതെ കണ്ണുകളടഞ്ഞു. കാതടഞ്ഞു. മനസ്സടഞ്ഞു.

അടഞ്ഞ മനസ്സിൽ, കാതിൽ, കണ്ണിൽ അനന്തനീലസമുദ്രം, യുഗങ്ങളുടെ ശക്തിയാകെ ആവാഹിച്ചുകൊണ്ടുള്ള കടലൊഴുക്ക്. ആ ഒഴുക്കിൽ ഒരിലപോലെ നീന്തി നീന്തി ചെല്ലുമ്പോൾ മുന്നിൽ കടുംചുവപ്പു നിറത്തിലൊരു കുന്നിക്കുരു പ്രവാഹത്തെ തടയുന്നു.

മഹാസമുദ്രത്തിനു മുന്നിൽ കുന്നിക്കുരു!

ഹുങ്കാരശബ്ദത്തിൽ പുറത്ത് ബൈക്കു വന്നു നില്ക്കുന്നതു കേട്ടു. ബൈക്ക് സ്റ്റാന്റിടുന്നതും വിസിലടിച്ചുകൊണ്ട് കതകു തുറക്കുന്നതും അകത്തു കടന്ന് ലൈറ്റിടുന്നതും ശ്രദ്ധിച്ചു.

ഇനി ബെഡ്ഡു നിവർത്തി വെളിച്ചത്തെ നോക്കി സ്വയം പിറുപിറുക്കുന്ന നിമിഷങ്ങളാണ്. അതാണ് അവനോടു സംസാരിക്കാൻ പറ്റിയ സമയം.

പെട്ടെന്ന് ബെഡ്ഡു നിവർത്തുന്ന ശബ്ദം കേട്ടു. അതേ വേഗത്തിൽ ലൈറ്റുമണഞ്ഞു.

ഇന്നെന്താണിതു പതിവില്ലാതെ.

ഉറക്കം മാറാത്ത കണ്ണുകൾ തുറക്കാതെ തന്നെ വിളിച്ചു.

വിക്രമാ.

അവൻ മിണ്ടിയില്ല.

മെല്ലെ കണ്ണുതുറന്നു നോക്കി-

ഇരുളിൽ ഇരുൾത്തുണ്ടുപോലെ അവൻ കിടക്കുന്നു.

ഇന്നു കളി തോറ്റു കാണും. ആ മാനസികക്ഷോഭം അവനെ തളർത്തിയതാവും.

വിളിക്കണോ?

ഇപ്പോൾ വിളിച്ചു സംസാരിച്ചാൽ അവന്റെ മനസ്സിലെ കൊച്ചുകുരുവി പുറത്തേക്കു ചാടും. ഈ കൊടുങ്കാറ്റും പേമാരിയുമേൽക്കാൻ ആ പട്ടു തൂവലുകൾക്ക് കരുത്തുണ്ടാവില്ല.

പിന്നെയാകട്ടെ. അവന്റെ മനസ്സിനു പാകത്തിൽ ഋതുക്കൾ മാറിവരുമ്പോഴാകട്ടെ.

വീണ്ടും കണ്ണടയ്ക്കാത്ത താമസം. അനന്തനീലപ്രവാഹം കുന്നിക്കുരുവിനു മുന്നിൽ വഴിമുട്ടിനില്ക്കുന്ന കാഴ്ച!

എത്രനേരം അങ്ങനെ നിന്നു.

ഏതോ ഒരദമ്യനിമിഷത്തിൽ ആ നീലപ്രവാഹമാകെ കുന്നിക്കുരുവിനുള്ളിലേക്ക് ഒഴുകിക്കയറി.

കതകിനു ശക്തിയായ മുട്ടു കേട്ടു.

ഉണരുമ്പോൾ പുറത്തു നനഞ്ഞ മഞ്ഞച്ചിറകുകൾ വിരുത്തുന്ന പ്രായമെത്താത്ത പകൽ!

ഒരു സ്വപ്നമിത്ര ചെറുതാണോ എന്നാലോചിച്ച്, അല്ല ഒരു ചെറിയ സ്വപ്നത്തിൽ നേരം വെളുക്കുമോ എന്നദ്ഭുതപ്പെട്ടു കിടക്കുമ്പോൾ നിമിഷങ്ങളിലേക്കു നിന്നുപോയ ഒച്ച പൂർവ്വാധികം ഉച്ചത്തിൽ മുഴങ്ങി.

എഴുന്നേറ്റു ചെന്നു കതകു തുറന്നു. കതകിനു പുറത്ത്, പരിഭ്രമിച്ചു നില്ക്കുന്ന ലോഡ്ജിലെ പയ്യൻ.

"വിക്രമൻസാറിനെ ആരോ കുത്തിക്കൊന്നു."

"ങ്ങേ....?........." ശബ്ദങ്ങളൊന്നുമില്ലായിരുന്നു."

"ഇന്നലെ രാത്രി പന്ത്രണ്ടു മണിക്കാണ്. ചീട്ടുകളിച്ചോണ്ടിരുന്നിടത്തു വച്ച്, അപ്പഴെ ചത്തു."

ശബ്ദമുറഞ്ഞ, ശ്വാസമുറഞ്ഞ, രക്തമുറഞ്ഞ, സ്വന്തം ശരീരം എന്നെന്നേക്കുമായി നിശ്ചലമായതുപോലെ തോന്നി. പിന്നെപ്പോഴോ എന്തോ ഓർത്തിട്ടു വേഗം, വളരെ വേഗം മുറിയിലേക്കു തിരിഞ്ഞ് വിക്രമന്റെ ബെഡ്ഡിലേക്കു നോക്കി – ഇന്നലെ എപ്പോഴോ ചുരുട്ടിവച്ചതുപോലിരിക്കുന്നു. പുറത്തേക്കു നോക്കി – ബൈക്കു വന്ന യാതൊരടയാളങ്ങളുമില്ല!

അപ്പോൾ ഇന്നലെ കേട്ട ശബ്ദം?

ഇന്നലെ രാത്രി ഇതിനുള്ളിലുറങ്ങിയ മനുഷ്യൻ?

മരവിച്ച മനസ്സ് ഇളകിയ സമുദ്രമായി. അനന്തനീലപ്രവാഹം! ചുവന്ന കുന്നിക്കുരുവിലൊളിക്കുന്ന മഹാസമുദ്രം! ആ മഹാദ്ഭുതത്തിനു മുന്നിൽ നിശ്ശബ്ദനായി നില്ക്കുമ്പോൾ ഉള്ളിൽ വിടവുകളില്ലാത്ത ഒരു നിലവിളി ഉയർന്നുപൊട്ടുകയായിരുന്നു.

■

ദർശനം

കൈകൾ കൂപ്പി മാറോടു ചേർത്തു; ശിരസ്സ് നമിച്ചു; എന്നിട്ട് മനസ്സിന്റെ ചെപ്പു തുറന്നു.

"എന്റെ ദേവീ...."

യാത്ര തുടങ്ങും മുൻപ് ഇതു പതിവുള്ളതാണ്. ദേവിയെ ധ്യാനിച്ചു കഴിഞ്ഞാൽ മനസ്സിനൊരു സുഖമാണ്. അതുവരെയുള്ള ആയാസമെല്ലാം അകന്നുപോകും. സുഖകരമായ ലാഘവത്വം മനസ്സിലും ശരീരത്തിലും വന്നു നിറയും.

പക്ഷേ, ഇന്ന്....

ഇന്നെന്തോ വല്ലാത്തൊരസ്വാസ്ഥ്യം. സെക്യൂരിറ്റി ചെക്കുകഴിഞ്ഞ് വിമാനത്താവളത്തിൽ കാത്തിരിക്കുമ്പോൾ തോന്നി, ശ്വാസംമുട്ടി മരിച്ചു പോകുമെന്ന്. അത്രയ്ക്ക് അസഹ്യമായ രീതിയിലാണ് ഉള്ളിന്റെ ഉള്ളിലേയ്ക്ക് ഉത്കണ്ഠയുടെ ഉൾപ്പുക ഊറിനിറയുന്നത്. യാത്ര തുടങ്ങുമ്പോഴെങ്കിലും ഇതു മാറുമെന്നു കരുതിയതാണ്. പക്ഷേ, തെറ്റിപ്പോയി. കഴിഞ്ഞ ഏഴു ദിവസം അനുഭവിച്ചതിനേക്കാൾ അധികരിച്ച അസ്വാസ്ഥ്യമാണിന്ന്. എല്ലാറ്റിനും കാരണം ആ കത്താണ്.

എത്ര സന്തോഷത്തോടെയാണ് അന്നു രാവിലെ സ്റ്റുഡിയോയിലെത്തിയത്! ജോലി തുടങ്ങും മുൻപ് തപാൽ നോക്കാറുണ്ട്. അന്നു പതിവിലേറെ കത്തുകളുണ്ടായിരുന്നു. എല്ലാംകൂടി ട്രേയിലാക്കി മേശപ്പുറത്തു വച്ചിരിക്കുന്നു. അത്യാവശ്യജോലികൾ ഉള്ളതുകൊണ്ട് കത്തുകളൊക്കെ പിന്നീട് നോക്കാമെന്നു കരുതി ട്രേ നീക്കി വച്ചതാണ്. അതിനിടയിലാണ് ആ കവർ കണ്ണിൽപെട്ടത്. ഒരു കനത്ത പായ്ക്കറ്റ്. ഇതിലെന്തായിരിക്കും? ആരാണ് ഇതയച്ചത്? ആകാംക്ഷയോടെ അതു മറിച്ചുനോക്കി.

"ഫ്രം മാതാ മൃണാളിനി."

അമ്പരന്നുപോയി. ജിജ്ഞാസയോടെയാണ് കവർ പൊളിച്ചത്. അതിനുള്ളിൽ വിമാനടിക്കറ്റും ഒരു കത്തും. കത്ത് നിവർത്തി നോക്കി. ഇടത്തേക്കു ചരിഞ്ഞ ഇംഗ്ലീഷ് അക്ഷരങ്ങൾക്കു വല്ലാത്ത തിളക്കം:

ഹരികൃഷ്ണന്,

അവിചാരിതമായ ഒരദ്ഭുതമായിരിക്കും നിനക്ക് ഈ കത്ത്. ഏഴുവർഷം മുൻപ് കാട്മണ്ഡുവിലെ മെഡിറ്റേഷൻ സെന്ററിൽ കണ്ട മൃണാളിനിയാണ് ഇതെഴുതുന്നത്. അന്നു നീ കളിയാക്കിയതുപോലെ ഇന്നു ഞാൻ മാതാ മൃണാളിനിയാണ്. ഹിമാലയസാനുവിലെ ഏറ്റവും പ്രശസ്തയായ മാതാജി. അന്നത്തെ നമ്മുടെ അവിചാരിതമായ കൂടിക്കാഴ്ചയാണ് ഈ പരിണാമത്തിന്റെ നിമിത്തം. ആ കഥയൊക്കെ നേരിൽ പറയാം. എനിക്കു നിന്നെ അത്യാവശ്യമായി ഒന്നു കാണേണ്ടിയിരിക്കുന്നു. ഈ കവറിൽ വിമാനടിക്കറ്റുണ്ട്. ഇങ്ങോട്ടുവരാനും തിരിച്ചുപോകാനും. രണ്ടും ഓപ്പൺ തന്നെ. അതുകൊണ്ട് ഇഷ്ടമുള്ളപ്പോൾ വരാനും അതുപോലെ തിരിച്ചുപോവാനും കഴിയും. പക്ഷേ, ഈ ഇഷ്ടത്തിന്റെ സമയപരിധി ഈ കത്തു കിട്ടി ഒരാഴ്ചയ്ക്കുള്ളിലായിരിക്കണം. എപ്പോൾ എത്തുമെന്ന് അറിയിക്കുക. എയർപോർട്ടിൽ എന്റെയാൾക്കാർ കാത്തു നിൽക്കും.

നീ വരുമെന്ന് എനിക്ക് ഉറപ്പുണ്ട്. കാരണം നിന്റെ വരവ് എനിക്ക് അനിവാര്യമാണ്.

മൃണാളിനി.

കത്ത് ഒരിക്കൽകൂടി വായിച്ചു. വീണ്ടും വീണ്ടും വായിച്ചു. ഒന്നും മനസ്സിലാകുന്നില്ല. അവിചാരിതമായ ഒരദ്ഭുതം തന്നെ. ഇങ്ങനെ ഒരു കത്ത് അയയ്ക്കാനോ ഇത്രയേറെ സ്വാതന്ത്ര്യം പ്രകടിപ്പിക്കാനോ തക്ക അടുപ്പമൊന്നും അവരുമായിട്ടില്ല. ഒരൊറ്റ രാത്രിയിലെ പരിചയമാണ്. അന്ന് - ഏഴു വർഷം മുൻപ് - ദേവദാസിന്റെ അതിഥിയായി കാട്മണ്ഡുവിൽ എത്തിയ കാലം.

ഒരാഴ്ച ചുറ്റിക്കറങ്ങാനേ പരിപാടി ഉണ്ടായിരുന്നുള്ളൂ. എല്ലാം കണ്ടു. കുറെ വരച്ചു. ഒടുവിൽ ഏഴാം ദിവസം മടങ്ങാൻ നേരത്ത് അവന്റെ ചോദ്യം:

“നീ പോവ്വാണോ?”

“പിന്നെ?”

അവന്റെ ഇളിഞ്ഞ ചിരിയിലൂടെ ചോദ്യത്തിന്റെ പൊരുൾ പൊഴിഞ്ഞു വീണു.

“സത്യം പറയാമല്ലോ. ഇവിടെവരെ വന്നിട്ട് ഒരു നേരംപോക്കു കൂടി നടത്താതെ നിന്നെ വിടുന്നതിൽ എനിക്കു വിഷമമുണ്ട്...”

വന്നപ്പോൾ മുതലുള്ള നിർബന്ധമാണ്. പക്ഷേ എന്തുകൊണ്ടോ ഇപ്പോൾ അതു വേണ്ടെന്നു തോന്നുന്നു.

“അതു സാരമില്ലെടാ. ഈ ഹിമവാന്റെ സാമീപ്യത്തിനു നേരം പോക്കിനെക്കാൾ ഉന്മാദമുണ്ടായിരുന്നു...”

അതു മുഴുമിക്കാൻ അവൻ സമ്മതിച്ചില്ല.

“നിർത്ത്... നിർത്ത്.... എനിക്കു മനസ്സിലാകാത്ത കാര്യമാണത്. നിനക്കീ രസം അറിഞ്ഞുകൂടാഞ്ഞിട്ടു പറയുവാ. നീ ഇവിടുത്തെ പെണ്ണുങ്ങളെപ്പറ്റി കേട്ടിട്ടുണ്ടോടാ!”

“ഉണ്ടെന്നോ? ധാരാളമായി കേട്ടിരിക്കുന്നു. അതിൽ കൂടുതൽ അറിഞ്ഞിരിക്കുന്നു. അനുഭവിച്ചിരിക്കുന്നു.”

അതിനുള്ള മറുപടി അവന്റെ പരിഹാസച്ചിരിയായിരുന്നു. അവൻ വിശദീകരിച്ചു:

“എടാ, നമ്മുടെ നഗരങ്ങളിൽ ഇവിടുത്തേതെന്നു പറഞ്ഞു കിട്ടുന്നത് ഇറക്കുമതി ചെയ്യുന്ന സാധനങ്ങളല്ലേ? അവയൊക്കെ സങ്കരമാണ്. നഗരത്തിനുവേണ്ടി പ്രത്യേകം സംസ്കരിച്ചയയ്ക്കുന്നതാ. ഇവിടങ്ങനല്ല. ഒറിജിനൽ. നല്ല ഒറിജിനൽ തന്നെ കിട്ടും. അതാണ് അനുഭവിക്കേണ്ടത്.”

അവന്റെ സ്വരത്തിനു പ്രലോഭനത്തിന്റെ മാന്ത്രികത ഉണ്ടോ? ഒരു നിമിഷം ഒന്നും പറയാതെ നിന്നു.

അവൻ വീണ്ടും ചോദിച്ചു:

“എന്താ സമ്മതിച്ചോ? ഞാൻ ഇപ്പോൾ ഏർപ്പാടാക്കാം.”

ഉള്ളിന്റെയുള്ളിൽ ഒരു മോഹം നാമ്പിടുന്നു. അറിയാത്തതിനെ അനുഭവിക്കാനുള്ള അദമ്യമായ ആവേശമായി അതു വളർന്നത് എത്ര വേഗമായിരുന്നു!

“ശരി. ഇങ്ങോട്ടു വരുമോ?”

അവന്റെ മുഖത്ത് ആഹ്ലാദത്തിന്റെ അലയിളക്കം.

“ഇല്ല, നമുക്ക് അങ്ങോട്ടു പോകാം.”

അതു കേട്ടപ്പോൾ അല്പം ഭയം തോന്നി.

"വല്ല കുഴപ്പംപിടിച്ച സ്ഥലവുമാണോ?"

അവൻ ഉറപ്പിച്ചു പറഞ്ഞു:

"ഏയ്, അല്ല. എന്റെ സ്ഥിരം സങ്കേതമാ. ഒരു ധ്യാനകേന്ദ്രം."

ഒടുവിൽ പറഞ്ഞതുമാത്രം മനസ്സിലായില്ല.

"ധ്യാനകേന്ദ്രമോ?"

അവൻ ചിരിച്ചു.

"അതെ. പവിത്രമായ ധ്യാനസങ്കേതം. നീ എന്റെ കൂടെ വാ നമുക്കും അവിടിരുന്ന് ധ്യാനിക്കാം."

പിന്നെല്ലാം പെട്ടെന്നായിരുന്നു. ഡ്രൈവറെ കൂട്ടിയില്ല. അവൻതന്നെ കാറോടിച്ചു. നഗരപ്രാന്തത്തിലുള്ള വിശാലമായ കോംപൗണ്ടിലേക്കു കടക്കുമ്പോൾ ഗേറ്റിൽ കണ്ട ബോർഡ് ശ്രദ്ധിച്ചു - മെഡിറ്റേഷൻ സെന്റർ. പൂത്തുലഞ്ഞ പൂമരങ്ങളുടെ പൂവനം. അങ്ങിങ്ങായി ഉയർന്നുനിൽക്കുന്ന വള്ളിക്കുടിലുകൾ. അതിനിടയിലൂടെ ഒരു പഴയ കെട്ടിടത്തിനു മുമ്പിലേക്ക് അവൻ മെല്ലെ കാർ നിർത്തി. അവിടെങ്ങും ആരുമുള്ള ലക്ഷണം കാണുന്നില്ല. അല്പനേരം കാത്തിട്ട് അവൻ ഡോർ തുറന്നു വിളിച്ചു:

"ഇറങ്ങിവാടാ"

നേരിയ സംശയം തോന്നി.

ഇവൻ കബളിപ്പിക്കാനാണോ?

അറച്ചുനിൽക്കുന്നതു കണ്ട് കൈപിടിച്ചു വലിച്ചുകൊണ്ട് അവൻ വീണ്ടും വിളിച്ചു:

"ധൈര്യമായി വാടാ. ഇതെന്റെ സ്വന്തം സ്ഥലമാ."

അറച്ചറച്ചാണ് അകത്തേക്കു കയറിയത്. പുറമേ കണ്ട പഴക്കം അകത്തില്ല. അതിമനോഹരമായ ഇന്റീരിയർ ഡെക്കറേഷൻ. സ്വീകരണമുറിയും പിന്നിട്ട് ഇടനാഴിയിലൂടെ നടന്ന് അകത്തളത്തിലേക്കു കടന്നപ്പോൾ അവൻ തിരിഞ്ഞുനിന്ന് വീണ്ടും വിളിച്ചു:

"ഹരീ - കേറിവാ..."

ഒപ്പം ചെന്നു.

ഒരു അദ്ഭുതലോകത്ത് അകപ്പെട്ടതുപോലെ. ഇത്തരം എത്രയോ വീടുകളിൽ പോയിരിക്കുന്നു! പക്ഷേ, ഇതുപോലൊന്ന് ഇതുവരെ കണ്ടിട്ടില്ല. ഇതു വല്ല രാജാക്കന്മാരുടെയും വിശ്രമസങ്കേതമാണോ?

പടികൾ കയറിച്ചെന്നതു വിശാലമായ വിശ്രമമുറിയിലേക്കായിരുന്നു. വിശിഷ്ടമായ ഇരിപ്പിടങ്ങളും ശയനസജ്ജീകരണങ്ങളും. അദ്ഭുതത്തോടെ

അതു നോക്കിനിന്നപ്പോൾ ഒരു ചുവന്ന ജ്വാല കണ്ണിൽ തടഞ്ഞു. മഞ്ചത്തിൽ അലസശയനം ചെയ്യുന്ന ഒരഗ്നിജ്വാല.

ഒരടി മുന്നോട്ടു വയ്ക്കാതെ അവിടെത്തന്നെ തറഞ്ഞുപോയി. അതു മനസ്സിലാക്കിയാവും അവൻ രക്ഷയ്ക്കെത്തി.

"ഇതാണ് മൃണാളിനി. ഞാൻ പറഞ്ഞില്ലേ. ഈ സെന്ററിന്റെ ഉടമയും മാനേജരും ധ്യാനത്തിന്റെ പ്രചാരകയുമൊക്കെയായ മൃണാളിനി."

അപ്പോഴും ജ്വാലയിൽ ചലനങ്ങൾ.

"ഇരിക്കൂ..."

മനുഷ്യശബ്ദത്തിന് ഇത്രയും മധുരിമയോ?

അദ്ഭുതപ്പെട്ടുനിൽക്കെ അവന്റെ ഒച്ച മുഴങ്ങുന്നു.

"ഇവൻ ഹരികൃഷ്ണൻ. എന്റെ സുഹൃത്താണ്. ദക്ഷിണേന്ത്യയിൽ നിന്നും വരുന്നു. പ്രശസ്തനായ ചിത്രകാരനാണ്."

അപ്പോഴാണ് ശരിക്കും നോക്കിയത്. ആ കണ്ണുകളിൽ അഗ്നിജ്വാല! ഉള്ളിൽ ഊറിക്കൂടിയ അദ്ഭുതം വാക്കുകളുടെ രൂപത്തിലായി.

"അവിശ്വസനീയമായ ഒരു ദർശനം. മനുഷ്യസ്ത്രീയാണെന്നു വിശ്വസിക്കാനേ കഴിയുന്നില്ല."

കുലുങ്ങിക്കുലുങ്ങിയുള്ള ചിരി. അതിനിടയിൽ മുത്തുപൊഴിക്കുന്ന വാക്കുകൾ.

"ഞാൻ മനുഷ്യസ്ത്രീതന്നെ, മൃണാളിനി."

"എനിക്കെന്തോ വിശ്വസിക്കാൻ കഴിയുന്നില്ല. ഈ ശബ്ദംപോലും മനുഷ്യനു അപ്രാപ്യമാണെന്നു തോന്നുന്നു."

വീണ്ടും ചിരി.

"നിങ്ങൾ കലാകാരന്മാർ ഇങ്ങനെയാണ്. ഏതിലും എന്തും കാണാനുള്ള കണ്ണ് നിങ്ങൾക്കൊരു വരദാനമാണ് അല്ലേ, ദേവദാസ്?"

"അതെ."

അതു പറഞ്ഞുകൊണ്ടവൻ പെട്ടെന്നു കാര്യത്തിലേക്കു കടന്നു.

"ഇവൻ നാളെ പോവുകയാ. അതിനു മുൻപ് ഒരു രസത്തിനുവേണ്ടി ഇതുവഴി ഇറങ്ങിയതാ..."

"അയ്യോ!" മൃണാളിനിയുടെ മധുരശബ്ദത്തിൽ നിരാശയുടെ വിഷാദഭാവം.

"ഇന്ന് കുട്ടികളാരും ഇവിടെയില്ലല്ലോ. ഞാനവരെ ഒരുല്ലാസയാത്രയ്ക്ക് അയച്ചു. നാളെക്കഴിഞ്ഞേ മടങ്ങിവരൂ."

ദേവദാസ് ഇച്ഛാഭംഗത്തോടെ ഇരിപ്പിടത്തിലേക്കമർന്നു.

"ചതിച്ചല്ലോ! എന്റെ കാര്യം പോട്ടെ. ഞാൻ ഇവിടുള്ളയാളല്ലേ? ഇവനാണെങ്കിൽ നാളെ പോകുവാ..."

വല്ലാതെ തോന്നി. ആ ജാള്യം മറയ്ക്കാൻ ആശ്വസിപ്പിക്കലിന്റെ പുതപ്പെടുത്തിട്ടു.

"സാരമില്ലെടാ..."

"എന്നാലും.... ഞാനല്ലേ നിന്നെ വിളിച്ചുകൊണ്ടുവന്നത്."

"ഓ, അതു സാരമില്ല."

മൃണാളിനി അതെല്ലാം കൗതുകത്തോടെ ശ്രദ്ധിക്കുകയായിരുന്നു. പക്ഷേ ഒന്നും പറഞ്ഞില്ല.

അവനാകെ നിരാശനായിക്കഴിഞ്ഞിരുന്നു. ഒന്നും മിണ്ടാതെ കുറേ നേരം അങ്ങനിരുന്നു. പിന്നെ പെട്ടെന്നു ചോദിച്ചു:

"എന്നാൽ ഞങ്ങളിറങ്ങട്ടെ."

അവരും ചുണ്ടനങ്ങി.

"എന്തെങ്കിലും കുടിക്കാം."

"കുടിച്ചാൽ കൂടുതൽ കുഴപ്പമാണ്."

അവൻ എഴുന്നേറ്റു.

അപ്പോൾ അവർ ആകെയൊന്നു നോക്കി. ചുഴിഞ്ഞിറങ്ങുന്ന നോട്ടം. കണ്ണുകളിലൂടെ ഉള്ളിലേക്ക്. ഉള്ളിന്റെ ഉള്ളിലേക്ക്. അവർ എന്തോ തീരുമാനിച്ചുറച്ചതുപോലെ തോന്നി. കുറെനേരം മിണ്ടാതിരുന്നിട്ട് അവരതു പറഞ്ഞു:

"ദാസിന്റെ സുഹൃത്തിനെ നിരാശപ്പെടുത്തണ്ടാ. ഇവിടെവരെ വന്നതല്ലേ? ഇനി ഒരുപക്ഷേ ഇങ്ങോട്ടൊരിക്കലും വന്നില്ലെങ്കിലോ?"

അവൻ ജിജ്ഞാസയോടെ ചോദിച്ചു:

"അതിന് ഇവിടെയാരുമില്ലല്ലോ?"

അവരുടെ മറുപടിയും കുസൃതി നിറഞ്ഞ ചോദ്യമായിരുന്നു:

"ഇവിടെയാരുമില്ലേ?"

അവൻ ഒന്നും മനസ്സിലാകാതെ നിന്നപ്പോൾ അവർ തെളിച്ചുപറഞ്ഞു:

"ഇവിടെ ഞാനില്ലേ?"

അവിശ്വസനീയമായതെന്തോ കേട്ടതുപോലെ അവൻ എടുത്തു ചോദിച്ചു:

"ഇത് സത്യമാണോ?"

അവരുടെ മുഖത്ത് നാണത്തിന്റെ പൂക്കൾ കൂമ്പുന്നു. അതു കാണാൻ എന്തു ചന്തം!

അപ്രാപ്യമായതെന്തോ കിട്ടിയതുപോലെ അവൻ ആവേശത്തോടെ പറഞ്ഞു:

"ഭാഗ്യവാൻ. അപൂർവ്വമായൊരു ബഹുമതിയാണിത്. എത്രയോ നാൾ ഇവിടെ അലഞ്ഞുനടന്നിട്ട് എനിക്കുപോലും കിട്ടാത്ത ഭാഗ്യം."

ആ പ്രലോഭനങ്ങളൊന്നും അവർക്ക് ഇഷ്ടമായില്ലെന്നു തോന്നി. അവർ പെട്ടെന്നു പറഞ്ഞു:

"എന്നാൽ സമയം കളയണ്ടാ. ദാസ് പൊയ്ക്കൊള്ളൂ. രാവിലെ വന്നാൽ മതി."

അവൻ പുറപ്പെടാൻ തയ്യാറായി.

"ശരി. ഗുഡ്നൈറ്റ്. വിഷ് യൂ...."

ബാക്കി കേട്ടില്ല. അപ്പോഴേക്കും അവർ അടുത്തേക്കു നീങ്ങിനിന്ന് ചോദിച്ചു:

"ഹരി, എന്താ കഴിക്കുന്നത്?"

"ഞാൻ രാത്രിയിൽ ഭക്ഷണമൊന്നും കഴിക്കാറില്ല."

അവർ അദ്ഭുതത്തോടെ നോക്കി. എന്നിട്ടു വല്ലാത്ത തൃപ്തിയോടെ പറഞ്ഞു:

"നമ്മൾതമ്മിൽ എന്തൊരു സാമ്യം! ഞാനും രാത്രിയിലൊന്നും കഴിക്കാറില്ല."

പിന്നെ എന്തോ ഓർത്തിട്ടെന്നപോലെ അവർ ചോദിച്ചു:

"എന്തെങ്കിലും കുടിക്കാമോ?"

"ആവാം."

"സോഫ്റ്റ്? ഹോട്ട്?"

"തണുപ്പല്ലേ? ഹോട്ടായിക്കോട്ടെ."

ആ മുറിയിൽതന്നെ എല്ലാം സജ്ജീകരിച്ചിട്ടുണ്ടായിരുന്നു. രണ്ടു ഗ്ലാസുകളിൽ അവർ മദ്യം പകർന്നു. ഒന്ന് ഇടതുകൈയിലെടുത്തു. മറ്റേത് വലതുകൈയിലും. എന്നിട്ട് ഒന്നുരണ്ടു നിമിഷങ്ങളിലേക്കു ധ്യാനനിരതയെപ്പോലെ ഇരുന്നു. പിന്നെ ഇടതുകൈയിലെ ഗ്ലാസ് നീട്ടി. അതു വാങ്ങുന്നതിനിടയിൽ ആത്മഗതം പോലെ അവരുടെ ശബ്ദം:

"ഞാൻ എത്രയോ നാളുകൾക്കുശേഷമാണ് കുടിക്കുന്നത്!" ഒന്നു നിർത്തി അവർ തുടർന്നു: "ഹരീ, നിന്നെ കണ്ടപ്പോൾ തന്നെ എനിക്കിഷ്ടമായി. ഞാൻ തിരഞ്ഞു നടന്ന ആരോ എന്നെത്തേടി വന്നതു പോലെ..."

പിന്നെ പെട്ടെന്നവർ ചോദിച്ചു:

"നീ എന്താണ് വരയ്ക്കുന്നത്. ഓയിലോ വാട്ടർകളറോ?"

"ഇതു രണ്ടുമല്ല."

"പിന്നെ?"

"പെൻ ആന്റ് ഇങ്ക്."

"കൊള്ളാം. ചായം തേയ്ക്കാൻ ഏതു മണ്ടനും കഴിയും. ഫ്രേസന്റെ പെൻ ആന്റ് ഇങ്ക് വർക്ക് നീ ശ്രദ്ധിച്ചിട്ടുണ്ടോ? എനിക്ക് അതെന്തിഷ്ടമാണെന്നോ!"

"ഫ്രേസനാണെന്റെ ഗുരു."

"കൊള്ളാം. അദ്ദേഹം ഇവിടെ വന്നിട്ടുണ്ട്."

വീണ്ടും മദ്യം പകർന്നു.

അവർ നിർത്താതെ സംസാരിച്ചുകൊണ്ടേയിരുന്നു. ചിത്രകലയെപ്പറ്റി, ചിത്രകലയിലെ വിവിധ സങ്കേതങ്ങളെക്കുറിച്ച്... നൈഫ്‌വർക്കിന്റെ അതിസൂക്ഷ്മതകൾ പോലും അവർക്കറിയാം. സംഗീതത്തെക്കുറിച്ചും നൃത്തത്തെപ്പറ്റിയും എന്തൊരു സ്റ്റൈലൻ ഇംഗ്ലീഷിലാണ് അവർ സംസാരിക്കുന്നത്. അവർക്ക് അറിയാത്ത വിഷയങ്ങളില്ലായിരുന്നു. ആ സംസാരം നീണ്ടുനീണ്ട് ഒടുവിൽ അവരുടെ സ്വകാര്യജീവിതത്തെക്കുറിച്ചായി.

മദ്ധ്യഭാരതത്തിൽ കുടിയേറിയ ധൂർത്തനായ ഒരു ഭൂപ്രഭുവിന്റെ ഏകമകൾ. ധനമെല്ലാം ഒഴുക്കിക്കളഞ്ഞപ്പോൾ പ്രഭു യോഗവിദ്യയിലേക്കും ധ്യാനമാർഗ്ഗത്തിലേക്കും തിരിഞ്ഞു. ആസ്ഥാനം സ്വന്തം മാളികവീടു തന്നെയായിരുന്നു. എല്ലാത്തിലും വൻനഷ്ടം വരുത്തിക്കൊണ്ട് പ്രഭു മരിച്ചപ്പോൾ മകൾ തനിച്ചായി. അച്ഛന്റെ കടങ്ങൾ വീട്ടാനും സ്വയം ജീവിക്കാനുമായി മകൾ മെഡിറ്റേഷൻ സെന്ററിന്റെ ചുമതല ഏറ്റെടുത്തു. ഉദ്ദേശിച്ചതുപോലെ ഗുണമുണ്ടായില്ല. ഗതി മുട്ടിയപ്പോൾ സമർത്ഥകളായ സഹായികൾ സെന്ററിനുള്ളിൽത്തന്നെ പണമുണ്ടാക്കാനുള്ള മറ്റു മാർഗ്ഗങ്ങൾ തേടി. മൃണാളിനി ആദ്യം കണ്ണടച്ചു. പിന്നെ ക്രമേണ അതിന്റെ നിയന്ത്രണം അവർ കയ്യിലെടുത്തു. പ്രലോഭനങ്ങൾ എത്രയുണ്ടായിട്ടും മൃണാളിനിക്കു വഴിതെറ്റിയില്ലത്രെ. അതിഥികളോട് അടുക്കുന്നതുപോലും അപൂർവമായി മാത്രം.

“അങ്ങനെയൊരു അപൂർവസമാഗമമാണിത്. പോരെങ്കിൽ ഇന്ന് പൗർണ്ണമിയും.”

അതു പറഞ്ഞുകൊണ്ട് അവർ അടുത്തേക്കു നീങ്ങിവന്നു. എന്തൊരു സുഗന്ധമാണ് ആ സാമീപ്യത്തിന്. ഉന്മാദത്തിന്റെ ഉള്ളറകളിലേക്ക് ഒഴുക്കിക്കൊണ്ടുപോകുന്ന ലഹരി. ആ ലഹരിക്കിടയിലും കൗതുകത്തോടെ തിരക്കി:

“എന്തേ പൗർണ്ണമിയുടെ പ്രത്യേകത?”

“പൗർണ്ണമിയിൽ ഞാൻ സ്വയം മറക്കുന്നു...”

അവ്യക്തമായ ആ മറുപടിയുടെ തുടർച്ചയെന്നോണം സ്വയം അലിയാൻ വെമ്പുന്ന മൃണാളിനിയുടെ സുഗന്ധം!

പിന്നൊന്നും ഓർമ്മയില്ല. സുഗന്ധത്തിന്റെ തേരിൽ ഒരു സുഖാലസ്യ സഞ്ചാരം. എങ്ങോ എത്തിച്ചേരാനുള്ള വെമ്പൽ! അത് എവിടെയോ തടയുന്നു. മേൽവസ്ത്രങ്ങളാണ്. ആ മറപോലും അസഹ്യമായി. അതു കൂടി അഴിച്ചുമാറ്റുമ്പോൾ അതു കണ്ണിൽപ്പെട്ടു. ആ മാറിൽ അപൂർവ്വവലിപ്പമുള്ള മൂന്ന് താമരമൊട്ടുകൾ! ഒരു നിമിഷം മറ്റെല്ലാം മറന്ന് അതു ശ്രദ്ധിച്ചോ? മൃണാളിനിയതു മനസ്സിലാക്കിയെന്നു തോന്നി. ഇരുകൈകളും അവൾ പിണച്ചുവച്ചു. വല്ലാത്തൊരു വാശി തോന്നി. കൈകൾ ബലമായി പിടിച്ചു മാറ്റിയിട്ടാണെങ്കിലും അതു കണ്ടു – അസാധാരണ വലിപ്പമുള്ള മൂന്നു മുലകൾ. ഇങ്ങനെ ആർക്കെങ്കിലും കാണുമോ? കൗതുകം തടയാനായില്ല.

ഒരിക്കൽക്കൂടി ബലം പ്രയോഗിച്ചു നോക്കി.

സാധാരണപോലെ ഇടതും വലതും ഓരോന്ന്. പിന്നെ അതിനു നടുവിൽ അസാധാരണമായി മറ്റൊന്ന്.

ബലപ്രയോഗത്തിൽനിന്നു പിന്മാറില്ലെന്നു കണ്ടപ്പോൾ മൃണാളിനി കൈ അയച്ചു.

“കണ്ടോളൂ... ശരിക്കും കണ്ടോളൂ....”

കണ്ടു. ശരിക്കും കണ്ടു.

അടക്കാനാവാത്ത ആശ്ചര്യം തോന്നി.

അതിന്റെ അലകൾ ചുണ്ടിൽ വിടർന്നതുകൊണ്ടാവും അവർ കരയാൻ തുടങ്ങി.

“ഹരീ... പ്ലീസ്... ഇതാരോടും പറയല്ലെ! ഞാൻ ആരുമായും ബന്ധപ്പെടാത്തതുപോലും ഇതുകൊണ്ടാണ്...”

ഒരിക്കൽക്കൂടി അതിലേക്കു നോക്കി. പിന്നെ ഉറപ്പോടെ പറഞ്ഞു.

"ഇതൊരപൂർവവരദാനമല്ലേ? ഇതിലെന്തിത്ര ലജ്ജിക്കാൻ?"

"എന്നാലും... ഇങ്ങനെ മറ്റാർക്കെങ്കിലുമുണ്ടോ?"

"ഇല്ല. ഞാൻ കേട്ടിട്ടുപോലുമില്ല. എന്തൊരു ഭാഗ്യമാണിത്!"

അവളുടെ പരിഭ്രമം തെല്ലു മാറിയെന്നു തോന്നി.

"ഹരീ. സത്യം പറ. ഇതൊരു വൈകല്യമല്ലേ?"

അവളിൽ തലപൊക്കുന്ന അപകർഷത ശരിക്കും മനസ്സിലായി. അതു മാറ്റണം. ആ മൂന്നു മുലകളിലും ചേർത്ത് മുഖമുരസി അവാച്യനിർവൃതിയോടെ പറഞ്ഞു:

"ഏയ് ഇതു വൈകല്യമല്ല - ഇതു വരദാനമാണ്."

അതു കേട്ടപ്പോൾ, അവൾ ആവേശത്തോടെ അമർത്തിക്കൊണ്ടു ചോദിച്ചു:

"സത്യം പറ. ഇതു കണ്ടിട്ടും ഹരിക്ക് എന്റെകൂടെ കഴിയാൻ തോന്നുന്നുണ്ടോ?"

"ഉവ്വ്. വളരെ കൂടുതലായി."

"സത്യം?"

"സത്യം."

"എങ്കിൽ ഇതൊരപൂർവ്വ അനുഭവമാണ്. അല്ല. ആദ്യത്തെ അനുഭവം."

"എന്താ തെളിച്ചു പറയൂ."

"ഇല്ല. ഇപ്പോൾ ഞാൻ പറയില്ല." ഒന്നു നിർത്തി അവർ തുടർന്നു:

"ദൈവത്തിന്റെ ഏറ്റവും വലിയ ശാപമായിട്ടാണു ഞാനിതിനെ കരുതിയിരുന്നത്."

"ഏയ്... ഇതു ദൈവത്തിന്റെ ഏറ്റവും വലിയ അനുഗ്രഹമാണ്. ഇപ്പോൾ ഇത് പുറത്താരെങ്കിലും അറിഞ്ഞാൽ മൃണാളിനിക്കൊരു ദിവ്യസ്ത്രീയുടെ പരിവേഷംതന്നെ ലഭിക്കും..."

അവർ കുലുങ്ങിച്ചിരിച്ചു.

തമാശയുടെ സ്വരത്തിൽ പ്രലോഭനത്തിന്റെ പദങ്ങൾ വീണ്ടും വീണ്ടും വിതറി:

"സത്യം. ദിവ്യസ്ത്രീയെക്കാണാൻ ജനപ്രവാഹമായിരിക്കും. പിന്നെ ഈ സെന്ററൊന്നും നടത്തേണ്ടതില്ല. പണത്തിന്റെ പ്രളയമായിരിക്കും ഇങ്ങോട്ട്."

അതു കേട്ടുകഴിഞ്ഞപ്പോൾ അവളുടെ ചലനങ്ങളെല്ലാം ഒരു നിമിഷം നിലച്ചോ? ശരിയാണ്. അവൾ തപ്പിത്തടഞ്ഞ് എഴുന്നേറ്റു തിരക്കി.

"ഹരി എന്താ പറഞ്ഞത്?"

പറഞ്ഞത് വീണ്ടും ആവർത്തിച്ചു. പിന്നെ കളിയാക്കലിന്റെ സ്വരത്തിൽ കൂട്ടിച്ചേർത്തു:

"ജനങ്ങൾ നിങ്ങളെ കുറഞ്ഞപക്ഷം ഒരു യോഗിനിയെങ്കിലുമാക്കും."

അവർ എന്തോ ഓർത്ത് ഊറിച്ചിരിച്ചു.

അതു കണ്ട് കളിയാക്കി:

"മാതാ മൃണാളിനി!"

അവൾ ഞെട്ടി നോക്കി.

"ഇപ്പോഴല്ല. ഇപ്പോൾ നീയെന്റെ പ്രിയ മൃണാളിനി."

ആ ചിരിയിൽ അവളും പങ്കുചേർന്നു.

എന്തോ അപൂർവമായതു കിട്ടിയതുപോലെ അവർ ഗാഢം പുണർന്നു. പിന്നെ വല്ലാത്ത ആവേശത്തിൽ ഉമ്മവച്ചു. അല്ല. തുരുതുരെ ഉമ്മകൾ കൊണ്ടുമൂടി. ഓരോ ഉമ്മയും ആ താമരമൊട്ടുകളിലെ ഓരോ ഇതളുകളായിരുന്നു. പൂവിതളുകൾ പൊഴിഞ്ഞുകൊണ്ടേയിരുന്നു. ഒടുവിൽ ഉമ്മപ്പൂവുകളുടെ മൂന്നു കുന്നുകൾക്കിടയിൽ മുങ്ങി അമർന്നുപോയി.

എത്രനേരം അങ്ങിനെ നിസ്സഹായനായി കിടന്നുവെന്നറിഞ്ഞുകൂടാ.

ഒരുവിധത്തിൽ രക്ഷപ്പെട്ടുണരുമ്പോൾ ജനലഴികളിലൂടെ കളിയാക്കിച്ചിരിക്കുന്ന സൂര്യശിശുക്കൾ. ഇത്രവേഗം നേരം വെളുത്തോ? ധൃതിയിൽ എഴുന്നേൽക്കാൻ ശ്രമിക്കുമ്പോൾ മൃണാളിനി പടികൾ കയറി വരുന്നു. അവർ എപ്പോഴാണ് എഴുന്നേറ്റു പോയത്.

"ദാസ് വന്നു പുറത്തുനിൽക്കുന്നുണ്ട്."

കള്ളച്ചിരിയോടെ അവൾ അറിയിച്ചു.

"ഏറെ നേരമായോ?"

"ഉവ്വ്."

മനസ്സില്ലാമനസ്സോടെ ചോദിച്ചു:

"എങ്കിൽ ഞാൻ പോട്ടെ?"

"വേണ്ട." അവർ പറഞ്ഞു:

"ഹരിയെ വിടാൻ എനിക്കു മനസ്സില്ല."

"എനിക്കും"

"സത്യം?"

"സത്യം!"

"എങ്കിൽ ഇവിടെ കൂടിക്കോ..."

വേഗം എഴുന്നേറ്റു.

"കളിപറയാനുള്ള നേരം കണ്ടില്ലേ? എന്റെ ഫ്ളൈറ്റ് തെറ്റും."

"എങ്കിൽ ഹരിയുടെ വിലാസമെങ്കിലും എഴുതിത്തരൂ."

എല്ലാം എഴുതിക്കൊടുത്തു. ഇറങ്ങാൻ നേരത്ത് പ്രത്യേകം ക്ഷണിക്കുകയും ചെയ്തു.

"എന്നെങ്കിലും ദക്ഷിണേന്ത്യയിൽ വന്നാൽ എന്നെ അറിയിക്കണം."

നിരാശയോടെയാണെങ്കിലും അവർ സമ്മതിച്ചു.

"തീർച്ചയായും."

കാറ് അകന്നുപോകുവോളം അവർ വാതിൽക്കൽത്തന്നെ നോക്കി നിൽക്കുകയായിരുന്നു.

ദാസിന് വല്ലാത്ത ആശ്ചര്യം തന്നെ.

"നീ എന്നാലും ഭാഗ്യവാൻതന്നെ!"

ഒരു വിജയിയെപ്പോലെ ചിരിച്ചു. എങ്കിലും ഒരു വിങ്ങൽ മനസ്സിന്റെ ഏതോ കോണിൽ പൊട്ടുന്നു. പ്രിയപ്പെട്ട എന്തൊക്കെയോ ഉപേക്ഷിച്ചു പോകുന്നു എന്ന വേദന.

അപൂർവമായ ഒരനുഭവവുമായാണ് നാട്ടിലേക്കു മടങ്ങിയത്. ക്രമേണ അത് അനുഭവങ്ങളുടെ കൂട്ടത്തിലൊന്നായി. മൃണാളിനിയെപ്പറ്റി പിന്നൊന്നും കൂടുതലായി അറിയാൻ കഴിഞ്ഞില്ല. ദാസിന് സർവീസ് മാറ്റിക്കിട്ടിയതു കാരണം ആ വഴിയും അടഞ്ഞു. അങ്ങനെയിരിക്കെയാണ് ഒരു വിദേശ മാസികയിൽ ആ ഫീച്ചർ കണ്ടത് - സചിത്രഫീച്ചർ. ഒരു ഫോട്ടോ പ്രത്യേകം ശ്രദ്ധിച്ചു. യോഗിനിയുടെ വേഷത്തിലിരുന്ന് മാറു തുറന്നു കാട്ടുന്ന മൃണാളിനിയുടെ ചിത്രം! ആ മുലകൾ! മൂന്നു മുലകൾ! അതേപ്പറ്റിയുള്ള വിവരണത്തിന് ഭീതിയുടെയും ആരാധനയുടെയും ഭാഷയായിരുന്നു. ഹിമാലയസാനുവിൽ ഒരദ്ഭുതയോഗാശ്രമം. അവിടെ ഒരപൂർവ യോഗിനി!

ഉള്ളിൽ ഊറിക്കൂടിയ ചിരിയോടെയാണ് വായിച്ചുതുടങ്ങിയത്. പക്ഷേ, ഒടുവിൽ അമ്പരക്കുകതന്നെ ചെയ്തു. മൃണാളിനിയെക്കുറിച്ച് ഭക്തിയുടെ, ആരാധനയുടെ ഒരു വിത്ത് മനസ്സിന്റെ അടിത്തട്ടിലെവിടെയോ വീണതു പോലെ തോന്നി. അത്രയ്ക്കു മനസ്സിൽത്തട്ടുന്ന വിവരണം.

ധ്യാനകേന്ദ്രം നടത്തിവന്ന കന്യകയ്ക്ക് ജന്മസിദ്ധമായ രണ്ടു മുലകൾക്കു പുറമേ മൂന്നാമതൊരെണ്ണംകൂടി ഈശ്വരൻ നൽകി. “മോക്ഷത്തിന്റെ അമൃതം നിന്റെ മാറിലൂടെ ഒഴുകട്ടെ” എന്നായിരുന്നു ദൈവത്തിന്റെ കല്പന. ഇവിടെ മോക്ഷംതേടി വരുന്ന ജനങ്ങളുടെ പ്രവാഹമാണിപ്പോൾ. മാതാ മൃണാളിനി എല്ലാ പൗർണ്ണമിനാളിലും ഈശ്വരന്റെ വരദാനമായി ലഭിച്ച മൂന്നു മുലകളും ഭക്തർക്കായി തുറന്നിടും. അപ്പോൾ അതിലൂടെ അമൃതം പ്രവഹിക്കും.

അതു വായിച്ചു കഴിഞ്ഞപ്പോൾ തോന്നി, ആ രാത്രിയിലെ വാക്കുകളാണോ ഈ പരിണാമത്തിന്റെ പ്രേരകരഹസ്യമെന്ന്! എത്ര ആലോചിച്ചിട്ടും അതു മനസ്സിലായില്ല.

ഈ അടുത്തകാലംവരെ ആ മാസിക പ്രത്യേകം സൂക്ഷിച്ചിരുന്നു. ഒടുവിൽ സ്റ്റുഡിയോ പുതുക്കിപ്പണിത കൂട്ടത്തിൽ അതെങ്ങോ കാണാതായി. ആ മാസിക വായിച്ച പല സുഹൃത്തുക്കളും ആശ്ചര്യപ്പെട്ടിട്ടും ആരോടും ഒന്നും പറഞ്ഞില്ല. കാരണം, പറയാൻ പോകുന്ന കാര്യം അവരാരും വിശ്വസിക്കില്ല എന്ന് ഉറപ്പായിരുന്നു. അതു വായിച്ചിട്ട് സ്വയം ഒരുതരം അവിശ്വാസത്തിന്റെയോ ആരാധനയുടെയോ അമ്പരപ്പിലേക്ക് കൂപ്പുകൂത്തുകയായിരുന്നു. ക്രമേണ ജോലിത്തിരക്കിനിടയിൽ ആ കാര്യം മറന്നു. ഒടുവിൽ വിസ്മൃതിയെ വിരൽതൊട്ടുണർത്തിക്കൊണ്ടാണ് ആ കത്തും ടിക്കറ്റും വന്നത്.

മൃണാളിനി ഇപ്പോൾ എന്തിനാണിങ്ങനെയൊരു കത്തയച്ചത്? ആ പഴയ കൂടിക്കാഴ്ച അവളിന്നും ഓർക്കുന്നുണ്ടോ? അവളെങ്ങനെ യോഗിനിയായി? എന്തിനാണ് ഇപ്പോൾ വിളിക്കുന്നത്? ഈ ചോദ്യങ്ങൾ മനസ്സിലിരുന്നു വീർപ്പുമുട്ടിയപ്പോൾ ഒന്നുപോയാലെന്തെന്നു തോന്നി. ഒരു ചെലവുമില്ല. മറ്റു പണികളുമില്ല. ഒടുവിൽ പോകാൻ തീരുമാനിച്ചു. ചെല്ലുന്ന വിവരത്തിന് സന്ദേശമയച്ചു.

വീട്ടുകാരോടും കൂട്ടുകാരോടും പറഞ്ഞു: കാട്മണ്ഡുവിലൊരു ചിത്രകലാ ക്യാമ്പുണ്ട്. ടിക്കറ്റും അയച്ചു തന്നിരിക്കുന്നു. പോയേ ഒക്കൂ. എന്നിട്ടും മനസ്സിലെ അസ്വാസ്ഥ്യം വിട്ടുമാറിയില്ല.

വിമാനത്തിൽ കയറിയപ്പോഴും പരിഭ്രാന്തി അകന്നിരുന്നില്ല. പരിചയക്കാരിൽ നിന്ന് അകന്നിരുന്നു. സഹയാത്രികരുടെ ചെയ്തികളൊക്കെ ശ്രദ്ധിച്ചാണ് സാധാരണ വിമാനത്തിൽ സമയം കളയുന്നത്. ഇന്നതും പറ്റുന്നില്ല. ഈ നശിച്ച ഇരുപ്പ് ഇനി എത്ര നേരമാണ്? ഉദ്വേഗത്താൽ ഉഴറുന്ന മനസ്സ് ഒരിടത്തും ഉറയ്ക്കാതെ ഓടുകയാണ്.

എത്രനേരം ഇങ്ങനെ നീറിനീറി ഇരുന്നുവെന്ന് അറിഞ്ഞുകൂടാ. ഒടുവിൽ വിമാനത്തിനുള്ളിലെ അറിയിപ്പ് ആശ്വാസം പകർന്നു – ദൽഹി യായിരിക്കുന്നു.

കാട്മണ്ഡുവിലേക്കുള്ള കണക്ഷനു താമസമുണ്ടായില്ല. യാത്ര ക്കാരും തീരെ കുറവായിരുന്നു. തണുപ്പുകാലമായതു കൊണ്ടാവാം.

മൃണാളിനിയുടെ മെഡിറ്റേഷൻ സെന്ററിൽ ഹീറ്ററുണ്ടാവുമോ? അല്ലെ ങ്കിൽ എന്തിനാണ് ഹീറ്റർ; അവൾതന്നെയൊരു ഹീറ്ററല്ലേ? മഞ്ഞുരുകുന്ന ചൂടിന്റെ സുഗന്ധമാണ് അവളുടെ ശരീരത്തിന്! ഓർമ്മയിൽപോലും ഉന്മാദമുണർത്തുന്ന ഗന്ധം. അത് ആസ്വദിക്കാനായി സ്മൃതിയുടെ കവാ ടങ്ങൾ തുറക്കുമ്പോൾ അതാ വിമാനത്തിനുള്ളിലെ മൃദുസ്വരം: കാട്മണ്ഡു വായി.

എത്ര വേഗമാണ് കാട്മണ്ഡുവിലെത്തിയത്! ഉദ്വേഗത്തോടെയാണ് പുറത്തേക്കിറങ്ങിയത്. അറൈവൽ ടെർമിനലിൽ രണ്ടു സന്ന്യാസിമാർ പ്ലാക്കാർഡുമായി കാത്തുനിൽക്കുന്നു. അതിൽ വലിയ ഇംഗ്ലീഷ് അക്ഷര ങ്ങളിൽ എഴുതിയിരിക്കുന്നു:

“ദക്ഷിണേന്ത്യയിൽനിന്നു വരുന്ന ഹരിയോഗിക്ക് മാതാ മൃണാളിനി യുടെ ആശ്രമത്തിലേക്കു സ്വാഗതം.”

അതിഥിയെ കണ്ടെത്താൻ എന്തെളുപ്പവഴി! സന്ന്യാസിമാരുടെ അടു ത്തേക്കു വേഗം നടന്നു ചെന്നു. അറച്ചറച്ചാണെങ്കിലും സ്വയം പരിചയ പ്പെടുത്തി.

അദ്ഭുതാതിരേകത്തോടെ ഒരു നിമിഷം അവർ നോക്കിനിന്നു. പിന്നെ അവർ അവിടെവെച്ചുതന്നെ കാലിൽവീണു പ്രണമിക്കുകയായിരുന്നു.

വല്ലായ്മയോടെ പിടിച്ചെഴുന്നേല്പിക്കുമ്പോൾ അവർ ഭക്തികൊണ്ടു വിതുമ്പി:

“മാതാജിയുടെ ഗുരുവല്ലേ. കണ്ടതുതന്നെ ഭാഗ്യം!”

കാറിൽ ആശ്രമത്തിലേക്കു പോകുമ്പോൾ അവർ ഒതുങ്ങിയിരുന്നു വിനയം കാട്ടി.

“ഗുരുവിന് ഒരുപക്ഷേ സന്ന്യാസിയുടെ വേഷമായിരിക്കില്ലെന്ന് മാതാജി പറഞ്ഞിരുന്നു.”

മറുപടിയൊന്നും പറഞ്ഞില്ല. അതുകൊണ്ട് അവർ വിഷയം മാറ്റി. “ആശ്രമത്തിൽ ഭക്തജനത്തിരക്കാണ്. ഗുരു വരുമെന്നറിയിച്ചതുകൊണ്ട് മാതാജി ഒരു ചന്ദ്രമാസക്കാലത്തേയ്ക്ക് പൊതുദർശനം ഉപേക്ഷിച്ച് ഉള്ളി ലിരുപ്പാണ്.”

അവർ അങ്ങനെ വാതോരാതെ പറഞ്ഞുകൊണ്ടിരുന്നു.

വഴി പിന്നിട്ടതറിഞ്ഞില്ല. കാറ് ഗേറ്റ് കടക്കുമ്പോൾ മനസ്സിലായി പഴയ വളപ്പു തന്നെയാണ് ആശ്രമം. ആ ബോർഡിനു മാത്രം മാറ്റമുണ്ട്. പഴയ മെഡിറ്റേഷൻ സെന്ററിനു പകരം അതിൽ മാതാ മൃണാളിനിയുടെ ആശ്രമം എന്നെഴുതിയിരിക്കുന്നു. സന്ന്യാസിമാർ അപ്പോഴും സംസാരിച്ചു കൊണ്ടേയിരുന്നു. "വള്ളിക്കുടിലുകളിലെല്ലാം ദർശനത്തിനു വന്ന ഭക്ത ന്മാരാണ്. അവർ വാടക മാത്രമല്ല, കൊണ്ടുവരുന്നതെല്ലാംതന്നെ മാതാ ജിക്കു സമർപ്പിക്കുന്നു." അതു പറയുമ്പോൾ സമ്പന്നരുടെ ധാരാളിത്തം സന്ന്യാസിമാരുടെ വാക്കുകളിൽ മുഴച്ചുനിന്നു.

കാറ് നിർത്തിയത് ആ പഴയ കെട്ടിടത്തിനു മുന്നിലാണ്. അതാകെ മോടിപിടിപ്പിച്ചിരിക്കുന്നു.

വാതിലിൽ ഭക്ത്യാദരപൂർവം കാത്തുനിൽക്കുന്ന സചിവന്മാരുടെ പട തന്നെ. കാറിന്റെ ഡോർ തുറക്കുമ്പോൾ എല്ലാവരും കൂടി പാദങ്ങളിലേക്ക്. വല്ലാത്ത അസഹ്യത തോന്നുന്നു. എന്തു വേഷം കെട്ടിക്കാനാണ് അവളുടെ ഭാവം? അവർക്കിടയിൽനിന്നു രക്ഷപെട്ട് ഒരുവിധത്തിൽ അക ത്തേക്കു കയറുമ്പോൾ സചിവരിൽ പ്രമുഖർ ക്ഷണിച്ചു:

"വന്നാലും. മാതാജി അകത്തുണ്ട്. കാണാവ്രതത്തിലായതുകൊണ്ട് ഇങ്ങോട്ട് ഇറങ്ങിവരില്ല. ഗുരു വന്നാലും."

അകത്തേക്കു കടന്നു. ആ പഴയ മാളികവീട് ആകെ മാറിയിരിക്കുന്നു. പഴയവഴിയിലൂടെ അകത്തളത്തിലെ പടികൾക്ക് അടുത്തെത്തിയപ്പോൾ സ്വാമിമാർ നിന്നു.

"ഇനി ഞങ്ങൾക്കു വന്നുകൂടാ. ഗുരു മുകളിലേക്കു കയറിയാലും. അവിടെ മാതാജി കാത്തിരിക്കുകയാണ്."

അദ്ഭുതകരമായ അനുഭവങ്ങൾ!

എന്തായാലും വന്നുപോയില്ലേ. അന്ത്യം കാണുകതന്നെ. അതേ ചവിട്ടുപടികൾ.

മുകളിലെത്തുമ്പോൾ ആ പഴയമുറി; അതാകെ പ്രത്യേകമായി സജ്ജീകരിച്ചിരിക്കുന്നു.

ഒരുനിമിഷം.

അന്നത്തെ രാത്രി മുഴുവൻ മനസ്സിൽ തെളിയുകയായി. മൃണാളിനി യുടെ മൂന്നു മുലകളിൽനിന്നും പൂമഴ പെയ്ത രാത്രി! അന്നു കളി യാക്കിയതാണെങ്കിലും സത്യത്തിൽ എന്തെങ്കിലും ദിവ്യത്വം അവർക്കു ണ്ടാവുമോ?

പെട്ടെന്നാണ് വാതിൽ അടഞ്ഞത്. നോക്കുമ്പോൾ മൃണാളിനി! അല്ല; മാതാ മൃണാളിനി, അല്ലല്ല; ദേവി.

മനക്കണ്ണിൽ എപ്പോഴും തെളിയുന്ന ദേവീരൂപം പോലെ!

അവൾക്കു ചുറ്റും ഒരഭൗമപ്രകാശവലയമുണ്ടോ? ദിവ്യമായ ഒരു പരിവേഷം അവളെ ചൂഴ്ന്നു നിൽക്കുന്നുണ്ടോ?

ഉള്ളിൽ പണ്ടെപ്പോഴോ വീണ ഭക്തിയുടെ വിത്ത് നാമ്പു നീട്ടുകയാണോ? കാമത്തിന്റെ ജ്വാലകളായിരുന്ന ആ കണ്ണുകളിപ്പോൾ മോക്ഷത്തിന്റെ തെളിനീരുറവയായിരിക്കുന്നോ?

മനസ്സിലായി. ഉള്ളിൽ ഊറിയുറയ്ക്കുന്നത് ഭക്തി തന്നെ. കണ്ണുകളിടഞ്ഞപ്പോൾ അവർ ഓടി അടുത്തുവന്നു. ശബ്ദം ഇടറി വീണു.

"എന്റെ ഹരി വന്നല്ലോ!"

ആ ശബ്ദംപോലും മാറിയിരിക്കുന്നു. ഏതോ അപ്രാപ്യലോകത്തു നിന്നും ഒഴുകിയെത്തുന്ന ദിവ്യവാണി! ദേവിയുടെ സ്വരം!

"ഹരി ഞാൻ യോഗിയായി. കാണുന്നവരുടെയെല്ലാം കാണപ്പെട്ട ദേവി..."

ദേവിയുടെ സ്വർഗ്ഗീയതത്വത്തിലെ അമരത്വം ശരിക്കും അനുഭവവേദ്യമാകുന്നു.

"ഏഴു വർഷം മുൻപ് ഹരിയുടെ വാക്കുകളിലെ സൂചനകളായിരുന്നു അതിന്റെ നിമിത്തം. വെറുതെ വേഷം കെട്ടി. പക്ഷേ അതു ശരിക്കും ഫലിച്ചു. എന്റെ ദിവ്യത്വം തേടി വന്നവർ എന്നെ പണം കൊണ്ടും ആരാധനകൊണ്ടും മൂടി. ഞാനിന്ന് ധനികയാണ്. അതിലേറെ പ്രശസ്തയും. പക്ഷേ...."

ഇതു ദേവിയുടെ ശബ്ദമാണ്. ആ സ്വരവും. ഇത് കാതുകൾക്ക് ഒരനുഗ്രഹം തന്നെ. ദിവ്യവാണിയ്ക്കായി അദ്ഭുതാദരങ്ങളോടെ ശ്രവണത്തിന്റെ സഞ്ചാരവഴികളെല്ലാം തുറന്നിട്ടു.

"പക്ഷേ, എനിക്കു മടുത്തു ഹരീ... ഈ വേഷം കാരണം എനിക്കു ജീവിതമില്ലാതായി...."

അപ്രാപ്യമായ അമരവാണിയുടെ പ്രവാഹത്തിൽ ശ്രവണേന്ദ്രിയങ്ങളൊക്കെ ത്രസിക്കുന്നു.... ഈ കാതുകളുടെ മഹാപുണ്യം!

"ഹരിയെന്താ ഒന്നും മിണ്ടാത്തത്! ഞാനെന്തിനാ വിളിപ്പിച്ചത് എന്നറിയേണ്ടേ? ഹരി ഇരിക്കൂ."

ദിവ്യസ്പർശം! എന്തൊരു കാരുണ്യം! ദിവ്യമായ രണ്ടു കരങ്ങൾ പിടിച്ചിരുത്തുകയായിരുന്നു. അവയുടെ പരിലാളനം അവാച്യം തന്നെ!

“ഹരീ... ഞാനൊരുപദേശം തേടിയാണ് നിന്നെ വരുത്തിയത്. ഒരു സഹായവും. ഞാനിതെല്ലാം വിട്ട് പാരീസിലേക്കോ ലണ്ടനിലേക്കോ വരാം. അല്ലെങ്കിൽ നിന്റെ നാട്ടിലേക്ക്.... അവിടെയെല്ലാം എനിക്കു നിക്ഷേപങ്ങ ളുണ്ട്. എന്തു പറയുന്നു? അവിചാരിതമായ നിന്റെ വാക്കുകളിൽനിന്നാണ് ഞാൻ ഈ നിലയിലെത്തിയത്. അതുകൊണ്ടു ചോദിക്കുകയാണ് ഞാൻ വരട്ടെ? നിന്റെ വാക്കുകൾ എനിക്ക് നന്മയിലേക്കുള്ള ചൂണ്ടുപലകയായി രിക്കും. പറയൂ...”

അലൗകികമായ സാമീപ്യം! അത് കൂടുതൽ അടുക്കുകയാണ്.

“നിന്റെ ഭയം ഇവിടുന്നെങ്ങനെ രക്ഷപ്പെടുമെന്നാണോ? അതിനൊക്കെ വഴിയുണ്ട്. മഹാസമാധിയായി ഹിമാലയത്തിലേക്കു കയറുകയാണെന്നു പറയും. അതീവരഹസ്യമായ ആ യാത്രയിൽ ആരും അനുഗമിക്കരുതെന്ന് നിർദ്ദേശിക്കാം. എന്റെ വാക്കുകൾ ഇവിടെ ആജ്ഞയാണ്. അങ്ങനെ നമുക്കു കടക്കാം.”

ദിവ്യമായ പരിലാളനങ്ങളുടെ പവിത്രത! ഈ ശരീരം ഇതിനു മാത്രം എന്തു പുണ്യം ചെയ്തു!

“ഹരി, ഞാൻ വരട്ടെ... എനിക്കൊരു സ്ത്രീയായി ജീവിക്കണം. ഇവിടെ ഇനി ഈ യോഗിനിയുടെ വേഷമേ പറ്റൂ. അതുകൊണ്ട് നമുക്കു പോകാം.”

എന്തൊരനുഭൂതി! ഈ സ്പർശം. ഈ ആശ്ലേഷം – ഇതെത്ര ദിവ്യ മായിരിക്കുന്നു!

“ഹരീ... ഞാനൊരു സത്യം പറയട്ടെ. നിന്നോടെനിക്കു ഒളിക്കാൻ വയ്യാ. എത്രയോപേർ എന്റെയടുത്തു വന്നിരിക്കുന്നു! അവരെല്ലാം എന്റെ വൈകല്യം കണ്ട് ഓടിപ്പോയിട്ടേയുള്ളൂ. പക്ഷേ, നീ മാത്രം ആ വൈക ല്യത്തെ വരദാനമാക്കി... ഇത് മറ്റാർക്കു കഴിയും? അതിനുവേണ്ടി എനിക്കിനിയും ഒരു പരീക്ഷണത്തിനു കഴിവില്ല. അതുകൊണ്ടാണ് നിന്നെ വരുത്തിയത്. നമുക്കു പോകാം ഹരീ... നിനക്കു മാത്രമേ എന്നെ ഒരു സ്ത്രീയാക്കാൻ കഴിയൂ...”

ജനിമൃതികളിൽനിന്നു മുക്തി നേടി. അനശ്വരതയുടെ കരങ്ങളിലേക്ക് ഉയർത്തപ്പെടുകയാണോ? ഈ സ്പർശത്തിലൂടെ ഇഹലോകമാകെ വിസ്മൃതമാവുകയാണോ?

“ഹരീ.. ഇതെന്തൊരിരുപ്പാ? ഒന്നുണരൂ... ഇതാ നിന്റെ താമര മൊട്ടുകൾ!”

ഒരു ഞെട്ടൽ.

–കണ്ണുകൾക്കു മുന്നിൽ അസാധാരണ വലിപ്പമുള്ള മൂന്ന് താമരമൊട്ടുകൾ! അമൃതകുംഭങ്ങൾ! അവ അടുത്തടുത്തു വരുന്നു. ദിവ്യമായ പ്രകാശവൃത്തത്തിന്റെ പ്രഭയിൽ അതു ശരിക്കും കണ്ടു.

“ഇന്ന് പൗർണ്ണമിയാണ്...”

എവിടെനിന്നോ ഇറുന്നുവീണ സ്വർഗ്ഗീയനാദധാരയുടെ അലകളിൽ അതാ ആ പൂതുമ്പുകൾ വിടരുന്നു. അവയിൽനിന്ന് അമൃതം കിനിയുന്നു!

മന്വന്തരങ്ങളിലെ മനുഷ്യദാഹങ്ങളെല്ലാം ഇവിടെ സഞ്ചയിക്കുകയാണോ? ഇങ്ങനെയൊരു ദാഹം മനുഷ്യേന്ദ്രിയങ്ങൾക്കു സംക്രമിപ്പിക്കാൻ കഴിയുമോ?

പിന്നെ നിയന്ത്രിക്കാൻ കഴിഞ്ഞില്ല.

കൈകൾ കൂപ്പി മാറോടു ചേർത്തു; ശിരസ്സ് നമിച്ചു. എന്നിട്ട് ദാഹാർത്തയായ മനസ്സിന്റെ നാവു നീട്ടി.

“എന്റെ ദേവീ...”

■

സന്ദർശകൻ

ഈ മനുഷ്യരെല്ലാം ഇങ്ങനെയായല്ലോ!

അനന്തശിവനു വല്ലാത്ത ദുഃഖം തോന്നി.

ഒരൊറ്റയാൾപോലും ഇങ്ങോട്ടു തിരിഞ്ഞുനോക്കുന്നില്ലല്ലോ! - ഓ, പതിനായിരത്തി പതിനൊന്നു പേരിൽ ഒരാൾക്കുപോലും ഉപകാരസ്മരണയില്ലാതായല്ലോ? അല്ലെങ്കിൽ അവരെ എന്തിന് കുറ്റം പറയുന്നു. അവരാരെങ്കിലും അറിയുന്നുണ്ടോ - ഇങ്ങനെയൊരാൾ ഇവിടെ കിടപ്പുണ്ടെന്ന്!

ഈ കിടപ്പ്. ഇത് അസഹ്യമാണ്. ഒന്നും ചെയ്യാതെ ആരോടും മിണ്ടാതെ ഒരേ കിടപ്പ്. ഇന്നിത് പതിനൊന്നാമത്തെ ദിവസമാണ്. എത്രയോ പ്രാവശ്യം ആ ഡോക്ടറോടും നേഴ്സിനോടും കരഞ്ഞു പറഞ്ഞു - ഒന്നു ഡിസ്ചാർജ്ജ് ചെയ്യാൻ. ഇല്ല. അസുഖം മാറിയിട്ടില്ല. പൂർണ്ണസുഖം വന്നേ പോകാവൂ. അവരെല്ലാം ഒരേ വാശിയിലാണെന്നു തോന്നുന്നു. വരട്ടെ സുഖം. ഈ നശിച്ച കിടപ്പ് ഇങ്ങനെ കിടന്നാൽ സുഖം വരുമോ?

ഇത് രണ്ടാമത്തെ പ്രാവശ്യമാണ്.

അന്ന് ഏഴുകൊല്ലം മുൻപ് മുപ്പതു ദിവസമാണ് ഒരേ കിടപ്പിൽ കിടന്നത്. മൂർച്ഛിച്ച പനിയായിരുന്നു. ഈ വാർഡിൽത്തന്നെ. എട്ടാം വാർഡ് പനിക്കാരുടെ കൂടാരമാണെന്നു തോന്നുന്നു. അന്ന് എല്ലാ ബെഡ്ഡും കവിഞ്ഞ് തറയിൽപോലും ആൾക്കാരുണ്ടായിരുന്നു. അവരുടെയെല്ലാം കിടക്കയിലും പരിസരത്തും പരിചരണത്തിനായി കാത്തുനിൽക്കുന്നവരുടെ ഒരു പട തന്നെ. ബന്ധങ്ങളുടെ മൂല്യത്തെപ്പറ്റി അന്നാണ് ആദ്യം ചിന്തിച്ചത് - അമ്മ, അച്ഛൻ, ഭാര്യ, മക്കൾ, സഹോദരങ്ങൾ, സുഹൃത്തുക്കൾ, പരിചയക്കാർ! അച്ഛനെപ്പറ്റിയാണ് അന്ന് വളരെനേരം ചിന്തിച്ചത്. ശാന്തിക്കു വന്ന ഒരു പരദേശി ബ്രാഹ്മണൻ. ഊണു കഴിക്കാൻ വേണ്ടിയാവും അമ്പലത്തിനടുത്തുള്ള മഠത്തിലെ അനാഥപ്പെണ്ണിനെ വേളി കഴിച്ചത്. ഇങ്ങനൊരു ശാന്തികൂടി കഴിച്ചിട്ട് അദ്ദേഹം എങ്ങോട്ടു പോയെന്ന്

ആർക്കുമറിയില്ല. ആ അമ്പരപ്പിലാവാം അമ്മയുടെ സമനില തെറ്റിയത്. ചെമ്പുക്കുടം കഴുത്തിൽക്കെട്ടി അമ്മ കിണറ്റിലേക്ക് എടുത്തു ചാടിയെന്നാണ് നാട്ടുകാർ പറയുന്നത്. ശവം കണ്ടെടുക്കാൻതന്നെ വളരെ പണിപ്പെട്ടത്രെ! ആരുമില്ലാതായപ്പോൾ അമ്പലപ്പറമ്പിൽ അന്യരുടെ ദയകൊണ്ടു വളർന്നു. ഊട്ടുപുരയിലെ ഊണ്. ദേവസ്വം കച്ചേരിയിലെ ഉറക്കം. ആരും കൂട്ടിന്നില്ല. അഥവാ അങ്ങോട്ടടുക്കാൻ ശ്രമിച്ചാൽ എല്ലാവർക്കും സഹതാപമാണ്. അറപ്പുണ്ടാക്കുന്ന സഹതാപം. അതുകൊണ്ടുതന്നെ എല്ലാവരിൽനിന്നും ഒഴിഞ്ഞുമാറി ഒറ്റപ്പെട്ടു നിന്നു. ഇതിനിടയിലും എങ്ങനെയോ പഠിച്ചു. ഭാഗ്യത്തിനു ജോലിയും കിട്ടി. ജനന-മരണ രജിസ്ട്രാറുടെ ഓഫീസിൽ ഗുമസ്ഥൻ. അവിടായതുകൊണ്ട് മരിച്ചവരുടെ പട്ടിക പലപ്പോഴും പരതിനോക്കിയിട്ടുണ്ട് - അതിലെങ്ങാനും അച്ഛന്റെ പേരുണ്ടോ? ഓരോ ദിവസവും നിരാശയോടെ പിന്തിരിയേണ്ടി വന്നു. അമ്മയാകട്ടെ ജനിച്ചവരുടെ കൂട്ടത്തിൽപോലുമില്ല. ജനിച്ചതിനും ജീവിച്ചതിനും മരിച്ചതിനുമൊന്നും തെളിവില്ലാത്ത അച്ഛനമ്മമാരെപ്പറ്റി ഓർക്കുമ്പോൾ വല്ലാത്ത ശ്വാസംമുട്ടലും ഏകാന്തതയും അനുഭവപ്പെട്ടു. ചില ദിവസങ്ങളിൽ അതു ഭയാനകമായി അധികരിച്ചു. അപ്പോഴൊക്കെ വല്ലാതെ പനിക്കുമായിരുന്നു. ഒരു നാൾ അതങ്ങു മൂർച്ഛിച്ചു. എന്നിട്ടും പിടിച്ചു നിൽക്കാൻ നോക്കി. തീരെ നിവൃത്തിയില്ലാതെ വന്നപ്പോഴാണ് ആശുപത്രിയിലെത്തിയത്. നീണ്ട മുപ്പതു ദിവസം ഒരേ കിടപ്പ്. ആദ്യത്തെ അഞ്ചു ദിവസം ബോധമേയില്ലായിരുന്നു. പിന്നെ മയക്കത്തിന്റെയും ഉണർച്ചയുടെയും വിനാഴികകളായിരുന്നു. അതുകഴിഞ്ഞ് ക്രമേണ ബോധം തെളിഞ്ഞപ്പോഴാണ് കൂടുതൽ കുഴപ്പമായത്. ഒന്നും ചെയ്യാനില്ലാതെ, ആരോടും മിണ്ടാനില്ലാതെ ഒരേ കിടപ്പ്. ചുറ്റുമുള്ള കിടക്കയ്ക്കരികിലൊക്കെ സന്ദർശകർ വരുമ്പോൾ വല്ലാത്ത വല്ലായ്മ തോന്നി. ഇങ്ങോട്ടും ആരെങ്കിലുമൊന്നു വന്നെങ്കിൽ! പക്ഷേ, ആരു വരാൻ. ആരുമില്ല.

ആരുമില്ലാതൊരവസ്ഥ; ആരുമില്ലെന്നൊരവസ്ഥ - അസഹ്യമാണത്; പ്രത്യേകിച്ചും ആശുപത്രിയിൽ രോഗാവസ്ഥയിൽ കിടക്കുമ്പോൾ. അന്നൊരുറച്ച തീരുമാനമെടുത്തു - സുഖമായിക്കഴിഞ്ഞാലും ഈ ആശുപത്രിയിൽ എന്നും വരണം - ആരുമില്ലാതെ അനാഥരായി കിടക്കുന്ന രോഗികൾക്കരികിലേക്ക് അവരുടെ സന്ദർശകനായി. അവരോടു ലോഹ്യം ചോദിക്കാൻ - രോഗവിവരങ്ങളന്വേഷിക്കാൻ - ചെറിയ സഹായങ്ങൾ ചെയ്യാൻ, അതു വേണം. ഈ ഒരവസ്ഥ മറ്റാർക്കുമുണ്ടാകാതിരിക്കട്ടെ.

അതൊരുറച്ച തീരുമാനമായിരുന്നു. ഭാഗ്യത്തിന് അതു സാധിച്ചു. അസുഖം ഭേദമായി പുറത്തിറങ്ങിയതിന്റെ തൊട്ടടുത്ത ദിവസം തന്നെ

സന്ദർശകനായി ആശുപത്രിയിൽ വന്നു. ആദ്യത്തെ ദിവസം തന്നെ ആരുമില്ലാത്ത അഞ്ചു രോഗികളെ കണ്ടു. വെറുതെ ഒരു ഹ്രസ്വ സന്ദർശനം. ഏതാനും ചില വാക്കുകൾ:

"ങ്ഹാ... അസുഖമെല്ലാം കുറഞ്ഞല്ലോ?"

"................................"

"ഡോക്ടർ വരാറുണ്ടോ?"

"................................"

"മരുന്നൊക്കെ കഴിക്കുന്നുണ്ടല്ലോ?"

"................................"

"എന്തെങ്കിലും പുറത്തുനിന്ന് വാങ്ങാനുണ്ടോ, വല്ല മരുന്നോ വല്ലതും?"

"................................"

"വേറെ എന്തെങ്കിലും ആവശ്യമുണ്ടോ?

"................................"

തീർന്നു ഇത്രയേയുള്ളൂ. പക്ഷേ ആരോരും മിണ്ടാനില്ലാതെ കിടക്കുന്ന രോഗിക്ക് അതെത്ര ആശ്വാസകരമാണെന്നോ? കഴിഞ്ഞ ഏഴു കൊല്ലമായി ഒരനുഷ്ഠാനം പോലെ ഇതു തുടർന്നു. ഈ കിടപ്പുകിടക്കുന്നതുവരെ ഈ പതിവ് തെറ്റിച്ചിട്ടില്ല. കാണുന്ന ഓരോ രോഗിയെക്കുറിച്ചും ഡയറിയിൽ കുറിച്ചുവയ്ക്കും. അങ്ങനെ ഇതുവരെ പതിനായിരത്തി പതിനൊന്നുപേരെ സന്ദർശിച്ചു. ആ മനുഷ്യരാരെങ്കിലും ഇപ്പോൾ ഈ കിടക്കുന്ന രോഗിയെപ്പറ്റി ഓർക്കുന്നുണ്ടോ? അവരാരെങ്കിലും വരുന്നുണ്ടോ?

എന്തിനവരിൽ കുറ്റം കാണുന്നു?

ആശ്വസിക്കാൻ ശ്രമിച്ചെങ്കിലും അനന്തശിവനിൽ ആത്മദുഃഖങ്ങൾ അണപൊട്ടുകയായിരുന്നു. ഈ ഏകാന്തത... ഇത് അസഹ്യമാവുന്നു. ആരെങ്കിലുമൊന്നു വന്നെങ്കിൽ...

അനന്തശിവൻ ആത്മാർത്ഥമായി ആശിച്ചു. വെറുതെ ഒരു വാക്ക്... ഒരു ലോഹ്യം... ആരുടെയെങ്കിലും സാമീപ്യത്തിനുവേണ്ടി അദമ്യമായൊരു മോഹം അനന്തശിവനിൽ മുളപൊട്ടി.

ആരെങ്കിലുമൊന്നുവന്നെങ്കിൽ...

അനന്തശിവൻ പ്രാർത്ഥിച്ചു, ആരെങ്കിലുമൊന്നു വന്നെങ്കിൽ...

അയാൾ കണ്ണുകളടച്ചു, കാതുകളടച്ചു, ത്വക്കും സംവേദനത്തിന്റെ മറ്റെല്ലാ വാതിലുകളും കൊട്ടിയടച്ച് ഒരേയൊരു പ്രാർത്ഥനയുടെ ഉരുക്കഴിച്ചു:-

ആരെങ്കിലുമൊന്നു വന്നെങ്കിൽ.... ആരെങ്കിലുമൊന്നു വന്നെങ്കിൽ.... ആരെങ്കിലും....

"ങ്ഹാ.... അസുഖമെല്ലാം കുറഞ്ഞല്ലോ?"

ആരോ വന്നിരിക്കുന്നു!

ആരുടെ വാക്കുകളാണത്?

അനന്തശിവൻ മെല്ലെ കണ്ണു തുറന്നു.

ഒരാൾ! അയാൾ കിടക്കയ്ക്കരികിലേക്ക് നീങ്ങിവരുന്നു.

അനന്തശിവൻ കാതുതുറന്നു. പിന്നെ ത്വക്കും സംവേദനത്തിന്റെ സഞ്ചാരവഴികളുമെല്ലാം മലർക്കെ തുറന്നിട്ട് അയാളെ ശ്രദ്ധിച്ചു.

"ഡോക്ടർ വരാറുണ്ടോ?"

എത്ര ഹൃദ്യമായ ശബ്ദം!

ആരാണിത്? – സൂക്ഷിച്ചു നോക്കി. അയാളുടെ കണ്ണുകളിലെ കാരുണ്യത്തിന്റെ തിളക്കം മാത്രമേ അനന്തശിവൻ കണ്ടുള്ളു. ആളെ മനസ്സിലായില്ല.

"മരുന്നൊക്കെ കഴിക്കാറുണ്ടോ?"

എന്തൊരു സ്നേഹം!

ആ ശബ്ദത്തിലെ അനുകമ്പയുടെ സ്വരം മാത്രമേ അനന്തശിവൻ അറിഞ്ഞുള്ളു. ആളെ മനസ്സിലായില്ല.

"എന്തെങ്കിലും പുറത്തുനിന്ന് വാങ്ങാനുണ്ടോ? വല്ല മരുന്നോ വല്ലതും?"

എന്തൊരു സഹായസന്നദ്ധത!

ആ വാക്കുകളിലെ ആത്മാർത്ഥത മാത്രമേ അനന്തശിവന് ഉൾക്കൊള്ളാൻ കഴിഞ്ഞുള്ളൂ. ആളെ മനസ്സിലായില്ല.

"വേറെ എന്തെങ്കിലും ആവശ്യമുണ്ടോ?"

എന്തൊരു ദീനാനുകമ്പ! എത്ര ഹൃദ്യമായ അന്വേഷണം! ആ പദങ്ങളിലെ അന്വേഷണങ്ങളുടെ ആഴങ്ങളിലേക്ക് അനന്തശിവൻ വീണുപോയി – ആളെ മനസ്സിലായില്ല. ഇങ്ങനൊരു സഹായവുമായി വന്ന ഈ സന്ദർശകൻ ആരാണ്?

അനന്തശിവൻ അയാളെ സൂക്ഷിച്ചുനോക്കി. എങ്ങോ കണ്ടുമറന്ന, അല്ല എപ്പോഴും കൂടെയുള്ള, ഏതോ മുഖം? ഏതാണിത്. അനന്തശിവൻ മെല്ലെ ക്ഷമാപണത്തിന്റെ സ്വരത്തിൽ തിരക്കി: "ക്ഷമിക്കണം... ആരാ? മനസ്സിലായില്ലല്ലോ?..."

അതേ സ്വരത്തിൽത്തന്നെ സന്ദർശകന്റെ മറുപടി:

"എന്റെ പേര് അനന്തശിവൻ... ഞാനിവിടെ ജനന-മരണ രജിസ്ട്രാറാഫീസിലെ ഗുമസ്ഥനാ..."

അനന്തശിവൻ അത്ഭുതത്തോടെ, അടക്കാനാവാത്ത ആകാംക്ഷയോടെ സന്ദർശകന്റെ മുഖത്തേക്ക് ഒന്നുകൂടി സൂക്ഷിച്ചുനോക്കി. അപ്പോൾ അയാൾക്കെല്ലാം മനസ്സിലായി. അനന്തശിവന്റെ ചുണ്ടിൽ ഒരു ചിരി വിടർന്നു - നന്ദിയുടെ, സ്നേഹത്തിന്റെ, ആത്മബന്ധത്തിന്റെ ആഴത്തിലുള്ള ചിരി.

■

മൊഴിമുഴക്കം

"**ഞാ**നാണു സിംഹം. നീ സിംഹം ശ്രീധരനെന്ന പോലീസുകാരനെപ്പറ്റി കേട്ടിട്ടുണ്ടോ? അതു ഞാനാ... ഞാൻ നിന്റെ മൊഴി എടുക്കാൻ പോകുവാ..."

"സാറേ..."

"ഛീ...അഴിക്കെടാ..."

"എന്റെ പൊന്നുസാറെ എന്നെ തല്ലല്ലേ..."

"അഴിക്കെടാ മുണ്ട്..."

"എന്റെ പൊന്നുസാറേ..."

"അങ്ങനഴിക്കെടാ... ഇനി അതിന്റെ അടീലുള്ളതും അഴിക്ക്..."

"സാറേ..."

"ഛീ അനുസരിക്കെടാ..."

"അയ്യോ... തല്ലല്ലേ..."

"അങ്ങനെ വഴിക്കുവാ... ഇനി ഒരു പ്രയോഗമുണ്ട്... നീ സത്യം പറയുമോന്ന് എനിക്കൊന്നറിയണം..."

"സാറേ ഞാനെല്ലാം പറയാം..."

"നിന്റെ പേരെന്തുവാ?"

"കമ്മത്ത്."

"ഛീ! നീ മാത്രമേ ഒള്ളോടാ കമ്മത്ത്? നിന്റെ ശരിക്കുള്ള പേരു പറ."

"രാമനാഥക്കമ്മത്ത്."

"തന്തയില്ലേടാ നിനക്ക്? എനീഷ്യലു പറേടാ!"

"ആർ."

"എരട്ടപ്പേര്?"

"രുദ്രക്കമ്മത്ത്."

"പകുതീം, മുറീം സ്ഥലോം ചേർത്തു വീട്ടഡ്രസ് പറ."

"കാർത്തികപ്പള്ളി താലൂക്കിൽ മുതുകുളം വില്ലേജിൽ വടക്കുംമുറിയിൽ അമ്പലത്താഴത്തു മരിച്ചുപോയ രുദ്രക്കമ്മത്തു മകൻ ആർ. രാമനാഥക്കമ്മത്ത്."

"വയസ്സ്?"

"അൻപത്തിമൂന്ന്."

"ജോലി?"

"ട്രഷറിയിൽ."

"എന്തു ജോലി?"

"സേഫ് സെക്ഷനിൽ - കൗണ്ടർ."

"ഏതു ട്രഷറി - ശരിക്കു പറ."

"ഇവിടെ തിരുവനന്തപുരത്തു സെൻട്രൽ ട്രഷറിയിൽ സേഫ് സെക്ഷനിൽ പണം എണ്ണി അട്ടിവയ്ക്കുന്ന ജോലി. കൗണ്ടർ."

"ഇവിടെ എവിടെ താമസിക്കുന്നു?"

"കോട്ടയ്ക്കകത്ത്."

"പകുതി മുറീം സ്ഥലോം ചേർത്ത് അഡ്രസ്സ് പറ."

"തിരുവനന്തപുരത്തു കോട്ടയ്ക്കകത്തു ചെങ്ങഴശ്ശേരി പകുതിയിൽ ദേവസ്വം മുടുക്കിൽ വെങ്കിടാചലപതി ലോഡ്ജിൽ പതിമൂന്നാംനമ്പർ മുറിയിൽ താമസിക്കുന്ന ആർ, രാമനാഥക്കമ്മത്ത്."

"എത്ര കാലമായി ഇവിടെ താമസിക്കുന്നു?"

"മുപ്പതുവർഷം."

"ജോലിയായിട്ട് എത്ര വർഷമായി?"

"മുപ്പതു വർഷം."

"അന്നു മുതൽ എവിടൊക്കെ താമസിച്ചു?"

"അന്നുമുതൽ ഇവിടാ താമസം."

"നിനക്കിവിടെ സമ്മന്തമുണ്ടോ?"

"ഇല്ലേ. ഇതു ലോഡ്ജാ. ഇവിടെ ആണുങ്ങളു മാത്രമാ താമസം."

"ങ്ഹാ- ഇവിടെ വേറെ എവിടെങ്കിലും നിനക്കു സമ്മന്തമുണ്ടോ?"

"ഇല്ലേ, ഞാനൊരു പാവമാ..."

"പാവത്തിനു സമ്മന്തം പാടില്ലേ? സമ്മന്തമല്ലാതെ മറ്റെടപാട് ഇവിടെവിടെങ്കിലുമുണ്ടോ?"

"ഇല്ലേ, ഞാൻ അങ്ങനൊന്നുമുള്ള കൂട്ടത്തിലല്ല."

"നീ പുണ്യവാളനാ! നീ സമ്മന്തം കഴിച്ചിട്ടുണ്ടോ?"

"ഉണ്ടേ."

"കുട്ടികളെത്ര?"

"ഏഴ്."

"ആൺ പെൺ തിരിച്ചു പറ."

"ഏഴു പെൺകുട്ടികൾ."

"പ്രായം?"

"മൂത്തതിന് മുപ്പത്തിമൂന്ന്. അതിന്റെ താഴോട്ട് ഏറ്റവും എളേതിനു പതിനെട്ടു വയസ്സ്."

"കൊള്ളാമെല്ലോടാ – നിന്റെ ഭാര്യയ്ക്കെന്തു പ്രായം?"

"അൻപത്."

"ഭാര്യയും കുട്ടികളും എവിടെ താമസിക്കുന്നു?"

"അങ്ങു നാട്ടിലാ – മുതുകുളത്ത് – ആദ്യം പറഞ്ഞ വിലാസത്തിൽ."

"നീ ഇവിടേം ഭാര്യ അവിടേം! പിന്നെങ്ങനാടാ അവളിത്രേം പെറ്റത്?"

"ഞാൻ മാസത്തിലൊരിക്കൽ പോകും..."

"ഇപ്പോഴും പോകുമോടാ?"

"പോകും."

"ഇനീം അവളു പെറുമോ?"

"ഇല്ലേ. ഇപ്പഴൊന്നുമില്ല..."

"അതെന്താടാ...?"

"അത്... അത്..."

"ഛീ പറേടാ..."

"ഇപ്പോഴൊന്നുമില്ല – എനിക്കും വയ്യ അവക്കും വയ്യ..."

"മക്കളെ എവിടൊക്കെ കെട്ടിച്ചിരിക്കുന്നു?"

"ആരേം കല്യാണം കഴിച്ചിട്ടില്ല..."

“ങ്ഹാ... അതും കൊള്ളാം.... ഇനി സത്യം പറഞ്ഞോളണം... നിന്റെ എത്രാമത്തെ മോഷണമാ ഇത്?”

“എന്റെ പൊന്നുസാറെ അങ്ങനെ ചോദിക്കല്ലേ, ഞാൻ ഇതിനുമുൻപ് മോഷ്ടിച്ചിട്ടില്ല. എന്നെ ചോദ്യം ചെയ്ത ഇൻസ്പെക്ടറദ്ദേഹത്തോടും മറ്റേ പോലീസ്സാറന്മാരോടും ഞാൻ ആണയിട്ടു പറഞ്ഞതാ - ഞാനിതുവരെ മോഷ്ടിച്ചിട്ടില്ലെന്ന്.”

“ഇങ്ങോട്ടു നോക്കെടാ.”

“സാറേ...”

“നീ ഈ സിംഹത്തിനെ അറിയാത്തതുകൊണ്ടു പറേവാ... മറ്റു പോലീസുകാരെപ്പോലെയല്ല ഈ സിംഹം. നിന്നെ ഇടിച്ചു പരിപ്പാക്കി... നിന്റെ ഓരോ എല്ലും ഞാനിവിടെ ഊരിവയ്ക്കും... സത്യം പറ.... ഇതിനു മുമ്പ് നീ എത്ര പ്രാവശ്യം മോഷ്ടിച്ചിട്ടുണ്ട്....?”

“എന്റെ പൊന്നുസാറേ അമ്മയാണെ എന്റെ മക്കളേഴുപേരാണെ, ചത്തു തലയ്ക്കുമോളിൽ നിക്കുന്ന അച്ഛനാണെ, തിരുമല ദേവനാണെ ഞാനിതിനുമുമ്പ് മോഷ്ടിച്ചിട്ടില്ല...”

“എടാ ഇതു കളിയല്ല. മോഴി എടുക്കലാ. നിന്നെക്കൊണ്ടു ഞാൻ സത്യം പറയിക്കും...”

“അയ്യോ സാറേ, ഇങ്ങനിടിക്കല്ലേ... ഞാൻ മോഷ്ടിച്ചിട്ടില്ല...”

“എന്റെ പ്രയോഗം ഞാനെടുക്കും... നീ സത്യം പറയുമോന്നറിയണെണല്ലോ.”

“എന്റെ പൊന്നുസാറെ, എന്നെ ഒന്നും ചെയ്യല്ലേ, സാറേ. ഞാൻ കള്ളനല്ല, ജീവിതത്തിലൊരിക്കലും ഞാൻ മോഷ്ടിച്ചിട്ടില്ല... സാറിന്റെ കുഞ്ഞുങ്ങളെ ഓർത്തെങ്കിലും എന്നെ വിശ്വസിക്ക്...”

“പിന്നെ ഇപ്പഴെന്തവാടാ കാണിച്ചത്? ഇതു മോഷണമല്ലേ?”

“ഞാൻ പറയാം സാറേ - എന്റെ ജീവിതത്തിലെ ആദ്യത്തേതും അവസാനത്തേതുമായ മോഷണമാ ഇത്... ഞാൻ പറയുന്നത് ഒന്നു കേട്ടിട്ടു സാറ് എന്നെ എന്തുവേണമെങ്കിലും ചെയ്തോളു.”

“പറ...പറ... വിശദമായി പറ... അതു കഴിഞ്ഞിട്ടുവേണം എന്റെ പ്രയോഗങ്ങളെടുക്കാൻ...”

“സാറെ, ഞങ്ങൾ സാമാന്യം നല്ല നിലയിൽ കഴിഞ്ഞുവന്നതാ. എന്റെ അച്ഛൻ ചെട്ടികുളങ്ങര അമ്പലത്തിലെ ശ്രീകാര്യക്കാരനായിരുന്നു. ഞാൻ ഒരൊറ്റ മകനാ. ഇരുപതാമത്തെ വയസ്സിൽ ഞാൻ കല്യാണം കഴിച്ചു.

ഇരുപത്തിമൂന്നാമത്തെ വയസ്സിൽ എനിക്കു ജോലി കിട്ടി. മാസത്തിലൊരിക്കലേ വീട്ടിൽ പോയിരുന്നുള്ളു. എങ്കിലും സാമാന്യം സുഖമായി കഴിയുകയായിരുന്നു. അച്ഛന്റെ മരണത്തോടെ വീട്ടിലെ കാര്യങ്ങളാകെ കുഴഞ്ഞു, കൃഷിയൊക്കെ ഉണ്ടായിരുന്നെങ്കിലും അതെല്ലാം കൈവശക്കാരുടെ കൈകളിലായി. എന്റെ വരുമാനം മാത്രംകൊണ്ടാ ജീവിതം. പിള്ളേര് ഏഴായി... എന്റെ അമ്മയ്ക്കു വയസ്സായി മരിക്കാറായി... പിള്ളേരത്രേം വളർന്നിട്ടും ഒന്നിനേം കല്യാണം കഴിപ്പിച്ചില്ല..."

"അതെന്താടാ?"

"എന്റെ ശമ്പളം ജീവിക്കാൻ പോലും തികയുന്നില്ല. മറ്റു വരുമാനങ്ങളുമില്ല..."

"അതിനു മോഷണമാണോടാ പരിഹാരം?"

"മോഷ്ടിക്കണമെന്നില്ലായിരുന്നു സാറേ..."

"പിന്നെ..."

"മിനിഞ്ഞാന്ന്... അന്നാണ് ഞാൻ വീട്ടീന്നു വന്നത്. പോരുമ്പോൾ എന്റമ്മ പറഞ്ഞു – 'രാമനാഥാ ഞാനിനി അധികനാൾ ജീവിച്ചിരിക്കില്ല; അതിനുമുമ്പ് എനിക്കൊരാശയൊണ്ട്. നീ അതൊന്നു സാധിച്ചു തരണം,' എന്റമ്മ അങ്ങനെ ആദ്യമായി പറയുകയാണ്. എന്താമ്മേ എന്താണേലും സാധിച്ചു തരാമെന്ന് ഞാൻ ഉറപ്പുകൊടുത്തു. 'മരിക്കുന്നേനു മുമ്പ് നമ്മടെ ചന്ദ്രകലേടെ കല്യാണമൊന്നു കാണണം.' ചന്ദ്രകല എന്റെ മൂത്ത മോളാ. മുപ്പത്തിമൂന്നു വയസ്സായി. ആലോചനകളൊന്നും വരാഞ്ഞല്ല; കെട്ടിച്ചു കൊടുക്കാൻ കാശില്ലാഞ്ഞ് അതങ്ങു നീണ്ടുപോയതാണ്. 'എന്റെ കൈയിൽ എവിടുന്നാമ്മേ നിവർത്തി?' എന്നു ഞാൻ അമ്മയോടു ചോദിച്ചു. 'നീ ഒരാണല്ലേ? അച്ഛനല്ലേ? എവിടുന്നെങ്കിലും കാശൊണ്ടാക്ക്...' എന്റമ്മയുടെ ശബ്ദം എന്റെ ഹൃദയത്തിൽ തറച്ചുകയറി. അവളുടെ കണ്ണുനീരുകണ്ട് സഹിക്കാഞ്ഞാവും അമ്മ അതു പറഞ്ഞത്. അമ്മ പിന്നെയും എന്തൊക്കെയോ പറഞ്ഞുകൊണ്ടിരുന്നു. റെഡ്ഡ്യാരുടെ തുണിക്കടേലെ കണക്കെഴുത്തുകാരൻ ഗോവിന്ദന്റെ ആലോചന വന്നിട്ടുണ്ട്... ഒന്നും കൊടുത്തില്ലെങ്കിലും കല്ല്യാണച്ചെലവും മറ്റാവശ്യവുംകൂടി ഒരു ലക്ഷം രൂപയെങ്കിലും വേണം... എവിടുന്നുണ്ടാക്കാനാ... എടുക്കാവുന്ന വായ്പകളെല്ലാം എടുത്തു കഴിഞ്ഞു. അതിന്റെ പിടുത്തമെല്ലാം കഴിഞ്ഞു ശമ്പളം തന്നെ കഷ്ടിയാ... വീടും സ്ഥലോം ദേവസ്വത്തിലേയ്ക്കു ജന്മമുള്ളതാ. കൈവശമാണെങ്കിലും ക്രയവിക്രയങ്ങൾക്കൊന്നും അധികാരമില്ല. വിൽക്കാനോ പണയം വയ്ക്കാനോ മറ്റൊന്നുമില്ല... ആരോടെങ്കിലും

ചോദിക്കാമെന്നു കരുതിയാ ഞാൻ വീട്ടിൽനിന്നിറങ്ങിയത്, ഇറങ്ങുമ്പോഴും അമ്മ പറഞ്ഞു: 'മോനേ മരിക്കാൻ കിടക്കുന്ന അമ്മേടെ അവസാനത്തെ ആഗ്രഹമാ...' ഞാനിവിടെ വന്ന് പലരോടും ചോദിച്ചു. എനിക്കാരു കടം തരാനാ...?"

"കരയാതെ കാര്യം പറയെടോ..."

"സാറേ..."

"കരയാതെ പറ... എനിക്കു മൊഴി എടുക്കണം..."

"അന്നാകെ വിഷമിച്ചാ ഞാൻ ട്രഷറീ വന്നത്. റിസർവ് ബാങ്കീന്നു വന്ന പെട്ടികളെല്ലാം കൂട്ടിയിട്ടിരിക്കുന്നു. പിലിപ്പോസ് മോലാളീടെ ബില്ലു വന്നിട്ടുണ്ടെന്ന് ആരോ പറഞ്ഞു."

"ആരാ പീലിപ്പോസ് മുതലാളി?"

"കടലിൽ കല്ലിടുന്ന കോൺട്രാക്ടറാ..."

"ങ്ഹാ... എന്നിട്ട്?"

"ബില്ലു നേരെ കൊണ്ടുവന്നതാ.... പത്തു ലക്ഷത്തിന്റെയാ. മുതലാളിക്ക് പണം മുഴുവൻ നൂറിന്റെ നോട്ടായിട്ടു വേണം. കൂലിക്കാർക്കു കൊടുക്കാനാ. ക്യാഷ് കൗണ്ടറിൽ നൂറിന്റെ കെട്ടുകൾ അത്രയ്ക്കില്ലായിരുന്നു. അപ്പോൾ വന്ന പെട്ടി പൊട്ടിച്ച് ഉള്ളതെല്ലാം എടുക്കാൻ എന്നോട് ഓഫീസർ പറഞ്ഞു. ഞാൻ പെട്ടി പൊട്ടിച്ചിട്ടു. പണമെടുത്തു. പത്തു ലക്ഷത്തിന്റെ നൂറു രൂപാനോട്ടുകൾ. എന്നോളമുള്ള ഒരു കൂന നോട്ടുകൾ. ഞാൻ ഏറെ നേരം അതിലേക്കങ്ങനെ നോക്കിയിരുന്നുപോയി. അപ്പോൾ അദ്ഭുതകരമെന്നല്ലാതെന്തു പറയാൻ. എന്റമ്മയുടെ വാക്കുകൾ എന്റെ നെഞ്ചിൽക്കിടന്നു മുഴങ്ങാൻ തുടങ്ങി, 'നീ ഒരച്ഛനല്ലേ? അമ്മയുടെ അവസാനത്തെ ആഗ്രഹമാ, എവിടുന്നെങ്കിലും എങ്ങനെങ്കിലും' ഇങ്ങനെയൊക്കെ. എന്നെ സംബന്ധിച്ചിടത്തോളം ഇങ്ങനെയൊരനുഭവം നേരത്തെ ഉണ്ടായിട്ടില്ല. ഇതിൽനിന്ന് പതിനായിരം രൂപ എടുത്താലോ? ആ നശിച്ച നിമിഷത്തിൽ എനിക്കങ്ങനെ തോന്നി. നോട്ടുകെട്ടുകളുടെ എണ്ണം എടുത്തിട്ടില്ല. ടാലി നോക്കിയിട്ടില്ല. സേഫിൽ വച്ചിട്ടില്ല. ബാക്കി പെട്ടികൾ പൊട്ടിക്കാനും കിടക്കുന്നു. അതുകൊണ്ടു പണം എടുത്താലും ഉടനെയൊന്നും കണ്ടുപിടിക്കില്ലെന്ന് എനിക്കറിയാമായിരുന്നു. സാറേ ഞാൻ പതിനായിരം രൂപാ എടുത്തു, സേഫിന്റെ ഇടയിലേയ്ക്കു നീങ്ങിനിന്ന് ആ രൂപാ രണ്ടാംമുണ്ടിൽ പൊതിഞ്ഞ് അരക്കെട്ടിൽ ചേർത്തുകെട്ടി വച്ചു. അന്നു പിന്നെ ഞാൻ ഒരു ജോലിയും ചെയ്തില്ല. എങ്ങനെയെങ്കിലും വൈകുന്നേരമാകണമെന്നും നേരെ വീട്ടിലേയ്ക്കു പോകണമെന്നും

ഉടനെ എന്റെ മകളുടെ വിവാഹം നടത്തണമെന്നും മാത്രമായിരുന്നു എന്റെ ചിന്ത. ട്രഷറി ഓഫീസർ ടാലി നോക്കാൻ വന്നപ്പോൾ നല്ല സുഖമില്ല, നാളെ നോക്കാമെന്ന് ഞാൻ പറഞ്ഞു. അദ്ദേഹത്തിന് എന്നെ വിശ്വാസമായിരുന്നു. മുപ്പതുകൊല്ലത്തെ സർവ്വീസിനിടയിൽ ഒരൊറ്റ പൈസയ്ക്കു പോലും ഈ രാമനാഥക്കമ്മത്തിനു കണക്കു തെറ്റിയിട്ടില്ല. വീഴ്ച വന്നിട്ടില്ല. അത്രയ്ക്കു ശ്രദ്ധാലു. സത്യസന്ധൻ. ഓഫീസർ പോയിക്കഴിഞ്ഞു ഞാൻ പുറത്തേയ്ക്കിറങ്ങി. നോട്ടുകെട്ടുകളുടെ കനംകൊണ്ട് എന്റെ പള്ള വീർത്തിരുന്നു. അതാണു പുതുതായി വന്ന ആ സെക്യൂരിറ്റിക്കാരനു സംശയമുണ്ടാക്കിയത്. പിന്നൊന്നും എനിക്കോർമ്മയില്ല. കണ്ണു തുറക്കുമ്പോൾ ഞാനിവിടെ ഈ പോലീസ് സ്റ്റേഷനിലെ ലോക്കപ്പിലാണ്.... ആരൊക്കെയോ എന്നെ ഒരുപാടു തല്ലി. എനിക്കു വയ്യ സാറെ... വയ്യ..."

"കമ്മത്ത് മുണ്ടെടുത്തുടുക്കൂ..."

"സാറേ..."

"കമ്മത്തിനു ചായ വേണോ"

"വേണ്ട സാറേ... വേണ്ടാ..."

"കമ്മത്ത് എന്തു മണ്ടത്തരമാ കാണിച്ചത്? ഇന്നല്ലെങ്കിൽ നാളെ അതു കണ്ടുപിടിക്കില്ലേ?"

"അതിനു മുമ്പ് എന്റെ മകളുടെ കല്യാണം നടക്കും സാറെ. അങ്ങനെ എന്റമ്മേടെ അവസാനത്തെ ആഗ്രഹം സാധിക്കും... ഒരച്ഛൻ എന്ന നിലയിലും മകനെന്ന നിലയിലും എനിക്കതു മതിയായിരുന്നു..."

"കരയാതെ... കമ്മത്തെ... ഭവിഷ്യത്തുകളോർക്കാതെ ഓരോന്നു ചെയ്തിട്ടാണിത്... വിചാരണ, ശിക്ഷ, ജോലി പോകൽ, തടവ്... ഇങ്ങനെ എന്തെല്ലാം ദുരന്തങ്ങളാണുണ്ടാവുക?.... അതൊന്നും ഓർത്തില്ലേ?"

"സാറെ അതിനൊന്നും ഞാൻ കാണില്ല... ഈ ഒരു കാര്യം ചെയ്തിട്ടു ഞാൻ നേരെ അമ്പലക്കുളത്തിലിറങ്ങും..."

"അതെന്തിന്?"

"അഴുക്കും ചേറും പൂണ്ടുകിടക്കുന്ന ആഴമറിയാത്ത ആ കുളത്തിന്റെ ആഴങ്ങളിലൂടെ ഞാൻ നേരെ നരകത്തിലേയ്ക്കു പോകും. എന്റെ ശിക്ഷ വാങ്ങാൻ... പിന്നൊരിക്കലും ഞാൻ മടങ്ങിവരില്ല..."

"കമ്മത്തെ..."

"സാറെ, എന്നെ ആ അമ്പലക്കുളംവരെ ഒന്നു കൊണ്ടുപോകാമോ?"

"കമ്മത്തെ..."

"സാറെ ഒരുപകാരം ചെയ്യ്... എന്നെ ആ അമ്പലക്കുളംവരെ ഒന്നു കൊണ്ടുപോകൂ... ദൈവത്തെയോർത്ത്... സാറിന്റെ അമ്മയേയും മക്കളേയും ഓർത്ത്...."

"എന്റെ കമ്മത്തേ...!"

"അല്ലെങ്കിൽ സാറൊരു കാര്യം ചെയ്യൂ... എന്നെ ഇടിക്ക്... എന്നെ ഇടിച്ച് എന്റെ എല്ലുകളെല്ലാം ഊരിയെടുക്ക്... അങ്ങനെങ്കിലും എന്നെ കൊല്ല്..."

"കമ്മത്തേ..."

"അയ്യോ, സാറു കരയുന്നോ?"

"ഏയ്... ഒന്നുമില്ല..."

"എന്നെ, കൊല്ലു സാറെ എന്നെ ഇടിച്ചുകൊല്ലു സാറേ..."

"എനിക്കെങ്ങനെ എന്നെ ഇടിക്കാനൊക്കും? എനിക്കെങ്ങനെ എന്നെ കൊല്ലാനൊക്കും?"

■

അപരിചിതൻ

ആദ്യം

"**അ**യാൾ, ആ മനുഷ്യൻ, ഇന്നും എന്റെ പിന്നാലെ വന്നു."

അതു പറയുമ്പോൾ ഭർത്താവ് കയർക്കുമെന്നാണ് സുമിത്ര കരുതിയത്.

പക്ഷേ അദ്ദേഹം ചിരിക്കുകയായിരുന്നു. പിന്നെ നിർദ്ദോഷമായ ഒരു കമന്റും:

"പാവം. പിന്നാലെ വന്നതല്ലേയുള്ളു. ഒന്നു കണ്ടോട്ട്."

സുമിത്രയ്ക്കു സഹിച്ചില്ല.

"ഒരാഴ്ചയായി ഞാനിതു പറയുന്നു -

ഓഫീസിൽ പോകുമ്പോഴും വരുമ്പോഴും ഒരുവൻ രാവിലെയും വൈകുന്നേരവും എന്റെ പിന്നാലെ നടക്കുന്നെന്ന്! എന്നെത്തന്നെ തുറിച്ചുനോക്കുന്നെന്ന്! എന്നോടു സ്നേഹമുണ്ടായിരുന്നെങ്കിൽ നിങ്ങളിതു ശ്രദ്ധിക്കില്ലായിരുന്നോ?"

അവൾ വിതുമ്പാൻ തുടങ്ങി.

അയാൾക്കു സഹിച്ചില്ല.

ഭാര്യയെ ആശ്വസിപ്പിച്ചുകൊണ്ടു പറഞ്ഞു:

"നാളെയാകട്ടെ ഓഫീസിൽ പോകുമ്പോൾ ഞാൻ നിന്റെ കൂടെ വരാം. ആളിനെ കാണിച്ചുതന്നാൽ മതി, അവന്റെ നടത്തം ഞാനവസാനിപ്പിക്കാം."

അന്നുറങ്ങാൻ കിടന്നപ്പോൾ ഭാര്യയുടെ മുഖത്ത് കണ്ണീരിന്റെ കറുത്ത മേഘങ്ങൾക്കിടയിൽ നിലാവുദിക്കുന്നത് ഉൾക്കുളിരോടെ അയാൾ കണ്ടു.

അനന്തരം

"**അ**യാളെ, ആ മനുഷ്യനെ ഇന്നു വൈകുന്നേരം കണ്ടില്ല. രാവിലെ എന്നെ വിട്ടിട്ടു വരുമ്പോൾ അയാളുമായി വഴക്കുണ്ടാക്കിയോ?"

ഭർത്താവ് എല്ലാം വിശദമായി പറയുമെന്നാണ് സുമിത്ര കരുതിയത്. പക്ഷേ, അദ്ദേഹം കാര്യമാത്രപ്രസക്തനായി,

"അയാളെ, രാവിലെ നീ കാണിച്ചുതന്ന ആ മനുഷ്യനെ, നിന്നെ വിട്ടിട്ടുവരുമ്പോൾ ഞാൻ കണ്ടു. നീ എന്റെ ഭാര്യയാണെന്നും ഇങ്ങനെ പിന്നാലെ നടന്നു ശല്യപ്പെടുത്തരുതെന്നും പറയണ്ടരീതിയിൽ ഞാൻ പറഞ്ഞു."

സുമിത്രക്ക് എന്തോ വല്ലാത്ത ഭയം തോന്നി. പിന്നെ അവൾ കൂടുതലൊന്നും ചോദിച്ചില്ല.

ഒന്നും. ഒന്നും.

അന്നുരാത്രി ഉറങ്ങാൻ കിടക്കുമ്പോൾ ഭാര്യയുടെ മുഖം അയാൾ കണ്ടില്ല!

അന്ത്യം

അയാളെ, ആ മനുഷ്യനെ ഇന്നും കണ്ടില്ല. പക്ഷേ ഭർത്താവ് എന്തെങ്കിലും ചോദിക്കുമെന്ന് സുമിത്ര കരുതി.

അദ്ദേഹം ഒന്നും മിണ്ടിയില്ല.

"അയാളാണെന്നു തോന്നുന്നു... അയാൾ എനിക്കൊരു കത്തയച്ചിരിക്കുന്നു."

ഭർത്താവ് അതും കേട്ടതായി നടിച്ചില്ല.

ആരോടെന്നില്ലാതെ അവൾ കത്തിലെ വരികൾ വായിക്കാൻ തുടങ്ങി:

"നിങ്ങൾ ശ്രദ്ധിക്കുന്നതിനും എത്രയോ മുമ്പുമുതലെ ഞാൻ നിങ്ങളെ അറിയുന്നു. നിങ്ങളെ കാണുന്നു. നിങ്ങൾക്കു പിന്നാലെ നടന്നുതുടങ്ങിയിരിക്കുന്നു. പതിനഞ്ചുവർഷങ്ങൾക്കുമുമ്പ് ഒരു വെള്ളിയാഴ്ച ഞാനീ നഗരത്തിൽ വന്നപ്പോൾ തികച്ചും യാദൃച്ഛികമായാണ് നിങ്ങളെ കണ്ടത്. ജീവിതത്തിന്റെ ആരംഭത്തിലേ തന്നെ എനിക്കു നഷ്ടമായ എന്റെ ഭാര്യയുടെ മുഖവുമായി നിങ്ങൾ നടന്നുപോകുന്നു. പിന്നെ ഞാനീ നഗരം വിട്ടുപോയിട്ടില്ല. എന്റെ ഭാര്യയുടെ ജീവിക്കുന്ന മുഖം കാണാനായി ഞാനിവിടെ തപസ്സിരിക്കുന്നു – നീണ്ട പതിനഞ്ചുവർഷങ്ങളായി. നിങ്ങൾക്കതു ശല്യമാകുമെന്നോ ഉപദ്രവമാകുമെന്നോ

ഞാനറിഞ്ഞിരുന്നില്ല. ഇന്നു നിങ്ങളുടെ ഭർത്താവ് എന്നോടാ വിവരം പറഞ്ഞപ്പോൾ തിരിച്ചുപോകാൻ ഞാൻ നിർബന്ധിതനായി. എന്റെ ഭാര്യക്ക് ശല്യമാകുന്നതോ ഉപദ്രവമാകുന്നതോ ആയ യാതൊന്നും ചെയ്യുന്നത് എനിക്കിഷ്ടമല്ലായിരുന്നു. അതിനാൽ ഞാൻ തിരിച്ചുപോകുന്നു. - ഇനി ഒരിക്കലും കാണാതിരിക്കാനായി..."

അത്രയും വായിച്ചപ്പോഴേക്കും സുമിത്ര വിതുമ്പിപ്പോയി. അപ്പോഴും ഭർത്താവ് അനങ്ങിയില്ല.

അവൾ പൊട്ടിപ്പൊട്ടിക്കരഞ്ഞു.

എന്നിട്ടും അയാൾ ചലിച്ചില്ല.

നിവർത്തിയില്ലാതെ കണ്ണീരിന്റെ പ്രവാഹമായി അയാളിലേക്കൊഴുകിച്ചെന്ന് അവൾ തേങ്ങി...

"എനിക്കു കാണണം."

അയാൾക്ക് ഇനിയും നിശ്ശബ്ദനായിരിക്കാൻ കഴിഞ്ഞില്ല.

അവളുടെ മുഖം പിടിച്ചുയർത്തി അയാൾ മെല്ലെ ചോദിച്ചു:

"ആരെ-"

അവൾ യാചിച്ചു:

"എന്റെ ഭർത്താവിനെ-"

അയാൾ ഞെട്ടിപ്പോയി.

ഒടുവിൽ രാത്രിയിൽ ഉറങ്ങാൻകിടന്നപ്പോൾ അപരിചിതത്വത്തിന്റെ ഗന്ധം അയാളറിഞ്ഞു.

അന്നാദ്യമായി അവരിരുവരും ഉറങ്ങിയില്ല.

■

സ്വപ്നങ്ങളുടെ പൊരുൾ

ശവം തിന്നുകയും ശ്മശാനത്തിൽ ഉറങ്ങുകയും ചെയ്യുന്ന ഒരു മനുഷ്യൻ രണ്ടു ദിവസമായി എന്റെ വീട്ടുപരിസരത്തു കറങ്ങി നടക്കുന്നുണ്ടത്രെ! സൂക്ഷിക്കണം പോലും! ഓഫീസിൽ ഒരു ഫയൽ പഠിക്കുമ്പോൾ അണ്ടർസെക്രട്ടറി വിശ്വനാഥയ്യരാണ് ആ വിവരം പറഞ്ഞത്. സത്യം പറഞ്ഞാൽ എന്റെ ഉള്ളൊന്നു കാളി. പുകഞ്ഞു നീറുന്ന ഒരു തരം അഗ്നി എന്റെ ഹൃദയത്തിന്റെ അടിത്തട്ടിലെവിടെയോ വീണെന്നു തോന്നി. അത്യാവശ്യമായ ഫയലായിരുന്നിട്ടുകൂടി അതു മടക്കി ഞാൻ അയ്യരെ ഒന്നു നോക്കി. ഭയം നിറഞ്ഞ കണ്ണുകൾ മുന്നോട്ടുതള്ളി വിറയ്ക്കുന്ന ശബ്ദത്തിൽ അയ്യർ തറപ്പിച്ചു പറഞ്ഞു:

"അവനെ, ചൊടലയാണ്ടിയെ ഞാനെന്റെ കണ്ണുകൊണ്ടു കണ്ടതാ."

എനിക്കു പിന്നെ ഇരിപ്പുറച്ചില്ല. വിശ്വനാഥയ്യർ പറഞ്ഞതു സത്യമായിരിക്കും. കാരണം ഞങ്ങളുടെ തെരുവിനെപ്പറ്റി, തെരുവിലെ സംഭവവികാസങ്ങളെപ്പറ്റി, അവിടെ നടക്കുന്ന ഓരോ ചലനങ്ങളെപ്പറ്റി ആധികാരികമായി പറയാൻ കഴിവുള്ള ഒരേ ഒരു വ്യക്തി എന്റെ അയൽക്കാരനായ വിശ്വനാഥയ്യരാണ്. അതിനു പ്രത്യേകിച്ച് ഒരു കാരണം കൂടിയുണ്ട് - ഓഫീസ് ജോലികളല്ലാതെ മറ്റു യാതൊരു സമയംപോക്കുമില്ലാത്ത അയ്യർ വൈകുന്നേരമായാലുടൻ തെരുവിന്റെ പടിഞ്ഞാറെ അറ്റത്തുനിന്നും കിഴക്കോട്ടു നടക്കും. വളരെ പ്രസിദ്ധമാണ് ആ സവാരി. ഒരു നീളൻ കുട തോളിൽ ചാരി, അതിൽ രണ്ടു കൈകളും ചുറ്റി, കുറുക്കന്റെ കണ്ണുകളോടെയുള്ള ആ നടത്തം ഒന്നു കാണേണ്ടതുതന്നെയാണ്. മൂന്നു ഫർലോങ് നീളമുള്ള റോഡു കടക്കാൻ അയ്യർ കുറഞ്ഞത് ഒരു മണിക്കൂറെങ്കിലും എടുക്കും. ആദ്യത്തെ നടത്തയിൽ ഇടതുവശത്തെ വീടുകൾ മാത്രമായിരിക്കും ശ്രദ്ധിക്കുക. പുറത്തുകാണുന്ന ഓരോരുത്തരോടും കുശലംപറഞ്ഞ് തെരുവിന്റെ ഇങ്ങെ അറ്റത്തെത്തുമ്പോൾ ഒരു മണിക്കൂർ കഴിഞ്ഞിരിക്കും. അവിടെ അണ്ണാച്ചിക്കൊരു പൂക്കടയുണ്ട്. അതുവരെ

അറിഞ്ഞ വാർത്തകൾ അണ്ണാച്ചിയുമായി ചർച്ച ചെയ്തു സ്ഥിരീകരിച്ച ശേഷം അമ്യാർക്ക് പൂവും വാങ്ങി തിരിച്ചുനടക്കും. ആ നടത്തയിൽ വലതു വശത്തെ വീടുകളായിരിക്കും ശ്രദ്ധയിൽ വരിക. ഇതെന്നുമുള്ള പതിവാണ്. ഏതെങ്കിലും ഒരു ദിവസം അയ്യരെ കണ്ടില്ലെങ്കിൽ അന്ന് അദ്ദേഹം സ്ഥലത്തില്ലെന്നു പറയാം. അതുകൊണ്ട് തെരുവിലെ സംഭവ വികാസങ്ങളെപ്പറ്റി അയ്യർ പറയുന്നത് വിശ്വസിക്കാവുന്നവയാണ്.

ഈശ്വരാ ഞാനെന്തു ദ്രോഹം ചെയ്തിട്ടാണ്, ഈ ഭീകരനായ മനുഷ്യൻ എന്റെ വീട്ടുപരിസരത്തു കറങ്ങിനടക്കുന്നത്–

പ്രായം കൂടിയവനാണെങ്കിലും എന്റെ കീഴ്ജീവനക്കാരന്റെ മുന്നിൽ യാതൊരു കാരണവശാലും പതറുകയോ ഭയക്കുകയോ ചെയ്യരുതെന്ന തോന്നൽ പെട്ടെന്ന് എനിക്കുണ്ടായി. അല്ലെങ്കിൽ എന്റെ വികാരങ്ങൾ ഞാനറിയാതെ പുറത്തു ചാടുമായിരുന്നു.

എല്ലാം ഉള്ളിലാക്കി. അയ്യരുടെ ഭീതിദമായ വാക്കുകളെയും അയ്യ രേയും തന്നെ പുച്ഛിക്കുന്ന സ്വരത്തിൽ ഞാനൊന്നു ചിരിച്ചു.

എന്റെ ചിരി അയാൾക്ക് അവിശ്വസനീയവും അസഹ്യവുമായിരുന്നു.

അയാൾ അദ്ഭുതം കൊള്ളുന്നതുകണ്ട് ഞാൻ വീണ്ടും ഫയൽ തുറന്നു. എനിയ്ക്കൊന്നും കണ്ടുകൂടാ. എന്റെ മനസ്സുനിറയെ ഭീകരനായ ആ മനുഷ്യനാണ്. എന്നിട്ടും അക്ഷരങ്ങൾ കൂട്ടിക്കുഴഞ്ഞ താളുകളിൽ വട്ടം ചുറ്റിക്കൊണ്ടിരുന്ന എന്റെ കണ്ണുകളെ ഞാൻ ശ്രദ്ധാപൂർവ്വം നിയന്ത്രിച്ചു. നിയന്ത്രണത്തിന്റെ ചരട് അറ്റുപോകുമെന്നു ഭയന്ന ഒരു നിമിഷത്തിൽ കണ്ണുകൾ മറ്റെവിടേയ്ക്കോ എറിഞ്ഞ് ഞാൻ ഗൗരവത്തിൽ പറഞ്ഞു:–

“താങ്ക്സ്, അയ്യർ പൊയ്ക്കൊള്ളൂ.”

എത്രയോ പ്രാവശ്യം തിരിഞ്ഞുനോക്കീട്ടാണ് അയാൾ പുറത്തു പോയത്!

അയ്യർ പുറത്തുപോയപ്പോഴാണ് ഒരു കാര്യം ചോദിക്കാൻ വിട്ടുപോയല്ലോ എന്നോർത്തത്. ആരാണീ ചൊടലയാണ്ടി? ആ ഭീകരൻ എന്തിനാണ് എന്റെ വീട്ടുപരിസരത്തു മാത്രം കറങ്ങി നടക്കുന്നത്? അയ്യരെ ഒന്നുകൂടി വിളിപ്പിച്ചാലോ?

വേണ്ട. അയ്യരെ വീണ്ടും വിളിപ്പിച്ച് ഭയപ്പാടോടെ ഞാനിതു തിരക്കിയാൽ എന്റെ ദൗർബല്യങ്ങൾ അയാളറിയും. അയാളിൽനിന്നും ഈ വിചിത്രമനുഷ്യന്റെ കഥ കേട്ടിരിക്കുന്ന സെക്ഷൻ സൂപ്രണ്ടുമാരും ഗുമസ്തന്മാരും ശിപായിമാരും ഓഫീസറുടെ ഭയത്തെ ഉള്ളിൽ നിന്ദിച്ചു ചിരിക്കും. വേണ്ട അയ്യരെ വിളിക്കണ്ട.

ഞാൻ വീണ്ടും ഫയലിലേക്കുതന്നെ ശ്രദ്ധ തിരിക്കുവാൻ നോക്കി. പക്ഷേ, ഒരക്ഷരം എനിക്കു തിരിയുന്നില്ല. എല്ലാം കൂടിക്കുഴഞ്ഞു കിടക്കുന്നു. തീരെ അസഹ്യമായപ്പോൾ ഫയൽ മേശമേലിട്ട് ഞാൻ പിന്നോക്കം ചാഞ്ഞു. മെല്ലെ കണ്ണുകളടച്ച് ചിന്തിച്ചു.

ചൊടലയാണ്ടി....!

ആ പേരിനുതന്നെ വല്ലാത്ത ഒരു ഭീകരത തോന്നുന്നു.

ആരാണീ ചൊടലയാണ്ടി?

ശ്മശാനത്തിലുറങ്ങുന്ന, ശവം തിന്നുന്ന ഒരു മനുഷ്യൻ–

അല്ല ഒരു ജന്തു.

അതു കള്ളമാണ് – കള്ളമാണ് –

എത്ര വിശ്വസിക്കാൻ ശ്രമിച്ചിട്ടും ഒരു പരമസത്യംപോലെ ചൊടലയാണ്ടി എന്റെ ഹൃദയത്തിൽ ഉണരാൻ തുടങ്ങി. പെട്ടെന്ന് എന്റെ ഭാര്യയെയാണ് ഓർമ്മവന്നത്. ഈശ്വരാ! ഒരു മൂങ്ങ മൂളുന്നതുകേട്ടാൽപോലും ഭയന്നുവിറയ്ക്കുന്ന അവളിതു കേട്ടാൽ – എനിക്കു വീട്ടിലേക്കു പോകണമെന്നു തോന്നി. അത്യാവശ്യമുള്ള ചില ഫയലുകൾ തന്നെ ത്താൻ അടുക്കിയെടുത്ത് ഇറങ്ങാൻ തുടങ്ങുമ്പോഴാണു അയ്യരുടെ മുഖം മനസ്സിലേക്കു വന്നത്. പുറത്തേക്കിറങ്ങുമ്പോൾ അയാൾ കാണും. അയ്യരുടെ അടുക്കൽനിന്നു കഥകേട്ട് സംഭ്രമിച്ചിരിക്കുന്ന സെക്ഷൻ സൂപ്രണ്ടും ഗുമസ്തന്മാരും ശിപായിമാരും കാണും! ഞാനിറങ്ങിപ്പോകുന്നത് ഒരുതരം സഹതാപത്തോടെ–, പുച്ഛത്തോടെ അവർ നോക്കി നില്ക്കും.

വേണ്ട – എനിക്കു പോകുന്നു.

അഞ്ചേകാൽ മണിവരെ എങ്ങനെയോ കഴിച്ചുകൂട്ടി. ധൃതിപ്പെട്ട് പുറത്തേക്കിറങ്ങാൻ തുടങ്ങുമ്പോൾ വിജയരാഘവൻ എന്നെതേടി വരികയായിരുന്നു. അവന്റെ കാറ് വർക്ക്ഷോപ്പിലാണ്. വീടുവരെ ഒന്നു ലിഫ്റ്റു കൊടുക്കണം.

കാറിൽ കയറാത്ത താമസം അവനും അദ്ഭുതത്തോടെ ആ ചോദ്യം തന്നെ ചോദിച്ചു.

“എടോ തന്റെ വീട്ടുപരിസരത്ത് ആ ചൊടലയാണ്ടി കറങ്ങി നടക്കുന്നെന്നു കേട്ടല്ലോ?”

“ആരു പറഞ്ഞു?” എന്റെ ചോദ്യത്തിൽ തുറന്ന ഭയമുണ്ടായിരുന്നു.

“അവളാ പറഞ്ഞത്. പാലുകാരിയോ മറ്റോ അവളോടു പറഞ്ഞത്രെ!”

കാറിന്റെ വേഗം ഞാനറിയാതെ കൂടിക്കൊണ്ടിരുന്നു. ഒപ്പം ഒരുതരം അണപ്പും എന്നെ ബാധിച്ചിരുന്നു. എന്നാലും എനിക്കതു ചോദിക്കാതിരിക്കാൻ കഴിഞ്ഞില്ല:

"ആരാണീ ചൊടലയാണ്ടി?"

വിജയരാഘവൻ അദ്ഭുതത്തോടെ വിവരിച്ചു:

"ഒരു ഭീകരജീവിയാ. ശവം തിന്നുമെന്നും ശ്മശാനത്തിലാ താമസമെന്നുമൊക്കെയാ ആൾക്കാരു പറയുന്നത്. എന്തായാലും അപകടമാ. അവനെ അവിടുന്ന് ഓടിക്കണം."

എല്ലാ പരിഭ്രമങ്ങളും ഒളിപ്പിച്ചുകൊണ്ടു തീരെ നിസ്സാരമെന്ന മട്ടിൽ ഞാനൊന്നു ചിരിച്ചു. എന്റെ പുച്ഛസ്വരത്തിലുള്ള ചിരി അവനെ തെല്ലൊന്നമ്പരപ്പിച്ചിരിക്കണം. ആ അമ്പരപ്പിലൂടെ ഇരുവരും ഏറെ നേരത്തേക്കു മിണ്ടിയില്ല.

എപ്പഴോ വിജയരാഘവന്റെ വീടു കഴിഞ്ഞാണ് വണ്ടി നിർത്തണമെന്ന കാര്യം തന്നെ ഞാനോർത്തത്. കാറ് അല്പം റിവേഴ്സിലെടുത്ത് അവനെ ഇറക്കിവിട്ടിട്ട് ഞാൻ വീട്ടിലേക്കു പായുകയായിരുന്നു.

വീടിന്റെ ഗേറ്റ് അടച്ചിട്ടിരിക്കുന്നു!

എന്തുപറ്റി?

എന്നും എന്റെ വരവുംകാത്ത് ഗേറ്റിൽ അവൾ നില്ക്കാറുള്ളതാണല്ലോ? ഇന്നെന്തുപറ്റി?

ഞാൻ ഗേറ്റൊന്നു തള്ളി.

അകത്തുനിന്നും പൂട്ടിയിരിക്കുന്നു.

ഇതൊന്നും പതിവില്ലാത്തതാണല്ലോ. ഞാൻ ചുറ്റുപാടും ഒന്നു നോക്കി. ആരുമില്ല. ഗേറ്റിൽ തട്ടി ശബ്ദമുണ്ടാക്കി. വളരെ കഴിഞ്ഞ് വയ്പുകാരി ഇറങ്ങിവന്ന് ഗേറ്റിന്റെ വിടവിലൂടെ എന്നെ സൂക്ഷിച്ചുനോക്കി. ഞാനാണെന്നുറപ്പുവന്നപ്പോൾ ഗേറ്റു തുറന്നു.

"എന്താ, എന്തുപറ്റി?"

എന്റെ ചോദ്യങ്ങളൊന്നും അവൾ കേട്ടില്ലെന്നു തോന്നി. അല്ലെങ്കിൽ അതെല്ലാം അവഗണിച്ചുകൊണ്ട് അവൾ ഗൗരവത്തിൽ നടന്നുപോയി.

വരാന്തയിലും ഡ്രായിംഗ് റൂമിലുമൊന്നും അവളില്ല. അവളെവിടെ? അകത്തേക്കു കയറിച്ചെന്നപ്പോൾ ഡൈനിംഗ് ടേബിളിൽ തലവച്ച് ഏങ്ങിയേങ്ങിക്കരയുന്നതാണ് കണ്ടത്. എന്താ കാരണമെന്നു ചോദിച്ചിട്ട് ഒരുത്തരവും കിട്ടിയില്ല. അവസാനം വയ്പുകാരിയാണ് പറഞ്ഞത് – ശവം

തിന്നുകയും ശ്മശാനത്തിലുറങ്ങുകയും ചെയ്യുന്ന ഭീകരജീവി കുറെ ദിവസമായി ഈ വീട്ടുപരിസരത്തു കറങ്ങി നടക്കുന്നുണ്ടത്രെ? പലരും പറഞ്ഞിട്ടും കാര്യമാക്കാതിരുന്ന അവൾ ഇന്നാ ജീവിയെ നേരിട്ടു കണ്ടു. മാത്രമല്ല, അയാൾ അവളെന്നെത്തന്നെ തുറിച്ചുനോക്കിക്കൊണ്ടു നിന്നത്രേ. എന്നിട്ട് ഒടുവിൽ അവളെ നോക്കി വികൃതമായി ചിരിച്ചു പോലും. അവൾ ഓടിമാറിക്കളഞ്ഞു. മണിക്കൂറുകൾ കഴിഞ്ഞുചെന്നു നോക്കിയിട്ടും ആ വികൃതച്ചിരിയുമായി അയാൾ ഇങ്ങോട്ടുതന്നെ നോക്കി റോഡിൽ നിൽക്കുകയായിരുന്നു.

വയ്പുകാരി ഇതു പറഞ്ഞു കഴിഞ്ഞപ്പോഴേക്കും അവൾ മെല്ലെ തല പൊക്കി കരച്ചിലിനിടയിൽ പറഞ്ഞു:

“എന്നെ ഇന്നുതന്നെ വീട്ടിൽ കൊണ്ടുവിടണം.”

ഉള്ള് ഉരുകുകയായിരുന്നുവെങ്കിലും പുറത്തു കാണിക്കാൻ പറ്റുമോ! ഞാനൊന്നു ചിരിച്ചു. എന്നിട്ട് ഭാര്യയെ ആശ്വസിപ്പിക്കാൻ പറഞ്ഞു.

“എടീ മണ്ടി. ആരെങ്കിലും നിന്നെ പറ്റിക്കാൻ പറഞ്ഞതായിരിക്കും.”

“ഞാൻ എന്റെ കണ്ണുകൊണ്ടു കണ്ടതോ?”

അവളുടെ ആ ചോദ്യത്തിനു മറുപടി പറയാതെ ഞാൻ ഒഴിഞ്ഞു മാറി:

“അതു നിന്റെ തോന്നലായിരിക്കും.”

“ശരിയാ. എന്നാൽ എല്ലാം എന്റെ തോന്നലാ. എന്നെ വീട്ടിൽ കൊണ്ടാക്കൂ. എനിക്കു ഭയപ്പാടില്ലാതെ കഴിയാമല്ലോ” അവൾ ഒരേ വാശി യിൽനിന്നു.

“ശരി നിന്നെ കൊണ്ടുവിടാം. ഇയാൾ അവിടെയും വന്നാലോ.” അതി നുത്തരം ഒരു പൊട്ടിക്കരച്ചിലായിരുന്നു – നിർത്താതെയുള്ള ഒരു നീണ്ട നിലവിളി.

അവളെ സമാധാനിപ്പിക്കാൻ വേണ്ടി ഞാൻ കാര്യമന്വേഷിക്കാമെ ന്നേറ്റു. എന്റെ സാന്ത്വനത്തിന്റെ ഗീതികൾക്കു മധുരവും ദൈർഘ്യവും കൂടിയപ്പോൾ അവൾക്കല്പം സമാധാനമായെന്നു തോന്നി.

വേഷം മാറുമ്പോഴും കാപ്പി കുടിക്കുന്നതിനിടയിലും ഓരോ തമാശ കൾ പറഞ്ഞു ഞാനവളെ ആശ്വസിപ്പിച്ചുകൊണ്ടിരുന്നു. ഏറെക്കഴിഞ്ഞ പ്പോൾ അവൾ ആ ഭീകരമനുഷ്യന്റെ കാര്യംതന്നെ തീരെ മറന്നെന്നു തോന്നി. അവൾ പഴയതുപോലെ ഉത്സാഹത്തോടെ ഓരോന്നു ചെയ്യാൻ തുടങ്ങിയപ്പോൾ ഞാനകത്തേക്കു പോയി. പെട്ടെന്ന് ഒരു നിലവിളി കേട്ടാണ് ഞാൻ ഓടിച്ചെന്നത്. വരാന്തയിൽ ഒരു ജീവച്ഛവം പോലെ അവൾ

നില്ക്കുന്നു. എന്തുപറ്റി എന്നറിയാതെ വിഷമിച്ചുനിന്ന അവൾ റോഡിലേക്കു വിരൽചൂണ്ടി എന്തോ പറഞ്ഞു.

സത്യത്തിൽ ഞാൻ ഒന്നേ നോക്കിയുള്ളൂ!

"അയാൾ-" അവൾ പറഞ്ഞു.

ഇത്ര ഭീകരമായ ഒരു മുഖം ഇതിനുമുമ്പു ഞാൻ കണ്ടിട്ടില്ല. വസൂരിക്കല നിറഞ്ഞ മുഖത്ത് കുറുകെ ഒരു മീശ. രക്തം തുളുമ്പുന്ന കണ്ണുകൾ. ആകെപ്പാടെ ഒരു രൗദ്രഭാവം.

വരാന്തയിലേക്കു ഞാൻ വന്നതു കണ്ടാവാം ആ ഭീകരൻ തെരുവു കടന്ന് മെയിൻറോഡിലേയ്ക്കു പോയി. നിമിഷങ്ങളുടെ നിശ്ചലതയ്ക്കു ശേഷം ഞാൻ പാഞ്ഞുചെന്നു. മെയിൻറോഡിലെ ആൾത്തിരക്കിനിടയിൽ അയാൾ എവിടെയോ മറഞ്ഞു.

എനിക്കാകെ പരിഭ്രമമായി. അതൊട്ടും പുറത്തുകാട്ടാതെ ഞാൻ അവളെ വിളിച്ച് അകത്തേക്കു കൊണ്ടുപോയി വൃഥാവിലാണെന്നറിഞ്ഞിട്ടും ധാരാളം ഉപദേശിച്ചു. ഏറെനേരം ആശ്വസിപ്പിച്ചു.

അപ്പോഴൊക്കെ എന്തുചെയ്യണമെന്നതിനെപ്പറ്റിയായിരുന്നു എന്റെ ചിന്ത. എന്റെ ആലോചനകൾക്കിടയിൽ എവിടെവച്ചോ അവളെന്നെക്കൊണ്ടൊരു വാഗ്ദാനം നടത്തിച്ചു ഈ പ്രശ്നത്തിന് ഒരന്ത്യമുണ്ടാകുന്നതു വരെ ഞാൻ ലീവെടുത്ത് അവളുടെ അരികത്തിരിക്കണമെന്ന്.

എന്റെ ചിന്ത മുഴുവൻ ഇനി എന്തു ചെയ്യണമെന്നതിനെപ്പറ്റിയായിരുന്നു. പോലീസിൽ പരാതിപ്പെട്ടാലോ? വേണ്ടാ. അതുപിന്നെ നാടു മുഴുവനറിഞ്ഞ് ഭീരുവെന്ന മുദ്ര കിട്ടുന്നതാവും മിച്ചം. പെരുമാളിനെ വിളിച്ചു പറഞ്ഞ് നാലുപേരെ ഏർപ്പാടു ചെയ്ത് ഇവനെ അടിച്ചവശനാക്കി വിട്ടാലോ? അതും വേണ്ട. അപകടം വല്ലതും ആയിക്കഴിഞ്ഞാൽ പിന്നതാകെ നാശമാവും. ഇങ്ങനോരോന്നും ചിന്തിച്ചുകൊണ്ടിരിക്കുന്നതിനിടയിലാണ് ഒരാൾ വന്നുകേറിയത്. അത്ര അടുത്തുപരിചയമില്ലാത്ത എവിടെയോ കണ്ടു പരിചയമുള്ള മുഖം. പക്ഷേ അയാൾ കൊണ്ടുവന്നതോ, താങ്ങാനാവാത്ത ഒരു വാർത്തയും. എന്റെ ആത്മമിത്രമായ രഘുരാമന്റെ ഭാര്യ മരിച്ചുപോയെന്ന്. എന്നെയും ഭാര്യയെയും പീഡിപ്പിച്ചുകൊണ്ടിരുന്ന ചൊടലയാണ്ടി എങ്ങോട്ടുപോയെന്നറിഞ്ഞില്ല - എന്തൊരദ്ഭുതം. മനസ്സാകെ വന്നു നിറഞ്ഞത് രഘുരാമന്റെ കടുത്ത ദുഃഖമായിരുന്നു. എപ്പോഴും തമാശകൾ പറഞ്ഞ് പൊട്ടിച്ചിരിക്കുകയും മറ്റുള്ളവരെക്കൂടി ചിരിപ്പിക്കുകയും ചെയ്യുന്ന നളിനി രഘുരാമൻ മരിച്ചെന്ന്. ദുഃഖസാന്ദ്രമായ അന്തരീക്ഷത്തിലേക്ക് ഉടനെ വരാൻ അവൾക്കു മൂഡി

ല്ല. വേഗം ചെന്ന് രഘുരാമനെ ആശ്വസിപ്പിക്കാനും വേണ്ടതു ചെയ്യാനും ഭാര്യ എന്നെ നിർബന്ധിച്ചു. ഞാൻ വന്നയാളുമായി പുറത്തേക്കിറങ്ങുമ്പോൾ ഗേറ്റ് അടച്ചുപൂട്ടിക്കൊള്ളാനും ഭാര്യയെ പ്രത്യേകം ശ്രദ്ധിക്കാനും വേലക്കാരിയോടു പറയാൻ മറന്നില്ല.

രഘുരാമന്റെ വീട്ടിലേക്കുള്ള വഴിക്കു പതിവിലേറെ ദൈർഘ്യമുണ്ടെന്നു തോന്നി. വഴിയും കൂടുതൽ ഇരുണ്ടിരിക്കുന്നു. ഇരുളിനെ തുളച്ച് കാറു മുന്നോട്ടു കുതിക്കുമ്പോൾ എനിക്കു ശരിക്കും സംശയമുണ്ടായിരുന്നു – നളിനിയുടെ മരണം സ്വാഭാവികമായിരിക്കില്ലെന്ന്. ആത്മഹത്യയോ കൊലപാതകമോ ആയിരിക്കണം. ആത്മഹത്യയാകാനാണു സാദ്ധ്യത. പുറമെ കനം തോന്നുമെങ്കിലും തീരെ ദുർബ്ബലനായ രഘുരാമന് നളിനിയെ ഒന്നും ചെയ്യാനാവില്ല. ഓഫീസിൽ രഘുരാമന് ഒരു സ്ത്രീയുമായുള്ള രഹസ്യബന്ധമറിഞ്ഞയന്ന് നളിനി മണിക്കൂറുകളോളം കരഞ്ഞിട്ടുണ്ട്. സുഹൃത്തുക്കളെല്ലാം ഉപദേശിച്ചിട്ടും ഉപേക്ഷിക്കാതിരുന്ന ആ രഹസ്യബന്ധം നളിനിയുടെ സ്വാസ്ഥ്യത്തെ നിത്യേന കാർന്നുതിന്നുകൊണ്ടിരുന്നു. ഇനി ആ പ്രശ്നത്തിന്റെ പേരിലെങ്ങാനും നളിനി ആത്മഹത്യ ചെയ്തതാണോ? അതോ വല്ല വഴക്കിന്റെയും ഫലമായി – ഛെ – അങ്ങനെ ചിന്തിക്കുന്നതു തെറ്റാണ് –

എപ്പോഴും ആൾത്തിരക്കുള്ള രഘുരാമന്റെ വീട് ശൂന്യമായിരുന്നു. വാച്ചർ ഗോവിന്ദൻ വാതില്ക്കൽതന്നെ നില്പുണ്ടായിരുന്നു. എന്നെ കണ്ടപ്പോൾ നിറകണ്ണുകളോടെയാണ് അയാൾ വിവരം പറഞ്ഞത്–

നളിനി ആത്മഹത്യ ചെയ്യുകയായിരുന്നു! രഘുരാമൻ അവന്റെ രഹസ്യക്കാരിയുമായി നളിനിയില്ലാത്ത സമയത്ത് വീട്ടിൽ വന്നത്രെ. നളിനിയുടെ കിടക്കയിൽ അവരെ ഒന്നിച്ചവൾ കണ്ടുപോലും! പിന്നൊന്നും ആർക്കും അറിയില്ല. വീട്ടിനുള്ളിൽനിന്നും വിടവുകളില്ലാത്ത ഒരു നിലവിളി ഉയർന്നുപൊങ്ങി. അത് നളിനിയുടേതായിരുന്നോ – രഘുരാമന്റേതായിരുന്നോ എന്നുപോലും തിരിച്ചറിയാൻ പറ്റിയില്ലത്രെ. മൃതദേഹം അടക്കുന്നതെല്ലാം രഹസ്യമാക്കാനായിരുന്നു ആദ്യം ആലോചന. പിന്നതെല്ലാം പൊളിഞ്ഞു. നളിനിയുടെ ആൾക്കാർ ഇടപെട്ടതിനെ തുടർന്ന് അതു പോസ്റ്റുമാർട്ടത്തിനായി മെഡിക്കൽ കോളേജിലേക്കയക്കുകയുണ്ടായി. രഘുരാമനെ അവന്റെ ജ്യേഷ്ഠൻ വന്നു കൂട്ടിക്കൊണ്ടുപോയി.

ഗോവിന്ദൻ ഇത്രയും പറയുന്നതിനിടയിൽ രഘുരാമന്റെ ജ്യേഷ്ഠനും മറ്റു ചിലരും അവിടെ വന്നെത്തി. നേരേ രഘുരാമനെ കാണാനായി പോകാൻ തുടങ്ങിയപ്പോൾ അവന്റെ ജ്യേഷ്ഠൻ ഇടപെട്ടു. രഘുരാമനെ

പിന്നെ കാണാം. ഇപ്പോൾ അത്യാവശ്യമായി മെഡിക്കൽ കോളജിൽ പോകണം. പ്രേതം വേഗം പോസ്റ്റുമാർട്ടം ചെയ്തു വാങ്ങാൻ ശ്രമിക്കണം. പരിചയക്കാരുള്ളതുകൊണ്ട് ഞാൻ തന്നെ പോയേ പറ്റൂ എന്നു നിർബന്ധം.

തീരെ മനസ്സില്ലാതിരുന്നിട്ടും മെഡിക്കൽ കോളേജിലേക്കു പോയി. കാറിൽ ഒപ്പം ഉണ്ടായിരുന്ന മനുഷ്യൻ നളിനിയെ കുറ്റം പറയുകയായിരുന്നു: എത്രയായാലും ഭർത്താവിന്റെ ചില ദൗർബല്യങ്ങൾ ഭാര്യ ക്ഷമിക്കണമെന്നായിരുന്നു അയാളുടെ ന്യായവാദം. ഇഴഞ്ഞിഴഞ്ഞുള്ള അയാളുടെ സംസാരം അസഹ്യമായിരുന്നു. അതുകൊണ്ടുതന്നെ പിന്നീടയാളെ ശ്രദ്ധിച്ചില്ല.

ഞാനും, എന്റെ മനസ്സും ഒറ്റയ്ക്കായപ്പോൾ നളിനിയുടെ മരണത്തേക്കാൾ ഭീകരമായി, രഘുരാമന്റെ ദുഃഖത്തേക്കാൾ രൂക്ഷമായി, ചുടലയാണ്ടിയുടെ കണ്ണുകൾ എന്റെയുള്ളിൽ തെളിഞ്ഞുവന്നു. രക്തം തുളുമ്പുന്ന ആ കണ്ണുകൾ എന്നെ പേടിപ്പിച്ചു. തിരിച്ചു വീട്ടിലേയ്ക്കു പോയാലോ എന്നു ചിന്തിച്ചുതുടങ്ങിയപ്പോഴാണ് വണ്ടി പെട്ടെന്നു നിന്നത്. മെഡിക്കൽ കോളേജ് കാമ്പസിലൂടെ മോർച്ചറി വരെ വണ്ടി വന്നതറിഞ്ഞില്ല.

പ്രേതം പോസ്റ്റുമാർട്ടം ചെയ്തു കഴിഞ്ഞിരുന്നു. രഘുരാമന്റെയും നളിനിയുടെയും ആൾക്കാർ വിങ്ങിപ്പൊട്ടി നില്ക്കുകയായിരുന്നു. ആരെയും ആശ്വസിപ്പിക്കാൻ എനിക്കു കഴിഞ്ഞില്ല.

എനിക്കെന്റെ വീടിനെക്കുറിച്ചും ആ ഭീകരമനുഷ്യനെക്കുറിച്ചും മാത്രമായിരുന്നു ചിന്ത.

എത്രനേരം അവിടെ നിന്നെന്നറിഞ്ഞില്ല. എപ്പോഴോ, മടങ്ങാനായി തുനിഞ്ഞപ്പോഴാണ് എന്നെ പേടിപ്പെടുത്തുന്ന ഒരു മുഖം എന്റെ മുന്നിലൂടെ മിന്നിമറഞ്ഞെന്നു തോന്നിയത്. ആദ്യം അതത്ര ശ്രദ്ധിച്ചില്ലെങ്കിലും ഒരു നിമിഷംകൊണ്ടതു മനസ്സിലായി - ചൊടലയാണ്ടി! രക്തം തുളുമ്പുന്ന കണ്ണുകളും ദാഹിക്കുന്ന മുഖവുമായി അവൻ മോർച്ചറിക്കു പിന്നിലേയ്ക്കു നടന്നു.

അറിയാതെ നിന്നുപോയി. പിന്നാലെ വന്ന പരിചയക്കാരനായ ഡോക്ടർ എന്തോ ചോദിച്ചപ്പോഴാണ് ഞാൻ പരിഭ്രമിച്ചുനില്ക്കുകയാണെന്നുപോലും ഓർത്തത്. എത്ര നിയന്ത്രിച്ചിട്ടും ഭയംകലർന്ന വാക്കുകൾ എന്നിൽനിന്നും പുറത്തു ചാടി - “ശവമുറിക്കു പിന്നിലേക്കു പോയ ആ മനുഷ്യൻ ആരാണ്?”

ഡോക്ടർ മുഖഭാവം മാറ്റി വല്ലാത്തൊരു ശബ്ദത്തിൽ പറഞ്ഞു:

"ഓ, ചൊടലയാണ്ടി."

"അയാളേതാണ്? മോർച്ചറിയിൽ അയാൾക്കെന്താണു കാര്യം?" ഉദ്വേഗംപൂണ്ട എന്റെ ചോദ്യം കേട്ട് ഒന്നു പകച്ചെങ്കിലും, ഡോക്ടർ മറുപടി പറഞ്ഞു. ഒരു സ്വപ്നത്തിലെന്നോണം ഞാനാ വാക്കുകൾ വരയ്ക്കുന്ന ചിത്രം കണ്ടു:

ചൊടലയാണ്ടി എന്നും ശവമുറിക്കടുത്തുവരുമത്രേ. ശവങ്ങൾ അഴുകാതിരിക്കാൻ തളിക്കുന്ന സ്പിരിട്ടിന്റെ അംശങ്ങൾ മോർച്ചറിയുടെ ഓവിലൂടെ ഒഴുകിവരുന്നത് ചിരട്ടയിലും കുപ്പിയിലുമായി അവൻ ശേഖരിച്ചുവയ്ക്കും. രാത്രിയിൽ അത് ശ്മശാനത്തിൽ കൊണ്ടുപോയി കുടിക്കും. വെളുക്കുവോളമുള്ള കുടി. ആർക്കുമൊരു ശല്യവുമില്ല. അതുകൊണ്ട് ആരുമിതേവരെ അവനെ വിലക്കിയിട്ടില്ല.

ഇങ്ങനെയൊരു മനുഷ്യനെ എനിക്കു സങ്കല്പിക്കുവാൻപോലും കഴിയുമായിരുന്നില്ല. അഴുകാതിരിക്കാൻ ശവത്തിനു പുറത്തൊഴിക്കുന്ന സ്പിരിറ്റു കുടിക്കുന്നവൻ. എനിക്ക് ഒരേസമയം ഭയവും വെറുപ്പും തോന്നി. രഘുരാമന്റെ വീട്ടിലേക്കു പ്രേതവുമായി തിരിക്കുമ്പോഴും അവിടുന്ന് ശ്മശാനത്തിലേയ്ക്കു പോകുമ്പോഴുമൊക്കെ എന്റെ ചിന്ത ഈ ഭീകര മനുഷ്യനെക്കുറിച്ചു മാത്രമായിരുന്നു.

ചടങ്ങുകളെല്ലാം കഴിഞ്ഞ് വീട്ടിലേയ്ക്കു തിരിക്കുവാൻ പരികർമ്മിയെക്കൂടി ആരോ എന്റെ കാറിൽ കയറ്റിവിട്ടു. എന്റെ വീട്ടിലേയ്ക്കുള്ള വഴിയിലാണ് അയാൾക്കിറങ്ങേണ്ടത്.

വണ്ടി ശ്മശാനത്തിന്റെ ഗേറ്റിറങ്ങിയപ്പോൾ ഹെഡ്‌ലൈറ്റിന്റെ വെളിച്ചത്തിൽ രക്തംതുളുമ്പുന്ന ആ കണ്ണുകൾ ഒന്നുകൂടി കണ്ടു. ഒരു കുപ്പി കക്ഷത്തിലും കൈയിലൊരു പൊതിയുമായി ഒന്നും ശ്രദ്ധിക്കാതെ അവൻ ശ്മശാനത്തിലേക്കു നടന്നുവരുന്നു – ചൊടലയാണ്ടി.

ഈശ്വരാ! ഞാൻ പോകുന്നിടത്തെല്ലാം ഇവനുമോ? ചൊടലയാണ്ടി എന്റെ പിന്നാലെ ഏതോ ഗൂഢോദ്ദേശ്യത്തിനായി നടക്കുകയാണെന്നെനിക്കു തോന്നി. എന്റെ തളർന്ന മനസ്സു ശക്തിക്കുവേണ്ടി എല്ലാ ദൈവങ്ങളേയും വിളിച്ചു കേണു.

ഇതിനിടയിൽ വണ്ടി നിന്നുപോയത് ഞാനറിഞ്ഞില്ല. ചൊടലയാണ്ടിയാണ് എനിക്കു മാർഗ്ഗതടസ്സം സൃഷ്ടിച്ചതെന്നു കരുതി പരികർമ്മി പറഞ്ഞു:

"വൃത്തികെട്ട ജന്തു. അടിച്ചു വീലായി പോവ്വ." എന്നിട്ടയാൾ എന്നെ ഒന്നു നോക്കി. ഞാനും, ഭയം ഉള്ളിൽവെച്ചുകൊണ്ടുതന്നെ തീരെ നിസ്സാരമെന്ന മട്ടിൽ തിരക്കി:

"ഇവനേതാ."

"കൊള്ളാം. ഇവനെ അറിയില്ലേ? ഇവനാ സാക്ഷാൽ ചൊടലയാണ്ടി." എന്നിട്ടയാൾ ഒന്നു നിർത്തി. വീണ്ടും പറഞ്ഞു: "ആട്ടെ, ഇവൻ എങ്ങോട്ടു പോവ്വാണെന്നറിയാമോ?"

"ഇല്ല" ഞാൻ പറഞ്ഞു.

പരികർമ്മി വിശദമായി പറയാൻ തുടങ്ങി:

ചൊടലയാണ്ടി ശ്മശാനത്തിലേക്കു പോവുകയാണ്. നേരം പുലരുവോളം അവിടെത്തന്നെ കാണും. ശ്മശാനത്തിൽ ശവങ്ങൾക്കു കർമ്മം ചെയ്ത ഉച്ചിഷ്ടങ്ങളിലെ അരി ഒരു പാത്രത്തിലാക്കി ഏതെങ്കിലും ഒരു ചിതയിൽവച്ചു വേവിക്കും. രാത്രി തീരുന്നതുപോലെ അതു തിന്ന്, സ്പിരിട്ടും കുടിച്ച് കരയുന്ന രീതിയിൽ ഒരു പാട്ടും പാടി അവിടെത്തന്നെ ഇരിക്കുമത്രെ. പരികർമ്മി ജനിക്കുംമുമ്പേ ചൊടലയാണ്ടി ഇങ്ങനെയായിരുന്നു. ആരും ഇന്നുവരെ അയാളെ തടഞ്ഞിട്ടില്ല.

കഥപറഞ്ഞ പരികർമ്മി വഴിക്കെവിടെയോ ഇറങ്ങിയിട്ടും വീടെത്തിയിട്ടും എനിക്കു സ്വബോധമില്ലായിരുന്നു. ഞാനാകെ തളർന്നുപോയിരുന്നു. ഭീകരനായ ആ മനുഷ്യനെക്കുറിച്ചുള്ള ഓർമ്മപോലും എന്നെ നടുക്കിയിരുന്നു, ഇവനാണ് എന്റെ വീട്ടുപരിസരത്ത് കറങ്ങി നടക്കുന്നതെന്നോർക്കുമ്പോൾ ഒരുതരം ഞെട്ടൽ!

വീട്ടിൽ കതകുകളെല്ലാം ഭദ്രമായടച്ച് ഭാര്യയും വയ്പുകാരിയും കാത്തിരിക്കുകയായിരുന്നു. ഞാനകത്തുകയറിയതും ഒരു നൂറു ചോദ്യങ്ങളുമായി അവളെന്നെ പൊതിഞ്ഞതും ഒപ്പമായിരുന്നു. എല്ലാം നളിനിയുടെ മരണത്തെപ്പറ്റിയുള്ള ചോദ്യങ്ങളായിരുന്നു. അവളുടെ എല്ലാ ചോദ്യങ്ങൾക്കും കാര്യമായും വിശദമായും ഉത്തരം പറയണമെന്നുണ്ടായിരുന്നിട്ടുകൂടി എനിക്കതിനു കഴിഞ്ഞില്ല. ഒരിക്കലും മുടങ്ങാത്ത രാത്രിയിലെ കുളിപോലും അന്നു വേണ്ടെന്നുവച്ചു. ഭക്ഷണം കഴിക്കാൻ രുചി തോന്നിയില്ല. ഒന്നും വായിക്കാതെയും ആരോടും ഒരക്ഷരം മിണ്ടാതെയുമാണ് ഞാൻ കിടന്നത്. എന്റെ ഭാവം കണ്ടാവാം – അവളും അരികെ മിണ്ടാതെ കിടന്നു.

എനിക്കു വല്ലാത്ത സങ്കടം തോന്നി. എന്തൊരു നശിച്ച ദിവസമാണിന്ന്. എല്ലാ സൗഭാഗ്യങ്ങളുമുണ്ടായിരുന്നിട്ടും എന്തൊരസ്വാസ്ഥ്യം!

മനസ്സിന്റെ ശാന്തമായ അവസ്ഥപോലും മാറി വരികയാണെന്ന തോന്നൽ ഒരായിരം ഭയചിന്തകളുണ്ടാക്കി. ആദ്യം മോർച്ചറി. പിന്നെ നളിനിയുടെ പ്രേതം. പിന്നെ അനേകം പ്രേതങ്ങളിൽനിന്നും വരുന്ന വെള്ളം നക്കിക്കുടിക്കുന്ന ആ ഭീകരൻ – ചൊടലയാണ്ടി. എന്റെയോ അല്ലെങ്കിൽ എന്റെ ഭാര്യയുടെയോ രക്തം നക്കിക്കുടിക്കുവാൻ അയാളിങ്ങനെ കറങ്ങി നടക്കുകയാണ്.

ആ രൂപം കൂടുതൽ രൗദ്രഭാവത്തോടെ മുന്നിലേക്കു വന്നപ്പോൾ എല്ലാ ഈശ്വരന്മാരെയും വിളിച്ചു കേണുപോയി.

ഉറക്കം തരൂ – എനിക്കുറക്കം തരൂ.

എത്രയോ നേരം അങ്ങനെ കിടന്നെന്നറിഞ്ഞില്ല. എപ്പോഴോ വിസ്മൃതിയിലേക്കു വീണുപോയി. അവിടെ പുക നിറഞ്ഞ ഒരിടനാഴിയാണു കണ്ടത്. അതിലൂടെ ഞങ്ങൾ (ഞാനും ഭാര്യയും) നടന്നു. പുലരികൾ, പൂർവ്വാഹ്നങ്ങൾ, മദ്ധ്യാഹ്നങ്ങൾ, അപരാഹ്നങ്ങൾ, സന്ധ്യകൾ, രാത്രികൾ, അമാവാസികൾ, പൗർണ്ണമികൾ, എല്ലാം നിഴലുകൾപോലെ ഞങ്ങളുടെ കാൽച്ചുവട്ടിൽ തളർന്നുവീണു. വീണ്ടും നടന്നു. വീണ്ടും വീണ്ടും നടന്നു. വെളിച്ചമായിരുന്നു ലക്ഷ്യം! ഒരു തുള്ളി വെളിച്ചംപോലും കാണുന്നതിനു മുമ്പായി ഞങ്ങൾ തളർന്നുവീഴുമെന്നുറപ്പായി. അപ്പോഴാണ് അതു കേട്ടത് – പിന്നിൽ, അത്ര അകലത്തല്ലാതെ ഒരു കുതിരക്കുളമ്പടി! ഞങ്ങൾ തിരിഞ്ഞു നോക്കി. അശ്വാരൂഢനായ ഒരു മനുഷ്യൻ ഞങ്ങളെക്കണ്ട് കുതിരയുടെ കടിഞ്ഞാൺ പിടിച്ചു. മുഖം ഒരു കറുത്ത തുണികൊണ്ട് മറച്ചിരുന്ന അയാൾ അപേക്ഷിക്കാതെതന്നെ ഞങ്ങളെ കുതിരപ്പുറത്തു കയറ്റി. എന്നിട്ട് വെളിച്ചത്തിന്റെ ലോകത്തിലേക്കുള്ള വഴിയേ കുതിരയെ തെളിച്ചു വിട്ടു. ദൂരെ വെളിച്ചത്തിന്റെ ചുവന്ന ബിന്ദുക്കൾ കണ്ട് ഞെട്ടി നോക്കുമ്പോൾ അശ്വാരൂഢന്റെ കണ്ണുകളുടെ പ്രതിബിംബമാണതെന്നു മനസ്സിലായി. ചുവന്ന പ്രകാശം ജ്വലിപ്പിക്കുന്ന കണ്ണുകളുള്ള ഒരാളോ! അദ്ഭുതത്തോടെ നോക്കുമ്പോൾ ഞെട്ടലോടെയാണ്, ഒരു കാര്യം മനസ്സിലാക്കിയത് – അത് ചൊടലയാണ്ടിയാണെന്ന്! കുതറിച്ചാടാൻ നോക്കുമ്പോഴേക്കും ഞെട്ടിയുണർന്നുകഴിഞ്ഞിരുന്നു.

കിടക്കയിൽ എഴുന്നേറ്റിരുന്ന്, എറെനേരം അണച്ചു. ദേഹം മുഴുവൻ വിയർത്തിരുന്നു. എന്റെ ഭാര്യയും പതിവില്ലാത്തവിധം ഉറക്കത്തിൽ മുരളുകയും അണയ്ക്കുകയും ചെയ്തു. ഫാൻ ഫുൾസ്പീഡിൽ കറങ്ങിക്കൊണ്ടിരുന്നിട്ടും അവളുടെ നെറ്റിയിൽ വിയർപ്പു പൊടിഞ്ഞിരുന്നു. ബെഡ്സ്പ്രെഡിന്റെ തുമ്പുകൊണ്ട് അവളുടെ വിയർപ്പ് ഒപ്പാൻ ശ്രമിക്കുന്നതിനിടയിലാണ് അതു കണ്ടത് – ഞങ്ങളുടെ കിടക്കയുടെ

തലയ്ക്കലുള്ള ജനാലയിൽ ഒരാൾ കയറിനില്ക്കുന്നു. സൂക്ഷിച്ചു നോക്കിയപ്പോൾ ആളെ മനസ്സിലായി - ചൊടലയാണ്ടി! ഹൃദയവും മനസ്സും കൈവിട്ടതുപോലെ തോന്നി. ഒന്നും ഒന്നും ചെയ്യാൻ കഴിയാതെ എത്ര നിമിഷങ്ങളാണു കടന്നുപോയത്. പിന്നെപ്പോഴോ, ഏതോ ഒരു നിമിഷത്തിൽ അജ്ഞാതമായ ഒരു ശക്തി കൈവന്നു.

ഓർക്കുമ്പോൾ ഇപ്പോഴും ഭയമാകുന്നു, എല്ലാം വേഗത്തിലായിരുന്നു. കണ്ണിൽ കണ്ട ലൈറ്റെല്ലാമിട്ടു. എല്ലാവരെയും വിളിച്ചുണർത്തി. ഭീകരനായ ആ മനുഷ്യനോട് അനങ്ങിപ്പോകരുതെന്നാജ്ഞാപിച്ചിട്ട് സുഹൃത്തായ പോലീസ് ഓഫീസർക്കു ഫോൺ ചെയ്തു. നിമിഷങ്ങൾക്കുള്ളിൽ പോലീസ് വന്നു. യാതൊരെതിർപ്പും പ്രകടിപ്പിക്കാതെ ചൊടലയാണ്ടി അവരുടെ കൂടെപ്പോയി.

അയാൾ പടിയിറങ്ങുമ്പോൾ ദാഹാർത്തമായ ആ കണ്ണുകൾ ആരെയോ തിരഞ്ഞുകൊണ്ടിരുന്നു. അപ്പോൾ ആ കണ്ണുകളിൽ ദാഹം, വെറും ദാഹം മാത്രമായിരുന്നു.

ഈ സമയമെല്ലാം ഭാര്യ എന്റെ പരാക്രമങ്ങൾകണ്ട് ഒരുതരം വീരാരാധനയോടെ എന്നെ ചുറ്റിനില്പുണ്ടായിരുന്നു. എല്ലാം കഴിഞ്ഞപ്പോൾ അവൾ പറഞ്ഞു:

"സമാധാനമായി. പോലീസുകാർ അവനെ ഇടിച്ചു കൊല്ലുമല്ലോ?"

എന്നാൽ എനിക്ക് ഒരു സമാധാനവുമില്ലായിരുന്നു. എന്റെ മനസ്സ് പൂർവ്വാധികം അസ്വസ്ഥമായിക്കൊണ്ടിരുന്നു. ചൊടലയാണ്ടി ഭയന്നിട്ടൊന്നുമല്ല കീഴടങ്ങിയത്. അയാൾക്കു വേണമെങ്കിൽ എന്നെ അടിച്ചിട്ടിട്ട് ഓടി രക്ഷപ്പെടാമായിരുന്നു. എന്തെങ്കിലും മോഷ്ടിക്കാനായിരുന്നുവെങ്കിൽ അതുമാകാമായിരുന്നു.

എന്റെ അസ്വാസ്ഥ്യം അവളും ശരിക്കറിഞ്ഞിരുന്നു. അവളെന്നെ തലോടിക്കൊണ്ടു പറഞ്ഞു. "കിടക്കൂ. നമുക്കുറങ്ങാം". ഉറങ്ങിയില്ലെങ്കിലും രാത്രി വെളുക്കുവോളം ഞങ്ങൾ വെറുതെ കിടന്നു.

പ്രഭാതമായപ്പോൾ ഞാനാദ്യം പോലീസ് ഓഫീസർക്കു ഫോൺ ചെയ്തു. നിസ്സാരമായ ഒരു സംഭവത്തിന്റെ പേരിൽ ഞാനെന്തിനിത്ര വേവലാതിപ്പെടുന്നു എന്നായിരുന്നു അയാളുടെ ചോദ്യം. ചൊടലയാണ്ടിയെ ഇതുവരെ ചോദ്യം ചെയ്തിട്ടില്ല. എല്ലാ പോലീസുകാർക്കും അയാളെ അറിയാമത്രെ! കള്ളനോ അപകടകാരിയോ അല്ലാത്തതുകൊണ്ട് അവനെ അവന്റെ പാട്ടിനു വിട്ടിരിക്കുകയായിരുന്നു. ഇന്നലത്തെ സംഭവം തീരെ ഒറ്റപ്പെട്ടതാണെന്നാണ് അവരുടെ അഭിപ്രായം. അതുകൊണ്ട് എന്റെ

സുഹൃത്തുതന്നെ അവനെ ചോദ്യം ചെയ്തിട്ട് ഉച്ചയ്ക്കു വീട്ടിൽ വന്നു വിവരം പറയാമെന്നു പറഞ്ഞു.

ഉച്ചവരെ ഞാനൊന്നും കഴിച്ചില്ല. എന്റെ ചിന്ത ചൊടലയാണ്ടിയെക്കുറിച്ചു മാത്രമായിരുന്നു. അയാളുടെ ലക്ഷ്യം എന്താണെന്നറിഞ്ഞേ എനിക്കു സമാധാനമാകൂ. എന്റെ വീട് ഒരു മരിച്ച വീടുപോലെയായിരുന്നു. ആരും പരസ്പരം ഒന്നും പറയാതെ ഉച്ചയുടെ മുഹൂർത്തത്തിനായി കാത്തിരുന്നു.

എന്റെ സുഹൃത്തു വന്നപ്പോൾ അല്പം താമസിച്ചിരുന്നു. ഗേറ്റിൽത്തന്നെയുണ്ടായിരുന്ന എന്നെ കളിയാക്കിക്കൊണ്ടാണ് അവൻ അകത്തു കടന്നതുതന്നെ. ഊണു തുടങ്ങിയിട്ടേ അവൻ കാര്യം പറയൂ എന്നായി. ഞങ്ങൾ ഉണ്ണാനിരുന്നു. ഊണിൽ എനിക്കോ, തന്റെ ഭാര്യക്കോ താത്പര്യമില്ലായിരുന്നു. ഞങ്ങളുടെ ധൃതി കണ്ടാവാം അവൻ പറഞ്ഞു.

“കള്ളനോ, അപകടകാരിയോ, നിങ്ങളുദ്ദേശിക്കുന്നതുപോലെ ഭീകരനോ അല്ലാത്ത ചൊടലയാണ്ടി ഇന്നും ശാന്തൻതന്നെ! പാവം അവനെ വെറുതെ വിടുക. പിന്നെ അവനിവിടെ വന്നതിന് ഒരു പ്രത്യേക കാരണവുമുണ്ടത്രെ!”

അതായിരുന്നു ഞങ്ങൾക്ക് കേൾക്കേണ്ടത്. അവൻ പറഞ്ഞു തുടങ്ങി. ഞങ്ങൾ അതു കേട്ടിരുന്നു. അല്ല കണ്ടിരുന്നു.

കുറെ ദിവസം മുമ്പ് ശ്മശാനത്തിൽ കിടന്നുറങ്ങുമ്പോൾ ചൊടലയാണ്ടി എന്നെയും, എന്റെ ഭാര്യയെയും സ്വപ്നം കണ്ടു. തീരെ ശ്രദ്ധിക്കാതിരുന്ന, ഒട്ടും അറിയാതിരുന്ന, ഞങ്ങളെത്തേടി അവൻ പലയിടത്തും നടന്നത്രേ! സ്വപ്നത്തിൽ കണ്ട മുഖം ഒരു ദിവസം അവൻ നേരിൽക്കണ്ടു. എന്നെ യാത്രയാക്കാൻ വെളിയിൽ വന്ന ഭാര്യയെ അവൻ ഏറെനേരം സൂക്ഷിച്ചു നോക്കി. അതെ അവനു കാണേണ്ടവരെ കണ്ടെന്നായി. മാത്രമല്ല, എനിക്കും എന്റെ ഭാര്യക്കും അവനു പ്രിയപ്പെട്ട ആരുടെയോ മുഖമായിരുന്നു. അതുകൊണ്ടവൻ എന്നും വരാൻ തുടങ്ങി. അങ്ങനെയിരിക്കെ ഇന്നലെ ശ്മശാനത്തിൽ കിടക്കുമ്പോൾ അവനൊരു സ്വപ്നം കണ്ടു. ഞാനും, എന്റെ ഭാര്യയും നീലപ്പുക നിറഞ്ഞ ഒരു ഇടനാഴിയിലകപ്പെട്ടെന്ന്! രക്ഷപ്പെടാൻ പഴുതുകളില്ലാത്ത ഞങ്ങളെ രക്ഷിക്കാനായി ഒരു കുതിരയെയും കൊടുത്ത് അവനെ ആരോ പറഞ്ഞയച്ചത്രേ! കുതിരയെ പുറത്തു കെട്ടിയിട്ട് ഞങ്ങളെ തിരയുന്നതിനിടയിലാണ് ഞാനുണർന്നതും ബാക്കി സംഭവങ്ങളെല്ലാമുണ്ടായതും.

കഥ കേട്ടുകൊണ്ടിരുന്ന ഞങ്ങൾക്ക് ഒന്നും മിണ്ടാൻ കഴിഞ്ഞില്ല. കഥയുടെ ഏതോ ഒരു ഭാഗത്തുവച്ച് അവൾ വിളറുന്നതു ഞാൻ കണ്ടു.

എന്റെ സുഹൃത്ത് സംസാരം നിർത്തിയതും അവൾ പൊട്ടിക്കരഞ്ഞു കൊണ്ട് അകത്തേക്കോടാൻ തുടങ്ങിയതും ഒപ്പമായിരുന്നു. ആശ്വസിപ്പിക്കാൻ ചെന്ന ഞങ്ങൾക്ക് അവളോട് ഒറ്റവാക്കുപോലും പറയാൻ കഴിഞ്ഞില്ല. അവൾ കരച്ചിലിനിടയിൽ ഒന്നുമാത്രം പറഞ്ഞുകൊണ്ടിരുന്നു. "കഷ്ടം, കുതിരപ്പുറത്തുനിന്നും ചാടണ്ടായിരുന്നു. കഷ്ടം കുതിരപ്പുറത്തു നിന്നും-" ഈ സ്വയം നിന്ദയുടെ അർത്ഥമെന്താണെന്നു തിരയുന്ന എന്റെ സുഹൃത്തിനോട് എനിക്കൊന്നും പറയാൻ കഴിഞ്ഞില്ല. അല്ലെങ്കിൽ ത്തന്നെ കഴിഞ്ഞ രാത്രിയിൽ ഞാനും എന്റെ ഭാര്യയും ചൊടലയാണ്ടിയും ഒരേ സ്വപ്നം കണ്ടെന്നു പറഞ്ഞാൽ അവൻ വിശ്വസിക്കുമോ? ആ സ്വപ്നത്തിന്റെ പൊരുൾ ഞങ്ങൾക്കല്ലാതെ മറ്റാർക്കെങ്കിലും ഉൾക്കൊള്ളാനാവുമോ?

■

കൂട്

പക്ഷികളെല്ലാം പറന്നുപോയ പഴയ ഒരു കൂടാണു ഈ കൊട്ടാരമെന്ന് ശിവരാമനു തോന്നി. ഒരർത്ഥത്തിൽ ഈ കൊട്ടാരമെന്നല്ല, എല്ലാ വീടും ഓരോ കൂടാണ്. കുറെ മുട്ടകൾക്കു വിരിയാനും തീറ്റതിന്നു പഠിക്കാനുമുള്ള കൂട്. ഒടുവിൽ ചിറകു മുളയ്ക്കുമ്പോൾ, പറക്കാൻ പഠിക്കുമ്പോൾ അവ പറന്നുപോകും. എവിടേയ്ക്കെന്നു നിശ്ചയമില്ല. കൂടുതൽ നല്ല തീറ്റകളും തേടി ഏതെങ്കിലും ഒരാകാശത്തിന്റെ ചുവട്ടിലേക്ക് അവ ചിറകു വിടർത്തും. ആ യാത്രയിൽ ഒരിണയെ കിട്ടിയാൽ, വളർച്ചയുടെ ആദ്യഘട്ടങ്ങളിൽ തീറ്റതേടിക്കൊടുത്ത തള്ളപ്പക്ഷിയെ അവ മറന്നു. അവയും പുതിയ കൂടുകൂട്ടാനുള്ള തിരക്കിലാവും. അതിൽ മുട്ടകൂടിയാകുമ്പോൾ പുതിയ പക്ഷിക്കുഞ്ഞിനെ കാണാനുള്ള തിടുക്കത്തിൽ അവ തന്നത്താൻ പോലും മറന്നുപോകും. അതു പ്രകൃതിയുടെ ഒരു സ്വഭാവമാണെന്നു സമാധാനിക്കാൻ തുടങ്ങുമ്പോഴാണ് അകത്തമ്മയുടെ മുഖം ശിവരാമന്റെ മനസ്സിലേക്കു തെളിഞ്ഞുവരുന്നത്. പാവം! അവരും ഒരു തള്ളപ്പക്ഷിയാണ്.

കുഞ്ഞുങ്ങളെല്ലാം പറന്നുപോയ കൂട്ടിലവശേഷിച്ച ഒരു വൃദ്ധപ്പക്ഷി.

പണ്ട് അവരും ഒരു സുന്ദരിപ്പക്ഷിയായിരുന്നു: മനോഹരമായി പാടുന്ന, കുണുങ്ങി നടക്കുന്ന, യുവത്വം മുറ്റിയ ഒരു പക്ഷി.

ശിവരാമൻ പഴയ ഓർമ്മകളിലേക്ക് ഊളിയിട്ടു പോയി.

അവർ എത്രയേറെ മുട്ടകളിട്ടു. വിരിഞ്ഞത് നാലെണ്ണം മാത്രം. നാല് ആൺപക്ഷികൾ!

അകത്തമ്മ അവയ്ക്ക് പേരിട്ടു.

വിശ്വൻ

വിജയൻ

വിക്രമൻ

വിശ്വനാഥൻ

ഓരോ പക്ഷികൾക്കു പേരിടുമ്പോഴും അവർ രഹസ്യമായി ശിവരാമന്റെ അഭിപ്രായം തിരക്കിയിരുന്നു. അകത്തമ്മയുടെ കലാബോധത്തോടു തികഞ്ഞ ആദരവുണ്ടായിരുന്ന ശിവരാമൻ, അവർ തൊടുന്നതിലെല്ലാം തനി ആഢ്യത്യമുണ്ടെന്നു തുറന്നു പറഞ്ഞു.

ചെറുപ്പത്തിൽ പക്ഷിക്കുഞ്ഞുങ്ങളെല്ലാം മഹാകുസൃതികളായിരുന്നു. ഉണ്ണില്ല. ഉറങ്ങില്ല. വെറുതെ അങ്ങനെ ചാടിച്ചാടി നടക്കും. രാജാവ് ഒരോർമ്മ മാത്രമായിത്തീർന്ന കൊട്ടാരത്തിൽ ഉണ്ണികൾ സ്വതന്ത്രബുദ്ധികളായി വളർന്നു.

ഓരോ ആപത്തുകളിൽ നിന്നും. എത്ര വിദഗ്ദ്ധമായാണ് അകത്തമ്മ അവരെ രക്ഷപ്പെടുത്തിയത്!

അവസാനം ഒറ്റയ്ക്കു പറക്കാമെന്നായപ്പോൾ ഓരോരോ പക്ഷിക്കുഞ്ഞുങ്ങളായി പറന്നുപോയി. അവർ പോയ ആകാശങ്ങളുടെ പേരുപോലുമറിയാതെ അകത്തമ്മ അവരെയോർത്തു കരഞ്ഞു.

ഋതുക്കൾ ഓരോന്നായി മാറിക്കൊണ്ടിരുന്നപ്പോൾ പറന്നുപോയ കുഞ്ഞുങ്ങൾ എവിടെയോ ഇണകളെ കണ്ടെത്തി. അവർ അവർക്കു മാത്രമറിയാവുന്ന ആകാശങ്ങളുടെ ചുവട്ടിൽ കൂടുകൂട്ടി.

കുഞ്ഞുങ്ങളെ അത്രയേറെ സ്നേഹിച്ചിരുന്ന അകത്തമ്മ അവരുടെ വിരഹത്തിൽ അകത്തളത്തിലിരുന്നു കരഞ്ഞു. നിലാവു നിറഞ്ഞ രാവുകളിൽ രാജാവിനേയും പക്ഷിക്കുഞ്ഞുങ്ങളേയും ഓർത്ത് അകത്തമ്മ വിങ്ങിപ്പൊട്ടിയപ്പോൾ അവരെ അന്ന് ആശ്വസിപ്പിച്ച പദങ്ങൾ ശിവരാമൻ ഇന്നും ഓർക്കുന്നു.

‘ചിറകു മുളച്ചാൽ ഒരു പക്ഷിക്കുഞ്ഞും നമ്മുടേതല്ല. പറക്കാനും തീറ്റ തേടാനും പഠിപ്പിക്കുക മാത്രമാണ് നമ്മുടെ ചുമതല.’

അകത്തമ്മയ്ക്ക് എന്തോ മനസ്സിലായി. അവർ സമാധാനിച്ചു. എങ്കിലും ഉള്ളിന്റെയുള്ളിൽ നിന്നും പൊട്ടിവന്ന ആ ഒരു വാക്ക് അവർ മക്കളെ അറിയിച്ചു.

‘ആണ്ടിൽ ഒരു നാൾ അമ്മയുടെ ജന്മനാളിൽ, നിങ്ങളെല്ലാവരും ഒരുമിച്ച് അമ്മയുടെ അടുത്തേക്കു വരണം.’

കുറേനാൾ അവർ ഒന്നിച്ചുവന്നു. പിന്നെ ഒറ്റയ്ക്കും. ഒടുവിൽ ഇക്കൊല്ലം അവരാരും വരുന്നില്ലത്രെ. മനോഹരങ്ങളായ പദങ്ങൾ കോർത്തെഴുതിയ കത്തു വായിച്ച് ആ അമ്മ വിങ്ങിക്കൊണ്ടുപറഞ്ഞു.

–വിശ്വൻ വരില്ല. അവനും ഭാര്യയും മക്കളും കൂടി മദ്രാസിനു പോണത്രേ.

–വിജയനും വരില്ല. അവന് അവധി കിട്ടില്ലാ പോലും.

മറ്റുരണ്ടു പേരും ഇങ്ങനെ ഓരോ കാരണങ്ങൾ പറഞ്ഞും അമ്മയ്ക്ക് ആരോഗ്യം നേർന്നും എഴുതി.

എഴുതുന്നവർക്കെഴുതാം.

വളർത്തിവിട്ട ആ മനസ്സ് എങ്ങനെ സഹിക്കും?

പാവം പാവം! ഇന്നെങ്കിലും അവർ കരയാതിരുന്നെങ്കിൽ:

ആരോ വിളിച്ചെന്നു തോന്നി അകത്തളത്തിലേക്കു ചെന്നപ്പോൾ വൃത്തിയായ തുടച്ച തറയിൽ ഒരു വലിയ വാഴയില വെട്ടിയിട്ട് ചോറു വിളമ്പാനായി അകത്തമ്മ കാത്തുനില്ക്കുന്നു.

ഈശ്വരാ, ഇത്ര വലിയ ഇലയിൽ ആരാണ് ഉണ്ണുന്നത്?

ഒന്നറച്ചു നിന്നപ്പോൾ അവർ പറഞ്ഞു.

'ഇരിക്കു ശിവരാമാ... ഉണ്ണാം." ഞാൻ ഉണ്ണാനോ?

ശിവരാമൻ അദ്ഭുതം കൂറിനിന്നു.

അകത്തമ്മ ജനിക്കുന്നതിനും മുമ്പെ ഇവിടെ വേലയ്ക്കു വന്നതാണ് ശിവരാമൻ. ഇതുവരെ അകത്തളത്തിൽ ഇരുത്തി ഊണു തന്നിട്ടില്ല. ഇനി യെന്താണ്? അതിലുമൊക്കെ വിചിത്രമായി ഇത്ര വലിയ ഇലയിൽ ഒരാൾക്ക് ഊണോ?

മടിച്ചു നിന്നപ്പോൾ അവർ വീണ്ടും പറഞ്ഞു.

'ഇരിക്കാനല്ലേ പറഞ്ഞത്?'

ഇത്തവണത്തെ അവരുടെ ശബ്ദത്തിനു പതിവിലേറെ ഗൗരവമു ണ്ടായിരുന്നു. ജീവിതത്തിലിന്നുവരെ കേട്ടിട്ടില്ലാത്തത്ര ഗൗരവം വെള്ളി യിൽ പൊതിഞ്ഞ ഈ സ്ത്രീക്ക് എവിടെ നിന്നു കിട്ടി?

അവരുടെ മുഖത്തേക്കു നോക്കി. ആ കണ്ണുകളിലെ ആജ്ഞ ഇരി ക്കാൻ പ്രേരിപ്പിച്ചു.

ഇരുന്നു.

വിഭവങ്ങളോരോന്നായി അവർ വിളമ്പി. ഓരോ കൂട്ടവും നാലു പേർക്കു കഴിക്കാവുന്നത്ര! എതിർത്തൊന്നും പറയാൻ തോന്നിയില്ല.

അവസാനം വെള്ളക്കുട്ടയിൽ എടുത്ത ചോറ് ഒന്നു കുലുക്കി ഇലയി ലേക്കു തട്ടി. ഇലയുടെ കാൽഭാഗം നിറഞ്ഞു. ഒരാൾക്കുണ്ണാൻ വേണ്ടത്ര ചോറായി.

'ഇതു വിശ്വന്' അവർ പറഞ്ഞു. രണ്ടാമതു കുട്ടയിൽ തട്ടിക്കൊണ്ട് അവർ ചോറു കുടഞ്ഞിട്ടു പറഞ്ഞു.

'ഇതു വിജയന്'

തടുക്കാൻ കഴിയുന്നതിനു മുമ്പ് അവർ നാലുമക്കളുടെ പേരും പറഞ്ഞ് ചോറിട്ടു.

ഇല നിറഞ്ഞു.

ഇലയിൽ ഒരു വള്ളം പോലെ ചോറു നിറഞ്ഞു കിടന്നു.

ഒന്നും മനസ്സിലാകാതെ മുകളിലേക്കു നോക്കുമ്പോൾ, അകത്തമ്മയെ കണ്ടില്ല. പകരം. രണ്ടു തടാകങ്ങൾ. രണ്ടു നീലത്തടാകങ്ങൾ. അവയ്ക്കു പിന്നിൽ മറഞ്ഞുനിന്നുകൊണ്ട്, അവരേക്കാൾ പത്തു വയസ്സ് പ്രായം കൂടിയ ശിവരാമന്റെ തലയിൽ തടവിക്കൊണ്ട് അകത്തമ്മ പറഞ്ഞു:

'മക്കളെ വിശ്വാ, വിജയാ, വിക്രമാ, വിശ്വനാഥാ നിങ്ങൾ ഉണ്ണൂ. അമ്മ അതു കണ്ടിരിക്കട്ടെ.'

അകത്തമ്മയുടെ നാവിൽ നിന്നൂറിവന്ന പദങ്ങൾ ക്രമേണ ഓരോ നദികളായി. നിമിഷങ്ങൾക്കുള്ളിൽ അവ നാലും കൂടി ഒന്നിച്ചുലയിച്ച് ഒന്നായി. തനിക്കു നേരെ ഒഴുകിവരുന്ന, നദികളെ ഒരു നിമിഷം നോക്കി ശിവരാമൻ ഊണു തുടങ്ങി.

■

അരൂപി

ഇറ്റുവീഴുന്നത് കണ്ണീരാണോ?

സൂചി കരയുമോ?

കേവലം ലോഹത്തുണ്ടായ കുത്തിവയ്പുസൂചിക്ക് കണ്ണുകളും മുഖവും മനുഷ്യരൂപവും കൈവരുമോ?

മാത്തൻ എന്ന മാത്യൂസ് വർഗീസിന് ആശ്ചര്യവും ഒപ്പം ഭയാശങ്കകളും ഒരേ നേരത്തുണ്ടായി.

ജീപ്പപകടത്തെത്തുടർന്ന് ശരീരമാകെ തളർന്ന്, ഒരേ കിടപ്പു കിടക്കുന്നതിനാൽ മതിഭ്രമം ചില നേരങ്ങളിലുണ്ടാകാറുണ്ട്. പക്ഷെ ഇതുപോലൊന്ന് ഇതിനുമുമ്പുണ്ടായിട്ടില്ലെന്ന് ഒരു ഞെട്ടലോടെ മാത്തൻ തിരിച്ചറിഞ്ഞു.

കേവലം ഒരു സൂചിത്തുമ്പ് മനുഷ്യരൂപം പൂണ്ട് കരയുന്നു... കണ്ണീരിറ്റുവീഴുന്നു... ഈറൻ സൂചിക്കണ്ണുകൾക്കു പിന്നിൽ അവ്യക്തമാണെങ്കിലും ഭീതിദമായ ഒരു മനുഷ്യരൂപം...

മാത്തൻ ആശ്വസിക്കാൻ ശ്രമിച്ചു: ഇത് മതിഭ്രമം തന്നെയാണ്...

ഇരുപത്തിമൂന്ന് മാസംമുമ്പ്, ആശുപത്രിയിൽ നിന്നു വീട്ടിലേക്ക് പോരുമ്പോഴായിരുന്നു ആദ്യമതിഭ്രമാനുഭവം. സ്ട്രെച്ചറിൽ ആംബുലൻസിലേക്കു കയറ്റുമ്പോൾ സ്തുതിഗീതവുമായി രണ്ടുമാലാഖമാർ! വെട്ടുറോഡിലൂടെ കുലുങ്ങിയുള്ള യാത്രയിലുടനീളം അവരുടെ പാട്ടുകേട്ടു. ആ കൈകളിലായിരുന്നു വിസ്മരിപ്പിക്കുന്ന വിഭ്രാമകമായ ആ സ്വർഗ്ഗയാത്ര... അതവസാനിച്ചതോ മേരിയുടെ അമർഷത്തിലും:

“സ്പൈനൽ കോഡ് മുറിഞ്ഞ് ചലനശേഷി നഷ്ടപ്പെട്ടെന്നറിഞ്ഞാൽ ഡോക്ടർമാർ എന്താ ചെയ്യേണ്ടത്- ദിവസവും തിരിച്ചിട്ട് പുറത്ത് ക്രീമും ഇടയ്ക്ക് പൗഡറും ഇടാൻ പറഞ്ഞ് വീട്ടിലോട്ട് അയയ്ക്കുവാന്നോ... എന്നാത്തിനാ ഇത്?”

മകൻ യോഹന്നാന്റെ ഭാര്യയാണ് മേരി. മാലാഖയെപ്പോലെ മൃദുവായി മാത്രം സംസാരിച്ചിരുന്ന അവളുടെ വാക്കുകൾക്ക് ഇപ്പോൾ വല്ലാത്ത കാഠിന്യം.

കോപമോ? ശകാരമോ? ശാപമോ?

പലകക്കട്ടിലിൽ പുല്പായ വിരിച്ച് അതിലേക്കു കിടത്തുമ്പോൾ അനുനയത്തിലായിരുന്നു അവളോടുള്ള യോഹന്നാന്റെ മറുപടി:

"എന്തു ചെയ്യാം, അപ്പനായിപ്പോയില്ലേ, കൊണ്ടുകളയാൻ പറ്റുമോ- അധികനാൾ വേണ്ടിവരുമെന്ന് തോന്നുന്നില്ല."

അവൻ അർദ്ധോക്തിയിൽ നിർത്തിയപ്പോൾ മേരി തീർത്തു പറഞ്ഞു.

"എന്നെക്കൊണ്ടുമേലാ, അപ്പനെ മോൻതന്നെ നോക്കിക്കോണം..."

അവന്റെ മറുപടി കേട്ടില്ല. ചലനശേഷി നഷ്ടപ്പെട്ടതിനാൽ എഴുന്നേറ്റു ചെന്ന് ശല്യപ്പെടുത്തില്ലെന്ന് ഉറപ്പുണ്ട്. വോക്കൽ കോഡിന് പരാലിസിസ് ബാധിച്ചതും അനുഗ്രഹമായി അവൻ കരുതുന്നുണ്ടാവും. എത്ര അവഗണിച്ചാലും കിടന്ന് ബഹളം വയ്ക്കില്ലല്ലോ. ദീനം അന്വേഷിച്ചുവരുന്നവരോടു പരാതി പറയാനും സാധ്യതയില്ല.

ഇല്ല.

എത്ര അവഗണിച്ചിട്ടും പരാതി പറഞ്ഞില്ല. മകനോ മരുമകളോ ഈ മുറിയിലേക്കു കയറാത്ത ദിവസങ്ങളാണ് അധികവും. സഹായത്തിനു നിയോഗിച്ച അവറാച്ചൻ രാവിലെ വന്ന് തിരിച്ചിട്ട് പുറത്ത് പൗഡറിടും. കുറെ കഞ്ഞി വായിലൊഴിച്ച് ശ്വാസംമുട്ടിച്ച് കുടിപ്പിക്കും. സന്ധ്യക്കുമുണ്ട് ഇതുപോലൊരു ചടങ്ങ്. ഇടയ്ക്ക് ഏതെങ്കിലും ദിവസങ്ങളിൽ ദേഹമൊന്നു തുടച്ചാലായി. മലമൂത്രങ്ങൾ പടരുമ്പോൾ മാത്രമാണ് പുല്ലുപായ എടുത്തൊന്നു കഴുകുന്നത്.

അപ്പോഴൊക്കെ പുറത്ത് മകന്റെയോ മകളുടെയോ അമർഷം കേൾക്കാം:

"എന്തൊരു നാറ്റമാ- മനുഷ്യർക്കൊന്നു കേറിവരാൻ തോന്നുമോ?"

ആശ്വാസഗീതികൾ പോലെ അപ്പോൾ മാലാഖമാരുടെ പാട്ടും കേൾക്കും.

മനസ്സിൽ അനുകമ്പയുടെ സുഗന്ധമുണ്ടെങ്കിൽ

നിനക്ക് ദുർഗന്ധത്തിലും നറുമണം ശ്വസിക്കാം...

പണ്ട് അപ്പനും ഇതുപറയുമായിരുന്നു എന്ന് മാത്തൻ ഓർത്തു. പാലായിലെ പൈനാടത്തുനിന്ന് ഇടുക്കിയിലെ കല്ലുമലയിലേക്ക് കുടുംബം കുടിയേറിയപ്പോൾ പരിമിതസൗകര്യങ്ങളിൽ അമ്മയ്ക്ക് പരാതിയായി

രുന്നു. ഓരോ പരിഭവവാക്കിനും അപ്പന്റെ മറുപടി മാലാഖമാരുടെ പാട്ടായിരുന്നു.

സഹനം നിന്നെ ജീവിപ്പിക്കുന്നു

എവിടെയും എന്നും എപ്പോഴും...

നടുധാന്യങ്ങൾക്കുപകരം പൈനാടത്ത് റബറും കിളയ്ക്കു പകരം വെട്ടുമായപ്പോഴാണ് അതൊന്നും വശമില്ലാത്ത അപ്പൻ ഭാര്യയേയും മക്കളേയും കൂട്ടി മലകയറിയത്. കല്ലുമലയിൽ കുടിൽ കെട്ടിയതും ചുറ്റും കണ്ടതെല്ലാം വെട്ടിപ്പിടിച്ചതും വല്ലാത്ത വാശിയിലായിരുന്നു. മരിക്കുവോളം അപ്പൻ അതിൽ വിയർപ്പൊഴുക്കി. അതിനു തക്ക ഫലവും കണ്ടു. നല്ല വീടും വിശാലമായ കൃഷിയിടവും. മൂത്ത നാല് സഹോദരങ്ങളും കൃഷിയിലേക്കു തിരിഞ്ഞിട്ടും മാത്തൻ മാത്രം അതിൽ താത്പര്യം കാട്ടിയില്ല. കാരണം കല്ലുമലയിലെ ആരാധ്യപുരുഷനായിരുന്ന ഗോമസ് ഡോക്ടറായിരുന്നു. ഗോമസ് ഡോക്ടറെ കണ്ടപ്പോൾ അതുപോലെ വെള്ളക്കോട്ടിട്ട ആതുരശുശ്രൂഷാ ജോലിക്കാരനാകണമെന്നു മാത്തനും മോഹം തോന്നി. വൈദ്യം പഠിക്കാൻ കഴിയാതിരുന്നതുകൊണ്ട് ഡോക്ടറുടെ സഹായിയായി കൂടി. അദ്ദേഹം ഡിസ്പെൻസറി തുടങ്ങിയപ്പോൾ അവിടുത്തെ എല്ലാമായി. ഇടയ്ക്ക് ആണ്ടിൽ മൂന്നുമാസത്തോളം ഡോക്ടർ നാട്ടിൽപോകും. അപ്പോൾ പരിശോധന മുതൽ മരുന്നുകൊടുക്കൽ വരെ മാത്തന്റെ പണിയായി. മലകയറിവന്ന തമിഴർ മാത്തൻ ഡോക്ടറുടെ കൈപ്പുണ്യം വാഴ്ത്തി നടന്നു.

ഗോമസ് ഡോക്ടർ വ്യാജനായിരുന്നു എന്നറിയുന്നത്, അദ്ദേഹത്തിന്റെ അന്ത്യനാളുകളിലായിരുന്നു. പതിവുള്ള നാട്ടുസന്ദർശനത്തിനുശേഷം അവശനായാണ് അദ്ദേഹം തിരിച്ചുവന്നത്. അന്നുരാത്രിയിൽ മാത്തനെ അടുത്തു വിളിച്ച് അദ്ദേഹം പറഞ്ഞു:

“എനിക്കൊന്നു കുമ്പസാരിക്കണമായിരുന്നു”

രാത്രിയിലെ വിചിത്രമായ ആഗ്രഹം കേട്ട മാത്തൻ ഒന്നു പകച്ചെങ്കിലും പരിഹാരം നിർദ്ദേശിച്ചു.

“രാവിലെയാകട്ടെ, നമുക്ക് പള്ളിയിൽ പോകാം.”

“അതിന് പള്ളിയും അച്ചനുമൊന്നും വേണ്ടാ- നീ മതി.”

അതൊരു നിർദ്ദേശമോ ആഗ്രഹപ്രകടനമോ അല്ല; അലംഘനീയമായ ആജ്ഞ തന്നെയായിരുന്നു. ഗോമസ് ഡോക്ടർ കുമ്പസാരക്കൂട്ടിലെന്ന പോലെ ഒതുങ്ങിനിന്ന് മാത്തന്റെ കാതിലേക്കു മനസ്സ് തുറന്നു:

“എനിക്ക് കാൻസറാണ്. നാട്ടിലേക്കെന്നു പറഞ്ഞ് ഞാൻ പോകുന്നത് ചികിത്സയ്ക്കാണ്. ഇനി രക്ഷയില്ല. ഇപ്പോൾ സെക്കന്ററി സ്റ്റേജായി. തലച്ചോറിലും ശ്വാസകോശത്തിലും അത് പടർന്നിരിക്കുന്നു. എന്റെ നാളുകൾ എണ്ണപ്പെട്ടിരിക്കുകയാണ്. വൈദ്യം പഠിക്കാതെ ചികിത്സ ചെയ്ത വ്യാജ ഡോക്ടറാണ് ഞാൻ. ചികിത്സയുമായി എനിക്ക് ആകെയുള്ള പരിചയം മൂന്നാറിലുണ്ടായിരുന്ന വെള്ളക്കാരനായ ഡോക്ടർ ടറൺസ് ബേണിന്റെ സഹായിയായി നിന്നതുമാത്രമാണ്...”ഒന്നുനിർത്തി ആ മനസ്സ് വിങ്ങി: “ചിത്തഭ്രമമോ ശ്വാസംമുട്ടലോ വന്ന് ഇഞ്ചിഞ്ചായി മരിക്കാൻ എനിക്കിഷ്ടമല്ല; അതിനാൽ ഇതോടെ എന്റെ കാലം കഴിയണം. എനിക്കു വേണ്ടി ആരും എങ്ങും കാത്തിരിക്കുന്നില്ല. ഓർമ്മവച്ചുതുടങ്ങും മുമ്പു നാടുവിട്ടവനാ ഞാൻ. അതുകൊണ്ട് നാടോ വീടോ ഏതെന്നുപോലും എനിക്കറിയില്ല. ഒട്ടേറെ തട്ടിപ്പുകൾക്കു ശേഷമായിരുന്നു ഈ ഡോക്ടർ വേഷം... ഇതിനിടയിൽ നല്ലതും ചീത്തയുമായ ഒരുപാട് കാര്യങ്ങൾ ഞാൻ ചെയ്തുകൂട്ടി. ഏറെയും ഈ ആശുപത്രിയുടെ മറവിലെ അധാർമ്മിക പ്രവൃത്തികളായിരുന്നു. അതിനാൽ ഇനി ഈ ആശുപത്രി നമുക്കു വേണ്ടാ... എന്റെ വഴി നീ പിന്തുടരരുത്...”

നടുക്കത്തോടെ അതു കേട്ടു നിൽക്കുമ്പോൾ അസാധാരണദാർഢ്യത്തോടെ അദ്ദേഹം പറഞ്ഞു: “ശാന്തമായി, വേദനയറിയാതെ മരിക്കാൻ ഇൻസുലിൻ ക്രമാതീതമായി കുത്തിവച്ചാൽ മതി. ഞരമ്പൊന്നും നോക്കി കുത്തണ്ടാ. നീ കണ്ടിട്ടില്ലേ, കാര്യമൊന്നും വിശദമായി പറഞ്ഞുതന്നിട്ടില്ലെങ്കിലും നിന്നെക്കൊണ്ടു ഞാനതു ചെയ്യിച്ചിട്ടില്ലേ-തൊലിപ്പുറമേ കുത്തിയാൽ മതി. ആവുന്നത്ര ഇപ്പോൾത്തന്നെ ഞാൻ കുത്തിവച്ചിട്ടുണ്ട്... ഒന്നുരണ്ടുമണിക്കൂറിനുള്ളിൽ മരിച്ചില്ലെങ്കിൽ അല്പം കൂടി നീ കുത്തിവച്ചേക്കണം...”

ഡോക്ടർ ഗോമസിനൊപ്പം അവശരായ അനേകം രോഗികളെ അവരുടെ വീടുകളിൽ സന്ദർശിക്കുകയും കുത്തിവയ്ക്കുകയും ചെയ്തത് മാത്തൻ ഓർത്തു. ചിലയിടങ്ങളിൽ മാത്തനെക്കൊണ്ട് കുത്തിവയ്പിച്ചിട്ടുണ്ട്. അതെല്ലാം അന്യർക്കായിരുന്നു. ഇപ്പോൾ ...

അമ്പരന്നുനിന്ന മാത്തന് ധൈര്യം പകർന്നുകൊണ്ട് ഗോമസ് ഡോക്ടർ ഉറപ്പുകൊടുത്തു: “പേടിക്കണ്ടാ- ഗ്ലൂക്കോസ് ലെവൽ താഴ്ന്നുള്ള ഹൈപ്പോഗ്ളൈസീമിയ ബാധിച്ച സാധാരണ മരണമെന്നേ തോന്നൂ...”

അതുപറഞ്ഞു തീരുന്നതിനിടയിൽ അദ്ദേഹം തളരുന്നതും വിറയ്ക്കുന്നതും ഒടുവിൽ മരണത്തിലേക്ക് മയങ്ങി വീഴുന്നതും നോക്കിനിന്നപ്പോൾ മാലാഖമാരുടെ സ്തുതി കേട്ടു:

മരണം ഉറക്കമാകുന്നു;

ഉടനെ ഉണരാനുള്ള ഉറക്കം...

ഉയിർപ്പിനുവേണ്ടിയുള്ള ഉറക്കം...

അതും മതിഭ്രമമായിരുന്നോ എന്ന് മാത്തൻ ഇപ്പോൾ സംശയിക്കുകയാണ്.

ഗോമസ് ഡോക്ടർ പിന്നീട് ഉണർന്നില്ല; പകരം അടിവാരത്തിലാകെ മറ്റൊരു ശീലുണർന്നു: "പെരിയ ഡോക്ടർ പോയാലെന്താ ശിഷ്യൻ മാത്തൻഡോക്ടർ ഗുരുവിനേക്കാൾ കേമനാ..."

ആശുപത്രി അടച്ചുപൂട്ടി മറ്റു വല്ല തൊഴിലും തേടാനൊരുങ്ങുമ്പോഴാണ് നാട്ടുവാർത്ത പല നാവുകളിലൂടെ മാത്തന്റെ കാതിൽ വീണത്; ഒപ്പം രോഗികളുടെ പ്രവാഹവും.

കല്ലുമലയിലോ സമീപപ്രദേശങ്ങളിലോ അപ്പോഴും സർക്കാർ ആശുപത്രികളോ സ്വകാര്യ ഡിസ്പെൻസറികളോ വന്നിരുന്നില്ല. എല്ലാവർക്കും ഏക ആശ്രയം മാത്തൻഡോക്ടർ മാത്രമായിരുന്നു.

വെള്ളക്കാരൻ ഡോക്ടറുടെ സഹായിയായി നിന്ന അനുഭവജ്ഞാനത്തിൽ നിന്ന് ഗോമസ് ഇടയ്ക്കിടെ മാത്തനോട് പറയുമായിരുന്നു: "തൊണ്ണൂറ് ശതമാനം രോഗങ്ങളും അതിന്റേതായ സമയമെടുത്ത് താനേ ശമിക്കുന്നതാണ്. അഞ്ചുശതമാനം രോഗങ്ങൾ ചികിത്സയ്ക്കു വഴങ്ങാതെ സ്ഥായിയായി നിൽക്കും. അവശേഷിക്കുന്ന അഞ്ചുശതമാനം മാത്രമേ ചികിത്സകൊണ്ട് ഭേദപ്പെടുത്താൻ കഴിയൂ- നമുക്കതിനു കഴിവില്ല. അതിനാൽ സാന്ത്വനവും നല്ല വാക്കുകളും തന്നെയാണ് ഏറ്റവും നല്ല ചികിത്സ."

ആ ഉപദേശമായിരുന്നു മാത്തന്റെ കൈമുതൽ. ആദ്യംതന്നെ ആശുപത്രിക്കൊരു പേരിട്ടു. ഡോക്ടർ ഗോമസ് മെമ്മോറിയൽ ഹെൽത്ത് സെന്റർ! കല്ലുമലക്കാർക്ക് മാത്രമല്ല, കിഴക്കുനിന്ന് മലകയറി വരുന്ന കമ്പം, തേനി, കല്ലാച്ചി, ചിറ്റുമലക്കാർക്കും ഡോക്ടർ ഗോമസ് മെമ്മോറിയൽ ഹെൽത്ത് സെന്റർ അഭയമായി. അവിടുത്തെ മാത്തൻ ഡോക്ടർ ഒന്നു തൊട്ടാൽമതി ഏതു രോഗവും പടി കടക്കും എന്നൊരു വിശ്വാസം നിരക്ഷരരായ പ്രദേശവാസികൾക്കുണ്ടായത് പെട്ടെന്നാണ്.

കല്ലുമലയിൽ ആദ്യത്തെ സർക്കാർ ഡിസ്പെൻസറിയും മിഷനാശുപത്രിയും വരുന്നതുവരെ മാത്തൻ ഡോക്ടറുടെ മുന്നിൽ രോഗികളുടെ നീണ്ടനിരയായിരുന്നു. അങ്ങനെ ധാരാളം സമ്പാദിച്ചു. നല്ല വീടും കൃഷിയിടങ്ങളും സ്വന്തമാക്കി. സാധാരണ കൃഷിക്കാരായ സഹോദരന്മാരേക്കാൾ

മുന്നിലായി മാത്തൻ. ഇതിനിടയിൽ നാടുകാണിയിലെ കുടിയേറ്റക്കാരനായ കുഞ്ചെറിയായുടെ മകൾ അന്നമ്മയെ വിവാഹം കഴിക്കുകയും അവളിൽ യോഹന്നാൻ എന്നൊരു മകനുണ്ടാവുകയും ചെയ്തു. മലമ്പനി ബാധിച്ച് അന്നമ്മ മരിക്കുമ്പോൾ നിസ്സഹായനായി നോക്കിനിൽക്കാനേ നാട്ടുകാരുടെ ഡോക്ടറായ മാത്തന് കഴിഞ്ഞുള്ളൂ. അന്ന് യോഹന്നാനു പത്തുവയസ്സ്. പലരും നിർബ്ബന്ധിച്ചിട്ടും വേറെ കെട്ടിയില്ല.

അതിന് കാരണങ്ങൾ പലതാണ്. ഒന്നാമതായി അന്നാമ്മയുടെ സ്ഥാനത്ത് മറ്റൊരു സ്ത്രീയെ സങ്കല്പിക്കാൻ കഴിഞ്ഞില്ല. രണ്ടാമതായി യോഹന്നാനെ ഒരു രണ്ടാനമ്മ വളർത്തണ്ടാ എന്ന തോന്നൽ. മൂന്നാമതായി ആശുപത്രിയിൽ നിന്നു കൊണ്ടുവരുന്ന ചികിത്സാപ്പണം എണ്ണിത്തിട്ടപ്പെടുത്തി ഇരുമ്പുപെട്ടിയിലേക്കു വയ്ക്കുമ്പോൾ പ്രസരിക്കുന്ന ഒരു പ്രത്യേകഗന്ധം- അത് അന്നമ്മയുടെ മുലകൾക്കിടയിലെ മണമായിരുന്നു! നേരത്തോടുനേരം നിൽക്കുന്ന മാദകഗന്ധം. മറ്റൊരു സ്ത്രീയെക്കുറിച്ചാലോചിക്കാൻ ആ ഗന്ധം മാത്തനെ അനുവദിച്ചില്ല. ഇതിനെല്ലാമുപരി ആരെങ്കിലും രണ്ടാംകെട്ടിന്റെ കാര്യം പറഞ്ഞു നിർബന്ധിക്കുമ്പോൾ കേൾക്കുന്ന മാലാഖമാരുടെ പാട്ട്:

നിന്റെ ഇണ നിന്നെ വിട്ട് എങ്ങും പോയിട്ടില്ല.

അവൾ നിന്നോടുകൂടി എപ്പോഴുമുണ്ട്, ഇപ്പോഴും...

അത് മതിഭ്രമമായിരുന്നോ? അങ്ങനെ ചിന്തിക്കുമ്പോഴേക്കും പണം നിറഞ്ഞ് പെട്ടികുമിയുന്നതായും അന്നമ്മയുടെ പ്രിയഗന്ധം വർദ്ധിതമാകുന്നതായും മാത്തന് അനുഭവപ്പെട്ടു. പണപ്പെട്ടി നിറയ്ക്കാനായി ചെന്നു ചികിത്സ തുടങ്ങിയത് അക്കാലത്താണ്.

ആശുപത്രിയിലേക്കു കൊണ്ടുവരാൻ സാധിക്കാത്തവിധത്തിൽ അവശരായി വീട്ടിൽത്തന്നെ കിടത്തിയിരിക്കുന്ന വൃദ്ധരോഗികളെ അങ്ങോട്ടു ചെന്നു ചികിത്സിക്കുന്നത് ഏറെ ആദായകരമായിരുന്നു. ആസന്നമരണരായ അവർക്ക് സാന്ത്വനവും വിറ്റാമിൻ ഗുളികകളും നൽകി. ചിലർക്ക് ശുദ്ധജലം കുത്തിവച്ചു. ആർക്കൊക്കെയൊ ആശ്വാസമുണ്ടായി. ചിലരെല്ലാം അല്പനാൾകൂടി ജീവിച്ചു. മറ്റുള്ളവർ സ്വാഭാവികമരണത്തിന് കീഴടങ്ങിയെങ്കിലും ചികിത്സ വൻവിജയമായിരുന്നു. വാഹനസൗകര്യവും ഇരട്ടിഫീസും! അന്നമ്മയുടെ വർദ്ധിതഗന്ധം വല്ലാത്തൊരു ലഹരിയായി. അങ്ങനെയിരിക്കെയാണ് ആദ്യമായി ആ ദൗത്യം ഏറ്റെടുക്കുന്നത്. അതാണ് ജീവിതത്തെ ആകെ മാറ്റിമറിച്ചത്- ചിന്നസ്വാമിക്കുവേണ്ടിയുള്ള ദൗത്യം!

തേനിയിൽ നിന്നുവന്ന ചിന്നസ്വാമിയുടെ അപ്പൻ കന്തസ്വാമി നടുവൊടിഞ്ഞു കിടക്കാൻ തുടങ്ങിയിട്ട് ആറുമാസമാകുന്നു. ഉഴിച്ചിലും തിരുമ്മും നാട്ടുവൈദ്യവുമൊന്നും ഫലിച്ചില്ല. ഡോക്ടർ വന്നൊന്നു നോക്കണം- ഇതായിരുന്നു അയാളുടെ ആദ്യ ആവശ്യം. പോയി. കണ്ടു. ഒരായുസ്സു മുഴുവൻ ഉഴവുമാടുകൾക്കൊപ്പം കൃഷിയിടത്തിലായിരുന്ന കന്തസ്വാമിയെ ചതിച്ചത് അയാൾക്ക് പ്രിയപ്പെട്ട വെറ്റിക്കാളകളായിരുന്നു. പൊരിവെയിലത്ത് ഉഴവുനീണ്ട ഒരു മധ്യാഹ്നത്തിൽ, കലപ്പയിൽ നിന്ന് നുകം പൊട്ടിച്ച് അകലെയുള്ള തണ്ണിത്തൊട്ടി ലക്ഷ്യമാക്കി ജോടികളായ വെറ്റിക്കാളകൾ ഒരുമിച്ച് ഓടാൻ തുടങ്ങി. രണ്ടു കാളകളുടെയും കഴുത്തിലെ പിണച്ച പേച്ചിക്കയർ കയ്യിൽച്ചുരുക്കി പിന്നാലെ കന്തസ്വാമിയും പാഞ്ഞു. വയലിറമ്പിലേക്കു കടക്കുമ്പോൾ കാളകളുടെ കഴുത്തിലെ കയർപൊട്ടി പിന്നോക്കം വീണതു മാത്രം കന്തസ്വാമിക്ക് ഓർമ്മയുണ്ട്. ബോധം തെളിയുമ്പോൾ വീട്ടിലെ പുറംചാട്ടിൽ മയിലെണ്ണ മണത്തു. പുറംതല്ലി വീണത് പാറപ്പുറത്താണ്. നടുവൊടിഞ്ഞു പോയി.

കന്തസ്വാമിയെ കാണുമ്പോൾ ദുർഗന്ധം സഹിച്ചില്ല. കണ്ണുകളൊഴികെ മറ്റൊന്നും ആ മനുഷ്യനിലില്ലെന്നു തോന്നി. അത്രയ്ക്ക് പ്രകാശമായിരുന്നു അവയ്ക്ക്. ദീർഘകാലമായുള്ള കിടപ്പുകൊണ്ടാവാം പുറം പൊട്ടി വ്രണങ്ങൾ പഴുത്തിരിക്കുന്നു.

എന്തു ചെയ്യണമെന്നറിയാതെ ഒന്നു പകച്ചപ്പോൾ മകൻ ചിന്നസ്വാമി ആവശ്യമുന്നയിച്ചു: അപ്പനെ ഇങ്ങനെ കിടത്തി വിഷമിപ്പിക്കണ്ടാ; പണ്ട് ഗോമസ് ഡോക്ടർ ഇങ്ങനെയുള്ളവർക്ക് കുത്തിവയ്പ് ചികിത്സ കൊടുത്തിരുന്നതായി പഴമക്കാർ പറഞ്ഞുകേട്ടിട്ടുണ്ട്. അദ്ദേഹത്തിന്റെ ശിഷ്യനും അതിനുള്ള വിദ്യ വശമാക്കിയിട്ടില്ലേ? ദയവു കാട്ടില്ലേ? ഞങ്ങളെ സഹായിക്കണം.

അപ്രതീക്ഷിതമായിരുന്നു ചിന്നസ്വാമിയുടെ ആവശ്യം. ആശുപത്രി അപ്പാടെ അവസാനിപ്പിക്കാൻ നിർദ്ദേശിച്ച ഗോമസ് ഡോക്ടറുടെ ചികിത്സ പുറത്തെടുക്കണോ എന്നാലോചിച്ചു നിന്നപ്പോൾ അതിന്റെ ആവശ്യകതയും അനിവാര്യതയും അവൻ വിശദീകരിച്ചു:

അപ്പനെ നോക്കാൻ ഇവിടാരുമില്ല. അമ്മയ്ക്ക് ഒന്നിനും വയ്യ. മാത്രമല്ല പറഞ്ഞുറപ്പിച്ച അവന്റെ വിവാഹം അപ്പന്റെ ഈ അവസ്ഥ കാരണം നീണ്ടുപോകുന്നു. ഇതൊന്ന് അവസാനിച്ചിരുന്നെങ്കിൽ എല്ലാം ശുഭമാകുമായിരുന്നു. പണം എത്രവേണമെങ്കിലും ഞാൻ തരാം...

ആ വിശദീകരണത്തിനിടയിൽ പണപ്പെട്ടി തുറക്കുന്നതും അന്നമ്മയുടെ ഗന്ധം നൂറരട്ടി വർദ്ധിക്കുന്നതും മാത്തൻ മനസ്സിലാക്കി. ഒപ്പം മാലാഖമാരുടെ പാട്ടും കേട്ടു:

നൂറുനൂറുഗന്ധങ്ങൾക്കിടയിൽ നീ തേടുന്നത് ഏതു മണമാണ്.

നിനക്കു യോജ്യമായതിനെ മാത്രം പിന്തുടരുക;

നിനക്കു വിധിക്കപ്പെട്ടത് നീ ഗന്ധിക്കും...

പിന്നൊന്നും ഓർത്തില്ല.

സ്വയം അതിശയിപ്പിച്ചുകൊണ്ടായിരുന്നു മറുപടി:

"ഇപ്പോൾ മരുന്നെടുത്തിട്ടില്ല; നാളെ വരൂ; മരുന്നുമായി ഞാൻ കൂടെ വരാം."

അതുകേട്ടതോടെ ചിന്നസ്വാമിയുടെ മുഖം പ്രസന്നമായതും കന്ത സ്വാമിയെ വീഴ്ത്തിയ ഉഴവുമാടുകൾ പുറത്ത് ഉച്ചത്തിൽ ചിനച്ചതും ഒപ്പ മായിരുന്നു.

അടുത്തദിവസം കന്തസ്വാമിയെ ചികിത്സിക്കാൻ ചെല്ലുമ്പോൾ പുറത്ത് മാറ്റക്കയറുമായി വെട്ടുകാർ നില്പുണ്ടായിരുന്നു. ഉഴവിന് പ്രാപ്തമല്ലാ താവുമ്പോൾ, വെറ്റിക്കാളകളാണെങ്കിലും അവയെ അറവുകാർക്ക് വിൽക്കും. അവരുമായി തർക്കിച്ചു നിൽക്കുകയായിരുന്ന ചിന്നസ്വാമി, വില്പന വില തിരക്കിട്ടു വാങ്ങി അകത്തേക്കുവന്നു.

കുത്തിവയ്പിന് സജ്ജനായിരുന്നെങ്കിലും മനസ്സൊന്നു പിടഞ്ഞു. കൈകൾ വല്ലാതെ വിറയ്ക്കുന്നു.

വേണ്ടാത്തതെന്തോ സ്വീകരിക്കാനൊരുങ്ങുന്ന മട്ടായിരുന്നു കന്ത സ്വാമിക്ക്. അവശതയിലും വല്ലാത്ത നീരസവും പ്രതിഷേധവും അയാൾ പ്രകടിപ്പിക്കുന്നുണ്ടായിരുന്നു.

ഇത്തരം സന്ദർഭങ്ങളിൽ, എന്താണു ചെയ്യേണ്ടതെന്നറിയാതെ സഹായിയായി നിൽക്കുന്ന മാത്തനോട് ഗോമസ് ഡോക്ടർ പറയുമായി രുന്നു: "മടങ്ങിവരാനാവാത്തവരുടെ വിലക്കുകൾക്കു ചെവി കൊടുക്ക രുത്; അവരെ വേഗം യാത്രയാക്കുക. ഒരുകാര്യം പ്രത്യേകം ശ്രദ്ധിക്കണം- സൂചികുത്തുമ്പോൾ കുത്തേൽക്കുന്നവന്റെ മുഖത്തേക്കു നോക്കരുത്." ആ ഉപദേശത്തിനുശേഷം കണ്ണടച്ചുകൊണ്ടാവും അദ്ദേഹം കുത്തി വയ്ക്കുക.

കന്തസ്വാമിയുടെ മുഖത്തിനുനേരെ കണ്ണടച്ചു. അപ്പോൾ അടഞ്ഞ കണ്ണുകൾക്കു മുന്നിൽ രൂപമില്ലാത്തൊരു രൂപത്തെ മാത്തൻ കണ്ടു. അതിൽ നിന്ന് എന്തോ തുളുമ്പുന്നു...

ഇറ്റുവീഴുന്നത് കണ്ണീരാണോ എന്ന് മാത്തൻ ഒരു നിമിഷം ശങ്കിച്ചു.

ഒരുപക്ഷേ മതിഭ്രമമാകാം...

മനസ്സിനെ നിയന്ത്രിക്കണം.

നിയന്ത്രിക്കാൻ ഏറെ പണിപ്പെട്ടു.

"ഇനി വെള്ളമോ ആഹാരമോ കൊടുക്കണ്ടാ" എന്നു നിർദ്ദേശിച്ചു കൊണ്ടായിരുന്നു കുത്തിവയ്പു തുടങ്ങിയത്.

മൂന്നു സിറിഞ്ച് കാലിയായപ്പോൾ കന്തസ്വാമി എന്തോ പറഞ്ഞു. അവ്യക്തമായ ആ വാക്കുകൾക്ക് കാതോർത്തപ്പോൾ മകൻ വിശദീകരിച്ചു:

"എന്റെ വിവാഹം കഴിയട്ടെ എന്നാണ് അപ്പാ പറഞ്ഞത്... വന്നു കേറുന്ന പുതുപ്പെണ്ണിന്റെ മുഖമൊന്നു കാണണം... അതുകഴിഞ്ഞ് ഒരു കുഞ്ഞിനെ..."

വല്ലാത്തൊരു നടുക്കം മാത്തന് അനുഭവപ്പെട്ടു. അറിയാതെ ആ വൃദ്ധരൂപത്തിലെ കുഴിഞ്ഞ കണ്ണുകളുള്ള മുഖത്തേക്ക് നോക്കിപ്പോയി. അഗാധമായ ഗർത്തങ്ങളിൽ നിന്ന് രണ്ടു നക്ഷത്രങ്ങൾ ജ്വലിച്ചടർന്നു വരുന്നു...

മാത്തൻ ശരിക്കും ഭയന്നുപോയി. അനവസരത്തിലെ വിശദീകരണത്തിന് ചിന്നസ്വാമിയെ ശകാരിച്ച് പുറത്താക്കി.

"രോഗിയെ ചികിത്സിക്കുമ്പോൾ ബന്ധുക്കൾ അടുത്തു നിൽക്കരുതെന്ന് അറിയില്ലേ..."

അറുനൂറു യൂണിറ്റിനുമേൽ ഇൻസുലിൻ കന്തസ്വാമിയുടെ ശരീരത്തിൽ കയറ്റിയിട്ടുണ്ട്... അരമണിക്കൂറിനുള്ളിൽ ഓരോ സിരയും ഊർജ്ജത്തിനു വേണ്ടി ദാഹിച്ച്... ദാഹിച്ച്...ദാഹിച്ച്...

പിന്നൊന്നും ഓർക്കാൻ കഴിഞ്ഞില്ല. തിരക്കിട്ട് പുറത്തേക്കിറങ്ങുമ്പോൾ, വെട്ടുകാരിൽ നിന്നും കൈപ്പറ്റിയ വില്പന വിലയായ നോട്ടുകൾ അപ്പാടെ എണ്ണിനോക്കുകപോലും ചെയ്യാതെ ചിന്നസ്വാമി കയ്യിൽ തന്നു.

"പണം ഞാൻ എണ്ണിയിട്ടില്ല. രണ്ടായിരത്തി മുന്നൂറു രൂപാ കാണും..."

പണം പോക്കറ്റിലിടുമ്പോൾ ഒരു സംശയം പോലെ അയാൾ തിരക്കി:

"എപ്പോഴേക്ക് പ്രതീക്ഷിക്കാം..."

യാന്ത്രികമായി മറുപടി പറഞ്ഞു: "രാവിലെ." എന്നിട്ട് നിർദ്ദേശിച്ചു: "അസുഖം കൂടുതലാണെന്ന് ഇപ്പോൾത്തന്നെ ബന്ധുക്കളെ അറിയിച്ചോളൂ...."

ജ്വലിക്കുന്ന രണ്ടു കണ്ണുകളും മനസ്സിൽ പേറിയാണ് മാത്തൻ തിരിച്ചുപോന്നത്. ഒരുതരം വിങ്ങലുണ്ടാക്കുന്ന ജ്വാലയായിരുന്നു ആ

നക്ഷത്രക്കണ്ണുകൾക്ക്. വഴിയിൽ നിന്ന് ഒറ്റയടിക്കു കുടിച്ച അരക്കുപ്പി ബ്രാണ്ടിക്ക് പോലും ആ ചൂട് ശമിപ്പിക്കാൻ കഴിഞ്ഞില്ല.

മരിക്കുന്നവന്റെ മുഖത്തേക്ക്, പ്രത്യേകിച്ച് കണ്ണുകളിലേക്ക്, നോക്കരുതെന്ന ഗുരുവചനം തെറ്റിച്ചതിൽ കടുത്ത കുറ്റബോധവും ആത്മനിന്ദയും തോന്നി. ഇരയുടെ നോട്ടത്തിന്റെ തീക്ഷ്ണത, ആ യാചനയുടെ ദൈന്യം ജീവിതാന്ത്യംവരെ ഓർമ്മയിൽനിന്നും മായില്ല. അതങ്ങനെ ഒരു വേട്ടനായയെപ്പോലെ മനസ്സിനെ പേടിപ്പിച്ച് പിന്തുടർന്നുകൊണ്ടേയിരിക്കും.

ഒറ്റയടിക്ക് കൂടുതൽ പണം കിട്ടുമെങ്കിലും കടുത്ത മനോസംഘർഷമുണ്ടാക്കുന്ന ഈ ദൗത്യം ഇനി വേണ്ടെന്ന് വച്ചിരിക്കുകയായിരുന്നു. അപ്പോഴാണ് വേലുനായ്ക്കരുടെ വരവ്. കമ്പത്തെ കർഷകനാണ്. അയാളോടു ചില കടപ്പാടുകളുമുണ്ട്. വന്നപാടേ കാര്യം പറഞ്ഞു:

തൊണ്ണൂറുവയസ്സായ അമ്മ വല്ലാത്തൊരു ബാധ്യതയായിരിക്കുന്നു. ഊണില്ല. ഉറക്കമില്ല. സദാ പിറുപിറുത്തുകൊണ്ടുകിടക്കും. കിടക്കുന്നിടത്തുതന്നെയാണ് മലമൂത്രവിസർജ്ജനം. ഞങ്ങൾ നാലുമക്കളുണ്ട്. ആഴ്ചയിൽ ഓരോരുത്തർ നോക്കട്ടെ എന്ന് കരുതി തുണിത്തൊട്ടിലിലാക്കി കമ്പിൽ കൊരുത്ത് തോളിൽത്തൂക്കി ഓരോ വീട്ടിലും എത്തിക്കും. എത്താത്ത താമസം ആ ഭാണ്ഡക്കെട്ട് ഞാൻ കൊണ്ടുവച്ചതുപോലെ എന്റെ വീടിനു മുന്നിലേക്ക് അവർ തിരിച്ചു കൊണ്ടുവന്നുവയ്ക്കും. അമ്മയെ ശുശ്രൂഷിക്കാനുള്ള മക്കളുടെ തുല്യബാധ്യതയെപ്പറ്റി സഹോദരങ്ങളോട് പറഞ്ഞുബോധ്യപ്പെടുത്താൻ ശ്രമിച്ചു. ഫലിച്ചില്ല. കയർത്തുനോക്കി. കാര്യമുണ്ടായില്ല. എനിക്കാണെങ്കിൽ ഒരു സ്വൈര്യവുമില്ല. എന്റെ ഭാര്യയും മക്കളും മടുത്തു. ഒടുവിൽ സഹോദരങ്ങളും കുട്ടികളുമായി ആലോചിച്ചു. ഡോക്ടറെ കണ്ട് പ്രശ്നം അവസാനിപ്പിക്കാനാണ് എല്ലാവരുടെയും യോജിച്ചുള്ള തീരുമാനം.

ഒഴിഞ്ഞുമാറാൻ കഴിവതും നോക്കി. നായ്ക്കർ വിട്ടില്ല:

എല്ലാ മുൻകരുതലുകളും എടുത്തിട്ടാണു വന്നിരിക്കുന്നത്. അമ്മ അത്യാസന്നനിലയിലാണെന്ന് എല്ലാവരേയും അറിയിച്ചുകഴിഞ്ഞു. ഇനി ഡോക്ടർ വന്നൊന്നു നോക്കിയാൽ എനിക്ക് അഭിമാനത്തോടെ പ്രശ്നം അവസാനിപ്പിക്കാം. അതിന് എന്തുവേണമെങ്കിലും ഞാൻ തരും...

നായ്ക്കരോടുള്ള കടപ്പാടാണോ അയാൾ നീട്ടിയ പ്രലോഭനമാണോ എന്താണ് വീണ്ടും അതേ ദൗത്യത്തിലേക്കു നയിച്ചതെന്ന് ഇപ്പോഴും ഓർമ്മയില്ല.

നാലുമക്കളും പതിനാലു ചെറുമക്കളും ഇരുപത്തിനാല് പേരക്കിടാങ്ങളുമുള്ള ആ വൃദ്ധയെ കുത്തിവയ്പിന്റെ ആലസ്യത്തിലേക്കു നയിക്കാനൊരുങ്ങുമ്പോൾ പതിവുപോലെ കണ്ണടച്ചിരുന്നു. അടഞ്ഞ കണ്ണുകൾക്കു മുന്നിൽ അപ്പോഴും രൂപമില്ലാത്തൊരു രൂപത്തെ മാത്തൻ കണ്ടു. ആ രൂപത്തിന്റെ ഇല്ലാത്ത കണ്ണിൽ നിന്ന് എന്തോ ഇറ്റുവീണു. അതു കണ്ണീരാണോ എന്നു ശങ്കിച്ചെങ്കിലും മതിഭ്രമമെന്നുറപ്പിച്ച് മാത്തൻ ദൗത്യം പൂർത്തിയാക്കി.

തിരിച്ചുപോരുമ്പോൾ നന്നേ ഇരുട്ടിയിരുന്നു. വഴിയിൽ എതിരെ വന്ന ആളുടെ തോളിൽ കനത്ത കമ്പിൽ കൊരുത്തിട്ടിരിക്കുന്ന ഭാണ്ഡം ചൂണ്ടി, മലകയറ്റിവിടാൻ വന്ന വേലുനായ്ക്കർ പതുക്കെ പറഞ്ഞു:

"അതൊരു ചിറ്റപ്പാവാ... മൂത്തമകൻ ഇളയസഹോദരിയുടെ വീട്ടിലേക്കു കൊണ്ടുപോകുവാ... അവിടെ വീടിന് പുറത്തുവയ്ക്കുന്ന ഈ ഭാണ്ഡക്കെട്ട് നാളെ പുലർച്ചയ്ക്കുമുമ്പ് തിരിച്ച് അവന്റെ വീടിനു മുന്നിൽ ത്തന്നെ എത്തിയിരിക്കും..."

പിരിയുമ്പോൾ വേലുനായ്ക്കർ ഒരു പൊതി തന്നു. വീട്ടിൽ വന്ന് എണ്ണി നോക്കിയപ്പോൾ രണ്ടായിരത്തി മുന്നൂറുരൂപ. ആദ്യത്തേതിന്റെ അതേ പ്രതിഫലം തന്നെ രണ്ടാമതും. അത് കേവലയാദൃശ്ചികതയാകാൻ തരമില്ലെന്ന് മാത്തനു തോന്നി.

മൂന്നാം ദൗത്യത്തിനായി അടിമലയിൽ നിന്ന് ചാക്കോച്ചൻ വന്നപ്പോൾ ശരിക്കും ഞെട്ടിപ്പോയി. "മകൻ അപ്പന് ധനമാകുന്നു, ഇപ്പോഴും എപ്പോഴും രക്ഷകനാകുന്നു..." എന്ന് സങ്കീർത്തനം പാടുന്ന ചാക്കോച്ചനും സഹോദരങ്ങൾക്കും ഇപ്പോൾ അപ്പൻ ബാധ്യതയായിരിക്കുകയാണ്. കുടിയേറ്റ മണ്ണിലെ കാടും പടലും പറിച്ചും, കിളച്ചു മറിച്ചും, റബറും കുരുമുളകും നട്ട് മക്കളെ സമ്പന്നരാക്കിയപ്പോഴേക്കും ചാക്കോച്ചന്റെ അപ്പൻ കുഞ്ഞേട്ടൻ എന്നു വിളിക്കുന്ന കൊച്ചുവറീതിനെ തളർവാതം കീഴ്പ്പെടുത്തിയിരുന്നു. നാലുപെണ്ണും ഒരാണുമായിരുന്നു കുഞ്ഞേട്ടന്. പെൺമക്കളെയെല്ലാം വിദേശത്താണു കെട്ടിച്ചിരിക്കുന്നത്. പാരമ്പര്യസ്വത്തായി കുടുംബത്തോടൊപ്പം അപ്പനേയും കിട്ടിയ ചാക്കോച്ചന്റെ പ്രശ്നം അയാളുടെ മൂത്തമകളാണ്. അവൾ അമേരിക്കയിൽ നഴ്സ്. അടുത്ത മാസം പ്രസവിക്കും. പ്രസവശുശ്രൂഷ, കുഞ്ഞിനെ നോക്കൽ തുടങ്ങിയ കാര്യങ്ങളിൽ ചാക്കോച്ചന്റെ അമ്മ, സാറാചേടത്തി സമർത്ഥയാണ്. അപ്പൻ ഇങ്ങനെ കിടക്കുന്നതിനാൽ അമ്മയെ അയയ്ക്കാൻ നിർവാഹമില്ല. ചാക്കോച്ചന്റെ ഭാര്യയ്ക്കാണെങ്കിൽ ഇവിടെ കുടുംബഭരണവും മറ്റ് കുട്ടികളുടെ കാര്യവും നോക്കണം. അതിനാൽ അമ്മയെ അങ്ങോട്ട്

അയച്ചേ പറ്റൂ; അതിനുള്ള ഏകതടസ്സം തളർവാതം ബാധിച്ചു കിടക്കുന്ന കുഞ്ഞേട്ടനാണ്. ദീർഘകാലമായി വയ്യാതെ കിടക്കുന്ന ആളല്ലേ, ചികിത്സയ്ക്കിടയിലെ ഒരു കുത്തിവെപ്പുകൊണ്ട് ഇരുചെവിയറിയാതെ കാര്യം തീരും...

കാര്യം വിശദീകരിച്ചശേഷം അയാൾ ഒരു പൊതി നീട്ടി.

"ദാ ഫീസും ഞാൻ കൊണ്ടു വന്നിട്ടുണ്ട്. രണ്ടായിരത്തിമൂന്നൂറുരൂപ..."

ചാക്കോച്ചന്റെ ആവശ്യത്തേയും അതിലേക്ക് അയാളെ നയിക്കുന്ന കാരണങ്ങളേയുംകാൾ മാത്തനെ ഞെട്ടിച്ചത് ഫീസിന്റെ കാര്യമാണ്. ഈ ദൗത്യത്തിനുള്ള മാത്തന്റെ നിശ്ചിതഫീസ് ആരാണു തിട്ടപ്പെടുത്തിയത്?

അതിനുള്ള മറുപടിയും അയാളിൽ നിന്നു ഗ്രഹിച്ചു:

"പാണ്ടിക്കാരൻ തരുന്ന ഫീസ് ഞാനായിട്ടു കുറയ്ക്കുന്നില്ല..."

മറുപടി കേൾക്കാനോ സന്നദ്ധത അറിയാനോ കാത്തുനിൽക്കാതെ പണപ്പൊതി കയ്യിൽത്തിരുകി ചാക്കോച്ചൻ നടന്നു മറയുമ്പോൾ സങ്കീർത്തനം മുഴങ്ങി:

ജ്ഞാനമുള്ള മകൻ അപ്പന് ധനമാകുന്നു...

അതങ്ങനെ ഉച്ചസ്ഥായിയിലേക്കു ഗമിക്കുമ്പോൾ കയ്യിലിരുന്ന പൊതിയിൽ നിന്ന് മദഗന്ധമുയർന്നു. അന്നമ്മയുടെ മോഹിപ്പിക്കുന്ന മണം.

കുഞ്ഞേട്ടനെ കുത്തിവയ്ക്കുമ്പോഴും ആ ഗന്ധം അനുഭവപ്പെട്ടു. ഒപ്പം രൂപമില്ലാത്ത രൂപത്തിന്റെ സാന്നിധ്യവും. അതിന്റെ ഇല്ലാത്ത കണ്ണിൽ നിന്നുള്ള നീർനനവും മാത്തൻ അറിഞ്ഞു.

മദഗന്ധത്തിന്റെ തേരിലേറിയായിരുന്നു മടക്കയാത്ര. അതവസാനിച്ചത് വീട്ടുമുറ്റത്തു കാത്തുനിന്ന ഒറ്റക്കണ്ണൻ മൊയ്തീൻ കണ്ണ് റാവുത്തരിലായിരുന്നു. അയാൾ ഇടനിലക്കാരനാണ്. എന്തിന്റെയും ഏജന്റ്. ഗോമസ് ഡോക്ടറെ നയിച്ചതും ഒരളവുവരെ നിയന്ത്രിച്ചതും റാവുത്തരായിരുന്നു. ദീർഘകാലമായി കണ്ടിട്ട്. ഇപ്പോൾ അയാൾ വന്നത് ഒരടിയന്തിരദൗത്യവുമായിട്ടായിരുന്നു.

മീമ്പൊട്ടിയിലെ മീരാസാഹിബിന്റെ വീടർ ഭ്രാന്തുപിടിച്ച് ചങ്ങലയിലായിട്ട് വർഷം രണ്ടു കഴിഞ്ഞു. അവരുടെ പണം കൊണ്ടാണ് സാഹിബ് വ്യാപാരപ്രമുഖനായത്. ആ ബലമാണ് അദ്ദേഹത്തിന്റെ സമുദായ പ്രമാണിത്തത്തിന് കാരണം. ചിത്തഭ്രമം ബാധിച്ച ഭാര്യ ഒന്നൊഴിഞ്ഞു കിട്ടിയാൽ മൂപ്പർക്ക് സമാധാനമാകും... പേരുദോഷമില്ലാതെ വേറെ കെട്ടാം. അല്ലെങ്കിലും കെട്ടാം; ഇതാകുമ്പോൾ കുറേക്കൂടി മാന്യമാകും. ആ

ഒഴിഞ്ഞുപോക്ക് ഡോക്ടറുടെ ചികിത്സയിലൂടെയാകുമ്പോൾ ആരും സംശയിക്കില്ല. എന്തും തരാൻ അദ്ദേഹം തയ്യാറാ...

എന്തെങ്കിലും അധികം കിട്ടുമെന്ന് മോഹിച്ചാണോ അന്നുതന്നെ റാവുത്തരുടെ കൂടെ പോയതെന്ന് മാത്തന് ഇപ്പോഴും നിശ്ചയമില്ല. പക്ഷേ, എന്തൊക്കെയൊ ചില ഉദ്ദേശ്യങ്ങളുണ്ടായിരുന്നു എന്നത് വ്യക്തമാണ്. ആദ്യമായി വന്ന ഏജന്റിനെ നിരുത്സാഹപ്പെടുത്തി വിടണ്ടാ... അയാളിലൂടെ കൂടുതൽ ഇടപാടുകാരിലേക്ക്... പുതിയ സ്ഥലങ്ങളിലേക്ക്: അങ്ങനെയൊക്കെ ചില കണക്കുകൂട്ടലുകൾ ഉള്ളിൽ നടക്കുന്നുണ്ടായിരുന്നു. പക്ഷേ ചങ്ങലയ്ക്കിട്ടിരിക്കുന്ന ആ സ്ത്രീയെ കണ്ടപ്പോൾ, പെട്ടെന്ന് അന്നമ്മയെ ഓർത്തുപോയി; എന്നാൽ അവരിൽ നിന്നു പ്രസരിച്ചത് അവളുടെ ഗന്ധമല്ലാതിരുന്നതുകൊണ്ട് ആ ഓർമ്മ അതേവേഗത്തിൽത്തന്നെ മായുകയും ചെയ്തു. കുത്തിവയ്ക്കാനായി കണ്ണടച്ചു. അടഞ്ഞ കണ്ണുകൾക്കു മുന്നിൽ അപ്പോഴും രൂപമില്ലാത്ത ആ രൂപം പ്രത്യക്ഷപ്പെട്ടു. അതിന്റെ ഇല്ലാത്ത കണ്ണുകൾ നിറഞ്ഞു കവിയുകയും മാത്തൻ നനയുകയും ചെയ്തു.

ദൗത്യം കഴിഞ്ഞപ്പോൾ വാഗ്ദാനം ചെയ്തതുപോലെ റാവുത്തർ എന്തും തന്നില്ല. കിട്ടിയത് നിശ്ചിതഫീസ് രണ്ടായിരത്തി മുന്നൂറു രൂപ. മാത്തൻഡോക്ടറുടെ ഫീസ് ഇത്രയെന്നു തിട്ടപ്പെടുത്തിയത് ആരാണെന്ന് റാവുത്തരോടു ചോദിക്കണമെന്നുണ്ടായിരുന്നു. പക്ഷേ, ചോദിച്ചില്ല.

റാവുത്തരെ അനുസരിച്ചതുകൊണ്ടാവാം രണ്ടുനാൾക്കകം രണ്ടാമത്തെ ഏജന്റും വന്നു. വെങ്കിടി എന്ന വെങ്കിട്ടരമണൻ. അമേരിക്കയിൽ വെള്ളക്കാരിയെ വിവാഹം ചെയ്തു ജീവിക്കുന്ന അയ്യരുകുട്ടിക്കുവേണ്ടിയായിരുന്നു ആ ദൗത്യം. അയാളുടെ പിതാവ് പടുവൃദ്ധനായ കൃഷ്ണയ്യർക്ക് മകനെ കണ്ടില്ലെങ്കിൽ ഒരുതരം ഭ്രാന്താണ്. ബോധക്ഷയം പോലുമുണ്ടാകും. അദ്ദേഹത്തിന്റെ അൻപതുകളിലുണ്ടായ സന്താനമാണ്. മകനെ പ്രസവിച്ചതോടെ ഭാര്യ മരിച്ചു. പിന്നീട് മകനെ വളർത്തിയതും പഠിപ്പിച്ചതും കൃഷ്ണയ്യരായിരുന്നു. അമേരിക്കയിൽ ജോലി കിട്ടി മകൻ പോയപ്പോൾ അയ്യർ തനിച്ചായി. കൂട്ടിന് ബന്ധുവായ ശിവമണി എന്ന പയ്യനെ ഏർപ്പാടാക്കിയിരുന്നുവെങ്കിലും അച്ചന്റെ മനസ്സ്, മകനെ കാണാൻ എപ്പോഴും വെമ്പി. ഭ്രാന്തമായ ആ വെമ്പൽ അദ്ദേഹത്തെ രോഗാതുരനാക്കി. വരൂ, വന്ന് അച്ചന്റെ അടുത്തു നിൽക്കൂ. അല്ലെങ്കിൽ കൂടെക്കൊണ്ടുപോകൂ എന്ന് ബന്ധുക്കളും സുഹൃത്തുക്കളും ശിവമണി പോലും അയ്യരുകുട്ടിയെ ഉപദേശിച്ചു. വിട്ടുപോരാനാവാത്ത ബന്ധനങ്ങളിൽ കുടുങ്ങിയ മകൻ, അപ്പനെ കൂടെ കൊണ്ടുപോകാൻ ശ്രമിച്ചെങ്കിലും പല

സാങ്കേതികകാരണങ്ങളാൽ സാധിക്കാതെ വന്നപ്പോൾ ഇടയ്ക്കിടെ നാട്ടിൽവന്ന് കൂടെ നിന്നു. പക്ഷേ, മകൻ തിരിച്ചുപോയാലുടനെ അച്ഛൻ പഴയപടിയാകും. അയൽക്കാരും സുഹൃത്തുക്കളും വിവരം അറിയിക്കും. മകൻ വീണ്ടുംവരും. ആണ്ടിൽ നാലും അഞ്ചും പ്രാവശ്യം ഇങ്ങനെ വന്നു പോയപ്പോൾ മകന് മടുത്തു. പ്രശ്നം ഗ്രാമത്തിലെ സഹായിയായ വെങ്കിടിയോട് സ്വകാര്യമായി പറഞ്ഞു. പൂപ്പാറയിലേക്ക് ഒരു ഉല്ലാസയാത്ര പോകാനായിരുന്നു വെങ്കിടിയുടെ ഉപദേശം. ഇവിടിതു സർവസാധാരണമാണ്. താഴ്വാരം ചുറ്റി മലമുകൾവരെ കാറിലെത്താം. മറുപുറം അഗാധമായ കൊക്കയാണ്. കാഴ്ച കണ്ടുനിൽക്കുമ്പോൾ അറിയാതെ സൂത്രത്തിൽ ഒരുതള്ള്. അച്ഛൻ കാൽതെറ്റി കൊക്കയിലേക്കു വീഴുന്നു. വൃദ്ധന് സംഭവിച്ച ഒരപകടമരണം. വെങ്കിടി ആ കൃത്യം സ്വയം ചെയ്യാമെന്നേറ്റിട്ടും മകൻ സമ്മതിച്ചില്ല. പിന്നൊരു വഴി മാത്തൻ ഡോകറാണ്... അതിനോട് പൂർണ്ണ യോജിപ്പായിരുന്നു മകന്. പക്ഷേ, എങ്ങനെയൊ കാര്യം മണത്ത ശിവമണി തടസ്സം നിൽക്കുന്നു. എന്തു ത്യാഗം സഹിച്ചും കൃഷ്ണയ്യരെ നോക്കിക്കൊള്ളാമെന്നാണ് അവൻ പറയുന്നത്. അത് നടപ്പുള്ള കാര്യമല്ല. ചികിത്സാവേളയിൽ അവനെ ഒഴിവാക്കാം. എങ്ങനെയും ഡോക്ടർ വന്ന് കാര്യം നടത്തിത്തരണം.

വെങ്കിടിക്കൊപ്പം ഗ്രാമത്തിലെത്തുമ്പോൾ, കൃഷ്ണയ്യരുടെ വീടു നിറയെ ആൾക്കാരായിരുന്നു. അച്ഛന്റെ ആരോഗ്യനില ആശങ്കാജനകമായതിനാൽ പരിശോധിക്കാൻ ഡോക്ടറെത്തുന്നുണ്ടെന്ന് മകൻ ഗ്രാമക്കാരെ അറിയിച്ചിരുന്നു. എന്നാൽ പരിശോധനാവേളയിൽ മകനൊഴികെ മറ്റെല്ലാവരേയും പുറത്താക്കാൻ വെങ്കിടി പ്രത്യേകം ശ്രദ്ധിച്ചു. കുത്തിവയ്ക്കുമ്പോൾ പതിവുപോലെ മാത്തന് അരൂപിയുടെ ദർശനമുണ്ടാവുകയും ഈറൻ സ്പർശം അനുഭവപ്പെടുകയും ചെയ്തു. അന്നമ്മയേയും ഗന്ധിച്ചു. മൂന്നാമത്തെ സിറിഞ്ച് ഒഴിഞ്ഞപ്പോൾ കൃഷ്ണയ്യർ പ്രസന്നനായി ചിരിച്ച് “പുത് എന്ന നരകത്തിൽ നിന്ന് ത്രാണനം ചെയ്യുന്നവനാണ് പുത്രൻ” എന്ന് പറയുകയും നാരായണാ എന്നു വിളിച്ച് മകന്റെ കൈകളിൽ മുറുകെ പിടിക്കുകയും ചെയ്തു. ക്രമേണ ആ കൈകൾ അയയുന്നതു കണ്ടപ്പോൾ മാത്തൻ പുറത്തേക്കിറങ്ങി. മകൻ യോഹന്നാനെയാണ് പെട്ടെന്ന് ഓർമ്മ വന്നത്. എന്തിനെന്നറിയാതെ ഏറെ വിങ്ങുകയും ചെയ്തു. ചികിത്സയ്ക്കിടയിലെ ആദ്യാനുഭവം. അതങ്ങനെ തുടരാൻ വെങ്കിടി അനുവദിച്ചില്ല. അയ്യരുടെ ആരോഗ്യസ്ഥിതിയെപ്പറ്റി ഡോക്ടർതന്നെ അയൽക്കാരോട് എന്തെങ്കിലും പറയണമെന്നായി അയാൾ. ഒടുവിൽ ആരോടെന്നില്ലാതെ പറഞ്ഞു.

“സീരിയസാണ്. നേരത്തോടുനേരം കഴിഞ്ഞുകിട്ടുമെന്ന് തോന്നുന്നില്ല...”

അവനിതെങ്ങനെ സഹിക്കും... അവനിവിടെയുണ്ടായതു നന്നായി...

ഗ്രാമക്കാരുടെ പ്രതികരണങ്ങൾ അങ്ങനെ നീണ്ടുപോകവേ, തിരക്കു നടിച്ചു വേഗം പോന്നു. കൂടെ വന്ന വെങ്കിടി എണ്ണിയാണ് ഫീസ് ഏല്പിച്ചത്- കൃത്യം രണ്ടായിരത്തി മുന്നൂറു രൂപ. കൂട്ടത്തിൽ ഒരുകാര്യം അയാൾ എടുത്തുപറഞ്ഞു: “ഞാൻ മൂവായിരം വാങ്ങി; എഴുന്നൂറ് എന്റെ കമ്മീഷ നിങ്ങെടുത്തു.”

പാതിവഴിയ്ക്ക് വെങ്കിടി തിരിച്ചുപോന്നപ്പോൾ പിന്നിൽ നിന്ന് ഒരു കൈ തോളിൽ അമർന്നു- ഞെട്ടിത്തിരിഞ്ഞു നോക്കുമ്പോൾ വെളുത്തു മെലിഞ്ഞ ഒരു പയ്യൻ. മുഖവുരയില്ലാതെയായിരുന്നു അവന്റെ വാക്കുകൾ:

“ഞാൻ ശിവമണി. കൃഷ്ണയ്യരുടെ സഹായി. നിങ്ങൾ കൃഷ്ണയ്യരുടെ കഥകഴിച്ചോ...”

അപ്രതീക്ഷിതമായതു കാണുകയും കേൾക്കുകയും ചെയ്തപ്പോൾ മാത്തൻ നടുങ്ങിപ്പോയി. ആ നടുക്കം തീരുംമുമ്പ് ശിവമണി കരഞ്ഞു:

“പാവം കൃഷ്ണയ്യർ. അദ്ദേഹത്തിന് രോഗമൊന്നുമില്ലായിരുന്നു... മകനോടുള്ള സ്നേഹാധിക്യമായിരുന്നു അദ്ദേഹത്തിന്റെ രോഗം...”

കരച്ചിലടക്കി അവൻ സ്വയം ശപിച്ചു:

“ഞാൻ അവിടുണ്ടായിരുന്നെങ്കിൽ ഇത് സമ്മതിക്കില്ലായിരുന്നു. അത്യാവശ്യമായി ടിക്കറ്റെടുക്കാൻ എന്നെ ടൗണിലേക്ക് അയച്ചപ്പോൾ ഞാൻ സംശയിച്ചതേയില്ല. പക്ഷേ വെങ്കിടിയുടെ കൂടെ നിങ്ങൾ തിരിച്ചു വരുന്നതു കാണുകയും പിന്നാലെ പതുങ്ങിനിന്ന് നിങ്ങളുടെ സംഭാഷണം കേൾക്കുകയും ചെയ്തപ്പോൾ, എനിക്കുറപ്പായി... നിങ്ങൾ മാത്തൻ ഡോക്ടറാണെന്നും കൃഷ്ണയ്യരുടെ കഥ കഴിഞ്ഞെന്നും...”

മറുപടിക്ക് കാക്കാതെ, അവന്റെ സ്വരം വല്ലാതെ ദൃഢമായി:

“എന്റെ അയ്യരെ കൊന്നതിന് എനിക്കു നിങ്ങളെ പോലീസിനെക്കൊണ്ട് പിടിപ്പിക്കാം; പക്ഷേ തൂങ്ങുന്നത് അയ്യരുടെ പ്രിയപ്പെട്ട മകൻ നാരായണയ്യരായിരിക്കും. അത് അദ്ദേഹം സഹിക്കില്ല. അതിനാൽ എനിക്കിനി ശബ്ദമില്ല. പ്രതികരണമില്ല. ദഹിപ്പിക്കുന്നതിനുമുമ്പ് എനിക്ക് ആ ശവമെങ്കിലുമൊന്നു കാണണം...”

തോളിലെ പിടിവിട്ട് പിന്തിരിഞ്ഞു നടക്കുമ്പോൾ അവൻ ഉറക്കെപ്പറഞ്ഞു: “ഇതിനു നിങ്ങൾ അനുഭവിക്കും... ഒരുപക്ഷേ എന്നെത്തന്നെ

കാലം അതിന് നിയോഗിച്ചേക്കും... കാരണം, അയ്യരെ ഞാൻ അത്രയ്ക്കു സ്നേഹിച്ചിരുന്നു. അദ്ദേഹം എന്നെയും..."

ശിവമണി നടന്ന് ഇരുളിലേക്ക് മറഞ്ഞപ്പോൾ ആ ഇരുളാകെ സ്വന്തം ഉള്ളിലേക്കു വ്യാപിക്കുന്നതായി മാത്തനു തോന്നി. ചികിത്സക്കു പോകാനാകാത്തവിധം ആ ഇരുൾ ഏറെനാൾ മനസ്സിനെ മൂടിത്തന്നെയിരുന്നു.

മൂന്നാമത്തെ ഏജന്റ് പഴനി പലപ്രാവശ്യം നിർബ്ബന്ധിച്ചിട്ടാണ് ദൗത്യം പുനരാരംഭിച്ചത്. കമ്പംമേട്ടിലെ സുന്ദരമാണിക്യത്തിന്റെ കേസുമായിട്ടായിരുന്നു പഴനി വന്നത്. പതിനെട്ടേക്കർ പാറപ്പറമ്പ് ഒറ്റയ്ക്കു പൊട്ടിച്ച് വിളനിലമാക്കിയ മാണിക്യം, പടുവൃദ്ധനായിട്ടും മക്കൾക്ക് വീതം നൽകുന്നില്ല. ഭാര്യ മരിച്ചപ്പോൾ വീണ്ടും വിവാഹത്തിനു നിർബ്ബന്ധിച്ചവരോട് "ഈ മണ്ണുള്ളപ്പോൾ, ഈ കൃഷിയുള്ളപ്പോൾ ഭാര്യ വേറെ വേണ്ടാ" എന്നു പറഞ്ഞ കല്ലനാണ് മാണിക്യം. ചീളുപാറ കേറി പൊളിഞ്ഞു പഴുത്ത കാലുമായി പതിനെട്ടേക്കറിലും ചുറ്റിനടന്ന് കൃഷിയിറക്കുകയും ആദായമെടുക്കുകയും ചെയ്യുന്ന മാണിക്യത്തിന് അഞ്ച് ആൺമക്കളാണ്. അടിമകളെപ്പോലെ പണിയെടുപ്പിക്കുന്നതല്ലാതെ ചില്ലിക്കാശ് മക്കൾക്കു കൊടുക്കില്ല. അടുത്തകാലത്ത് കാലിലെ പഴുപ്പ് അധികരിച്ച് കിടപ്പിലായിട്ടും എല്ലാം സ്വന്തം കൈപ്പിടിയിൽത്തന്നെ അയാൾ നിയന്ത്രിക്കുന്നു. കടുത്ത പ്രമേഹമുണ്ട്. നിയന്ത്രണം പോകുമെന്ന ഭയം കൊണ്ടാകാം, വീടുവിട്ട് ആശുപത്രിയിൽ പോകാൻ അയാൾ കൂട്ടാക്കുന്നില്ല. കാലിലെ പഴുപ്പ് മുകളിലേക്കു കയറുകയാണ്. എത്രനാൾ ഇങ്ങനെ കിടക്കുമെന്നറിയില്ല. ചികിത്സയ്ക്കായി മാത്തൻ ഡോക്ടർ വീട്ടിലെത്തി എല്ലാം ഒന്ന് അവസാനിപ്പിച്ചെങ്കിലെന്ന് മക്കൾ ആഗ്രഹിക്കുന്നു.

യഥാർത്ഥത്തിൽ മാണിക്യം അവശനായിരുന്നു. അടുത്തുകണ്ടപ്പോൾ ബോധ്യമായി, കാൽമുട്ടും കടന്നു മുകളിലേക്ക് പഴുത്തിരിക്കുകയാണ്. എന്നാൽ അയാളുടെ പ്രജ്ഞയ്ക്കോ വാക്കുകൾക്കോ യാതൊരു മങ്ങലുമില്ല.

രൂപമില്ലാത്ത രൂപത്തേയും ഇറ്റുവീഴുന്ന ഈറനെയും നിരന്തരമുയരുന്ന സങ്കീർത്തനങ്ങളെയും അവഗണിച്ച് അന്നമ്മയുടെ ഗന്ധമാസ്വദിച്ച് മൂന്നാമത്തെ സിറിഞ്ച് കുത്തുമ്പോൾ മാണിക്യം പെട്ടെന്ന് പറയുകയായിരുന്നു:

"ആശുപത്രിയിലേക്കു വന്നില്ലെങ്കിൽ എന്റെ മക്കൾ ആശുപത്രിയേയും ഡോക്ടറേയും ഇങ്ങോട്ടുകൊണ്ടുവരുമെന്ന് എനിക്കറിയാമായിരുന്നു... അത്ര കരുതലാണ് ഞാൻ അവരോടു കാട്ടിയത്..."

ഒന്നു നിർത്തി ഇനി സംസാരിക്കാൻ സാധിച്ചില്ലെങ്കിലോ എന്ന ആശങ്ക പ്രകടമാക്കിക്കൊണ്ട് ചുറ്റും നിൽക്കുന്ന മക്കളോട് അയാൾ തുടർന്നു:

“നമ്മുടെ സ്ഥലം നിങ്ങൾക്ക് അഞ്ചുപേർക്കും തുല്യമായി ഞാൻ വീതിച്ചിട്ടുണ്ട്. അതിൽ നിന്ന് ഇതുവരെയുള്ള ആദായം അഞ്ചുപേരുടെയും പേരിൽ തുല്യമായി പ്രത്യേകം അക്കൗണ്ടുകളിൽ ബാങ്കിലിട്ടിട്ടുമുണ്ട്. വിൽപത്രവും പാസ്ബുക്കുകളും എന്റെ തലയിണക്കീഴിലുണ്ട്.”

അടുത്ത വാക്കുകളായിരുന്നു എല്ലാവരേയും ഞെട്ടിച്ചത്:

“ഡോക്ടർക്കുള്ള ഫീസ് അതോടൊപ്പം വച്ചിട്ടുണ്ട്. കൃത്യം രണ്ടായിരത്തി മൂന്നൂറുരൂപ” ഒന്നു നിർത്തി അയാൾ തുറന്നടിച്ചു: “ഈ ഇടപാടിൽ കമ്മീഷനില്ല. എന്റെ മക്കളുടെ കാശ് അങ്ങനെ കളയാനുള്ളതല്ല. അതുകൊണ്ടാണ് ഞാൻ തന്നെ കൃത്യമായി ഫീസെടുത്തു വച്ചിരിക്കുന്നത്.”

പിന്നീട് അയാൾ സംസാരിച്ചില്ല.

വല്ലാത്ത ജാള്യത്തോടെയാണ് അന്ന് തിരിച്ചുപോന്നത്. മുഖമടച്ച് അടികൊണ്ടതുപോലെ. ഇനി ഈ പണി വേണ്ടെന്നുപോലും തോന്നിപ്പോയി. പക്ഷേ, കല്ലുമലയിൽ പുതിയ ആശുപത്രികൾ വന്നതുകൊണ്ടും ചികിത്സാസൗകര്യങ്ങൾ അവിടെ വ്യാപകമായതിനാലും പണമുണ്ടാക്കാൻ, പണപ്പെട്ടി തുറന്നടയ്ക്കുമ്പോഴുള്ള ഗന്ധം ആസ്വദിക്കാൻ ആശുപത്രിയുടെ മറവിൽ പഴയ തൊഴിലിൽതന്നെ മാത്തന് പിടിച്ചുനിൽക്കേണ്ടി വന്നു.

ആയിടയ്ക്കാണ് കല്ലുമലയിലേക്ക് മാറ്റം കിട്ടി വന്ന പോലീസ് ഇൻസ്പെക്ടർ അലിക്കുഞ്ഞ് മാത്തൻ ഡോക്ടറെ തേടിയെത്തിയത്. തികച്ചും അപ്രതീക്ഷിതമായ ഒരാവശ്യം അദ്ദേഹം ഉന്നയിച്ചു: ആലുവയിൽ അദ്ദേഹത്തിന് ഒരു രഹസ്യകാമുകിയുണ്ട്. അവളെക്കൊണ്ടുള്ള ശല്ല്യം സഹിക്കാവുന്നതിനപ്പുറമാണ്. ഭാഗ്യത്തിന് ചെറിയൊരു രോഗാവസ്ഥയിലാണ് അവളിപ്പോൾ. വിദഗ്ദ്ധ ചികിത്സയ്ക്കായി ഡോക്ടറെത്തി പ്രശ്നമൊന്നു തീർത്തുതരണം.

ഇൻസ്പെക്ടറോട് കാര്യം പറഞ്ഞു. അവശവാർദ്ധക്യങ്ങൾക്കു മാത്രമേ ഇത് ചെയ്യാറുള്ളു. അതും ഈ ചുറ്റുപ്രദേശങ്ങളിൽ മാത്രം.

അലിക്കുഞ്ഞിന്റെ മട്ടുമാറി:

“ദയാവധം നിയമാനുസൃതമല്ലാത്ത ഒരു രാജ്യത്താണ് നിങ്ങൾ ജീവിക്കുന്നത്... കൃത്യം രണ്ടായിരത്തിമുന്നൂറുരൂപാവീതം പ്രതിഫലംപറ്റി

നിങ്ങൾ നടത്തിയ കൊലപാതകങ്ങളുടെ കണക്കും വിവരങ്ങളും എന്റെ കയ്യിലുണ്ട്... വധശിക്ഷയിൽ കുറഞ്ഞ് ഒന്നും പ്രതീക്ഷിക്കണ്ടാ..."

അതുകേട്ടപ്പോൾ വിയർത്തുപോയി. നെഞ്ചിടിപ്പു വർദ്ധിച്ചു. ഭയാശങ്കകൾമൂലം ഉള്ളാകെ വിറപൂണ്ടു. ജീവിതത്തിലിതുപോലെ ഭയന്ന മറ്റൊരു ഘട്ടം അതിനുമുമ്പുണ്ടായിട്ടില്ലെന്ന് മാത്തൻ ഇപ്പോഴും ഓർക്കുന്നു.

അലിക്കുഞ്ഞിന്റേത് ഒരു പോലീസ്ഭീഷണി മാത്രമായിരുന്നുവെന്ന് അടുത്തനിമിഷത്തിൽ ബോധ്യമായി:

"നിങ്ങൾ വ്യാജഡോക്ടറല്ല, കേവലം ഒരു ഹെൽത്ത് വർക്കർ. പ്രമേഹരോഗികൾക്ക് ഇൻസുലിൻ കുത്തിവയ്ക്കാൻ സഹായിക്കുന്നതോ അത് കരുതിവയ്ക്കുന്നതോ കുറ്റകരമല്ല. രോഗം മൂർച്ഛിച്ച ചിലർ മരിച്ചുപോയിട്ടുണ്ടാകാം. അതിലാർക്കും പരാതിയുമില്ല. അല്ലെങ്കിൽതന്നെ അതൊന്നും സഹായിക്കാൻ ചെല്ലുന്ന നിങ്ങളുടെ കുറ്റം കൊണ്ടല്ലല്ലോ..."

പെട്ടെന്ന് നിർത്തി, ഒരു നടന്റെ പാടവത്തോടെ അയാൾ ആംഗ്യവിക്ഷേപങ്ങൾ കാട്ടി:

"ഇങ്ങനെ വേണമെങ്കിലും എനിക്കിതിനെ വ്യാഖ്യാനിക്കാം... അതെല്ലാം നിങ്ങളുടെ സഹകരണം പോലിരിക്കും."

സഹകരിച്ചു.

വിളറിയ നിലാവുപോലൊരു യുവതിയായിരുന്നു അലിക്കുഞ്ഞിന്റെ രഹസ്യകാമുകി. അമിതരക്തസ്രാവത്തെത്തുടർന്ന് ഫ്ളാറ്റിൽ വിശ്രമത്തിലാണ്. വിദഗ്ദ്ധ ഡോക്ടറുമായെത്തിയ അലിക്കുഞ്ഞിനെ പ്രേമപൂർവമാണ് അവൾ നോക്കിയത്.

അരൂപിയുടെ ഈറൻ സാന്നിധ്യവും സങ്കീർത്തനങ്ങളുടെ വിശുദ്ധനാദവും പണപ്പെട്ടിയിൽ നിന്നുള്ള മദഗന്ധവും അറിഞ്ഞുകൊണ്ടുതന്നെ മൂന്നാമത്തെ സിറിഞ്ചും കുത്തിക്കഴിഞ്ഞപ്പോൾ അവൾ അലിക്കുഞ്ഞിനോടു പറഞ്ഞു:

"സുഖമായാലുടനെ ഞാൻ കല്ലുമലയിലേക്കു വരും..."

പക്ഷേ അവളല്ല വന്നത്. പത്തുപതിനഞ്ചു വയസ്സുള്ള ഒരു പയ്യൻ– മുനീർ എന്നായിരുന്നു അവന്റെ പേര്. "ഒരു സഹായിയായി ഇവനെ കൂടെ നിർത്തിക്കോ. ഡോക്ടറുടെ കാലം കഴിഞ്ഞും ഇതിനാളുവേണ്ടേ" എന്ന് അലിക്കുഞ്ഞ് നിർബന്ധിക്കുകയായിരുന്നു.

സഹായിയുടെ ആവശ്യമില്ലെന്നു പറഞ്ഞപ്പോൾ എനിക്കുണ്ടെന്നു ശഠിച്ച് അലിക്കുഞ്ഞ് പുതിയ നിബന്ധനകൾ വച്ചു:

“ഇനിമുതൽ ഡോക്ടറുടെ ഫീസ് രണ്ടായിരത്തി മുന്നൂറു രൂപയല്ല; നാലായിരം രൂപ. പഴയ ഫീസ് തന്നെ നിങ്ങൾക്കെടുക്കാം. ബാക്കി ആയിരത്തി എഴുന്നൂറുരൂപയിൽ ആയിരത്തി അഞ്ഞൂറ് എനിക്ക്, ഇരുന്നൂറ് ഇവന്... ഫീസിന്റെ കാര്യമൊക്കെ രോഗികളുടെ ബന്ധുക്കളോടു സംസാരിക്കാൻ ഇവൻ വേണം...”

മുനീറിലൂടെ അലിക്കുഞ്ഞിന്റെ നിയന്ത്രണത്തിലേക്കു ചികിത്സ മാറിയത് വേഗത്തിലായിരുന്നു. അയാൾ നിർദ്ദേശിച്ച പലരേയും പ്രായഭേദം നോക്കാതെ ചികിത്സിക്കേണ്ടിവന്നു. അപൂർവ്വമായി ചില കേസുകളിലെ സാക്ഷികളേയും വാദികളേയും ചികിത്സിക്കേണ്ട സന്ദർഭങ്ങളുമുണ്ടായിട്ടുണ്ട്. അതെല്ലാം വീടുകളിലോ സ്വകാര്യ ഇടങ്ങളിലോ ആയിരുന്നു. എന്നാൽ ആസന്നമരണനെ ചികിത്സിക്കാൻ അലിക്കുഞ്ഞ് നിർബ്ബന്ധപൂർവ്വം പോലീസ് ക്വാർട്ടേഴ്സിലേക്കു കൊണ്ടുപോയതാണ് ഇപ്പോഴത്തെ എല്ലാ ദുരന്തങ്ങൾക്കും കാരണം. ക്വാർട്ടേഴ്സിന്റെ മൂലയിൽ ചുരുണ്ടുകിടന്ന അവശനായ ചെറുപ്പക്കാരനെ ചൂണ്ടി അലിക്കുഞ്ഞ് നിർവികാരനായി നിർദ്ദേശിച്ചു:

“ഹൈപ്പോഗ്ളൈസീമിയ ബാധിച്ചായിരുന്നു മരണമെന്ന് പോസ്റ്റുമോർട്ടത്തിൽ തെളിയണം.”

സഹായത്തിന് മുനീറിനെ നിയോഗിച്ചശേഷം അലിക്കുഞ്ഞു പെട്ടെന്നു തന്നെ പുറത്തേക്കു പോയി.

കുത്തിവയ്ക്കാൻ തുടങ്ങുമ്പോൾ പതിവുപോലെ അരൂപിയെ കണ്ടില്ല. മാലാഖമാരുടെ സങ്കീർത്തനം കേട്ടില്ല. പണപ്പെട്ടിയിൽ നിന്നുള്ള ഗന്ധവും പ്രസരിച്ചില്ല. അത് എന്തുകൊണ്ടാണെന്ന് അതിശയിച്ചപ്പോഴേക്കും ആ ചെറുപ്പക്കാരൻ മെല്ലെ ഞരങ്ങുന്ന ദീനശബ്ദം കേട്ടു. അതുവരെ അവശനായിക്കിടന്ന അവൻ പെട്ടെന്ന് അനങ്ങുകയും കണ്ണുകൾ പാതി തുറക്കുകയും ചെയ്തു. അപ്പോൾ നിബന്ധന തെറ്റിച്ച് അവന്റെ മുഖത്തേയ്ക്കും ആ കണ്ണുകളിലേക്കും നോക്കിപ്പോയി. സർവ്വവും ദഹിപ്പിക്കുന്ന ആ കണ്ണുകളുടെ അഗ്നിജ്വലനത്തിൽ ഉള്ളുപൊള്ളുമ്പോൾ അവൻ മെല്ലെ ചോദിച്ചു:

“മാത്തൻഡോക്ടർക്ക് എന്നെ മനസ്സിലായില്ലേ?”

മനസ്സിലായില്ല. ഓർമ്മയിൽ പരതിക്കൊണ്ടിരിക്കേ അകലെ നിന്നെന്നപോലെ അവന്റെ ശബ്ദം മുഴങ്ങി:

“കാലനായിവന്ന് കൃഷ്ണയ്യരെ നിങ്ങൾ കുത്തിവച്ചുകൊന്ന ദിവസം നമ്മൾ കണ്ടിരുന്നു. ശിവമണി എന്നുപറഞ്ഞ് ഞാൻ പരിചയപ്പെട്ടു. നമ്മൾ സംസാരിച്ചിരുന്നു.”

ഞെട്ടിനിൽക്കെ, അവശതയ്ക്കപ്പുറത്തേക്ക് അവന്റെ വാക്കുകൾ വളർന്നു:

"അദ്ദേഹത്തിന്റെ മകൻ വിദേശത്തായിരുന്നതുകൊണ്ട് ഇവിടുത്തെ കൃഷിയിടങ്ങളുൾപ്പടെയുള്ള ഭൂസ്വത്തുക്കളുടെ എല്ലാം പവർ ഓഫ് അറ്റോർണി എന്റെ പേരിലായിരുന്നു... ഇൻസ്പെക്ടറും കൂട്ടുകാരും പറഞ്ഞവരുടെ പേരിൽ അതെല്ലാം ഞാൻ എഴുതിക്കൊടുക്കുകയും ചെയ്തു.... ഇനി എന്തിനാണ് എന്റെ ജീവൻ?"

ആ ചോദ്യം നെഞ്ചിൽ തറച്ചു.

ഇതുപോലൊരു ധർമ്മസങ്കടത്തിൽ ഇതിനുമുമ്പ് അകപ്പെട്ടിട്ടില്ലായിരുന്നു.

അതു മനസ്സിലാക്കിയാവാം; മുനീർ നിർബ്ബന്ധിച്ചു:

"കുത്ത് ഡോക്ടറെ കുത്ത്."

ശിവമണിയുടെ ദുർബ്ബലമായ പ്രതിഷേധം മുനീറിന്റെ കൈകളിൽ അമർന്നു. എന്നിട്ടും ദൗത്യത്തിലേക്കു തിരിയാൻ മനസ്സനുവദിച്ചില്ല. കുത്തണ്ടാ എന്നൊരു തോന്നൽ ആദ്യമായി ഉള്ളിലെവിടെയോ മുളപൊട്ടി.

അറച്ചുനിൽക്കുന്നതുകണ്ട് മുനീർ വീണ്ടും നിർബന്ധിച്ചു. അനുസരിക്കുന്നില്ലെന്നു കണ്ടപ്പോൾ അവൻ അലിക്കുഞ്ഞിനെപ്പോലെ ഭീഷണിയുടെ സ്വരമുയർത്തി. എണ്ണമറ്റ കൊലപാതകങ്ങൾ... വധശിക്ഷ...

പിന്നെ പിടിച്ചുനിൽക്കാൻ കഴിഞ്ഞില്ല.

എത്ര സിറിഞ്ചുകൾ ഒഴിഞ്ഞെന്ന് തിട്ടമില്ല. അതിൽ എത്രയെണ്ണത്തിലെ മരുന്ന് ശിവമണിയുടെ ദേഹത്തു കയറിയെന്നും ഉറപ്പില്ല. തിരിച്ചുവന്ന അലിക്കുഞ്ഞിന്റെ നിർദ്ദേശമാണ് ദൗത്യത്തിൽ നിന്നുണർത്തിയത്; മുനീറിനായിരുന്നു ഉത്തരവ്:

"പൊക്കിയെടുത്ത് അവന്റെ മഠത്തിൽ കൊണ്ടിട്ടേക്ക്... പോകുന്ന വഴിക്ക് ഡോക്ടറേം വിട്ടോ."

അലിക്കുഞ്ഞിന്റെ സ്വകാര്യ ജീപ്പിലായിരുന്നു മടക്കയാത്ര. മുനീറായിരുന്നു ഡ്രൈവർ. ജീപ്പ് വളവുകല്ലിറങ്ങുമ്പോൾ പിന്നിൽ അബോധാവസ്ഥയിൽ കിടക്കുകയായിരുന്ന ശിവമണിയുടെ കൈകൾ തികച്ചും അപ്രതീക്ഷിതമായി മുന്നോട്ടുനീണ്ടുവന്നതും മുനീറിന്റെ കഴുത്തിൽ ചുറ്റിയതും ഒപ്പമായിരുന്നു. ആവുന്നത്ര ശ്രമിച്ചിട്ടും മുനീറിന്റെ നിയന്ത്രണത്തിൽ ജീപ്പ് നിന്നില്ല. അത്യഗാധമായ കൊക്കയിലേക്ക് അതു മറിയുകയായിരുന്നു.

ബോധം തെളിയുമ്പോൾ ആശുപത്രിക്കിടക്കയിലാണ്. അരികിൽ മകൻ യോഹന്നാനുണ്ട്; മരുമകൾ മേരിയും.

വളവുകല്ലിൽ നിന്ന് താഴേക്കുമറിഞ്ഞ ജീപ്പ് തവിടുപൊടിയായി എന്നു മാത്രം പറഞ്ഞ് യോഹന്നാൻ പ്രാർത്ഥിച്ചു.

ഭാഗ്യംകൊണ്ട് ജീവൻ തിരിച്ചുകിട്ടിയിട്ടുണ്ടാവാം. പക്ഷേ സംസാരശേഷിയില്ല. കൈകാലുകൾ അനക്കാൻ വയ്യ. ശരീരം ചലിപ്പിക്കാനാവുന്നില്ല.

ഒരാഴ്ചകഴിഞ്ഞ് വിവിധ പരിശോധനകൾക്കുശേഷമാണ് ഞെട്ടിപ്പിക്കുന്ന ആ വസ്തുത ഡോക്ടർ വെളിപ്പെടുത്തിയത്:

"സ്പൈനൽകോഡ് മുറിഞ്ഞിരിക്കുന്നു. ചലനശേഷിയുടെ കാര്യം സംശയമാ..." പിന്നീടുള്ള വാക്കുകൾ ആശ്വസിപ്പിക്കാൻ മാത്രമായിരുന്നു. "നമുക്ക് കാത്തിരിക്കാം... മെഡിക്കൽ സയൻസിൽ അദ്ഭുതങ്ങൾ അപൂർവ്വമല്ലല്ലോ..."

ഒരു മാസത്തോളം ആശുപത്രിയിൽ കിടന്നു. അതിനിടയിലാണ് കൂടെയുണ്ടായിരുന്നവരുടെ വിവരം വിശദമായി അറിഞ്ഞത്. ആ അപകടത്തിൽ മുനീർ കൊല്ലപ്പെട്ടു. ജീപ്പിന്റെ സ്റ്റിയറിംഗ് അവന്റെ നെഞ്ച് പൊട്ടിച്ച് കയറിയിരുന്നത്രെ! മറ്റേ പയ്യന് സാരമായ പരിക്കുപറ്റിയെങ്കിലും രക്ഷപ്പെട്ടു... ഇവിടുത്തെ പ്രാഥമികചികിത്സക്കുശേഷം ബന്ധുക്കൾ അവനെ മധുരയിലെ ആശുപത്രിയിലേക്ക് കൊണ്ടുപോയിരിക്കുകയാണ്.

മറ്റേ പയ്യൻ ശിവമണിയാണ്. അവൻ എങ്ങനെ രക്ഷപ്പെട്ടു?

"ഞാൻ രക്ഷപ്പെട്ടു"

സൂചിത്തുമ്പ് ഇപ്പോൾ സംസാരിക്കുകയാണ്.

ഇത് മതിഭ്രമമല്ല; വാക്കുകൾ വ്യക്തമായും കേൾക്കാം.

"ഈ ഒരു ദിവസത്തിനു വേണ്ടി, ഇങ്ങനെയൊരു കൂടിക്കാഴ്ചക്കു വേണ്ടിയായിരുന്നു എന്റെ രക്ഷപ്പെടൽ..."

സൂചിത്തുമ്പിനു പിന്നിൽ ശിവമണിയുടെ അവ്യക്തരൂപം!

ഇതും മതിഭ്രമമല്ല. ആ രൂപം വ്യക്തമാണ്; അതു സംസാരിക്കുന്നു:

"അപകടത്തിൽപ്പെട്ട് ആശുപത്രിയിലാക്കിയതുകൊണ്ട് എനിക്ക് ഗ്ലൂക്കോസ് ഡ്രിപ്പു കിട്ടി. അമിതമായി കുത്തിവച്ച ഇൻസുലിൻ മൂലമുള്ള ഹൈപ്പോഗ്ളൈസീമിയ എന്നെ കൊന്നില്ല. അതുകൊണ്ടുതന്നെ പോസ്റ്റുമോർട്ടവും വേണ്ടിവന്നില്ല."

അതുകേട്ടതോടെ പോലീസ് ക്വാർട്ടേഴ്സിലെ ആ രംഗം മനസ്സിലൂടെ മിന്നിമാഞ്ഞു... പക്ഷേ, അതിനെ അതിജീവിക്കുന്ന വിധത്തിലായിരുന്നു, ശിവമണി എങ്ങനെ ഇവിടെ എത്തി എന്നറിയാനുള്ള ആകാംക്ഷ.

മനസ്സു വായിച്ചതുപോലെയായിരുന്നു ശിവമണിയുടെ മറുപടി:

"നിങ്ങളുടെ മകൻ യോഹന്നാനാണ് എന്നെ ഇവിടെ എത്തിച്ചത്."

അല്പനേരത്തെ നിശ്ശബ്ദതക്കുശേഷം ശിവമണി തുടർന്നു:

"കഴിഞ്ഞ രണ്ടുവർഷത്തിനുള്ളിൽ മാത്തൻഡോക്ടറുടെ സ്ഥാനത്തേക്ക് മറ്റു ചിലർ വന്നു; അവിടെയും ഇവിടെയും. കമ്പം, തേനി ഭാഗത്തെ ചികിത്സയ്ക്ക് ഇവിടെ നിന്നുള്ളവർ വരുമ്പോൾ ഇങ്ങോട്ടേക്ക് അവിടെയുള്ളവരെത്തും... അങ്ങനെ അവിടുത്തെ ഡോക്ടറെ തേടിവന്ന നിങ്ങളുടെ മകൻ ചെന്നുപെട്ടത് നമ്മുടെ വെങ്കിടിയുടെ കൈകളിലാണ്. നിങ്ങളെ എനിക്കു കാണണമെന്ന് വെങ്കിടിക്ക് അറിയാമായിരുന്നു. അയാളിലൂടെ യോഹന്നാനോടൊപ്പം എന്നെ ഇവിടെ എത്തിക്കണമെന്നുള്ളത് ആരുടെയോ ആജ്ഞയായിരിക്കാം... അത് അനുസരിക്കണമെന്നുള്ളത് എന്റെ നിയോഗവും..."

ശിവമണി മുകളിലേക്കു നോക്കി ഒരുനിമിഷം കണ്ണടച്ചശേഷം വലം കൈ ഉയർത്തിക്കാട്ടി:

"എന്റെ കയ്യിൽ ഇതാ സിറിഞ്ചുകളും ഇൻസുലിനും ധാരാളമായുണ്ട്. ചലനമറ്റുകിടക്കുന്ന നിങ്ങളെ കുത്താൻ എനിക്ക് മറ്റാരുടെയും സഹായവും വേണ്ടാ."

മാത്തൻ വല്ലാതെ പരിഭ്രമിച്ചു. എന്റെ മകനെ എന്ന് വിളിക്കാനാഞ്ഞെങ്കിലും ശബ്ദമില്ലല്ലോ എന്നോർത്ത് ഇച്ഛാഭംഗം തോന്നി.

പക്ഷേ വിളിക്കാത്ത ആ വിളി എവിടെയോ കേട്ടു. അതിനു മറുപടിയും വന്നു:

നൽകിയതെല്ലാം അവൻ പത്തിരട്ടിയായി തിരിച്ചു നൽകുന്നു... സ്നേഹമാകട്ടെ കരുണയാകട്ടെ കരുതലാകട്ടെ സ്വീകരിച്ചതെല്ലാം സ്വീകരിക്കപ്പെടാതെ അവൻ ആരേയും തിരിച്ചയക്കുന്നില്ല... വിതച്ചതു കൊയ്യാതെ വിടുതലില്ല.

ന്യായവിധിയുടെ മുഹൂർത്തമിതാ വന്നണഞ്ഞെന്ന് മാത്തനു മനസ്സിലായി.

ഗുരുവായ ഗോമസ് ഡോക്ടർ മുതൽ ഏറ്റവുമൊടുവിൽ മുന്നിൽ നിൽക്കുന്ന ശിവമണി വരെയുള്ളവരുടെ മുഖങ്ങൾ മാത്തന്റെ മനസ്സിൽ തെളിഞ്ഞുവന്നു. അവരെ കുത്തിയ അസംഖ്യം സൂചിമുനകളും മാത്തൻ കണ്ടു. ഇപ്പോൾ അവരെല്ലാം സിറിഞ്ചുമായി കട്ടിലിനു ചുറ്റുംകൂടിനിന്ന് കുത്തിവയ്പിനു തയ്യാറെടുക്കുകയാണ്. അതിനിടയിൽ പെട്ടെന്ന്, വളരെ പെട്ടെന്ന്, എല്ലാവരേയും തടഞ്ഞുകൊണ്ട് ശിവമണി പറയുന്നു:

"അസംഖ്യം സൂചികൾ കുത്തി അനായാസമരണം നിങ്ങൾക്കു തരുമെന്ന് കരുതിയോ? മാത്തൻ ഡോക്ടറേ, നിങ്ങൾക്കു തെറ്റി-" ഒന്നു നിർത്തി അവൻ തുടർന്നു: "കുത്തിവച്ചെന്ന് കരുതി, നിങ്ങളുടെ മകൻ നിങ്ങളെ ശവപ്പെട്ടിയിലാക്കും. വിലാപയാത്രയായി പള്ളിപ്പറമ്പിലേക്കു കൊണ്ടുപോയി പച്ചമണ്ണിൽ ജീവനോടെ കുഴിച്ചിടും... അല്ലെങ്കിൽ സെമിത്തേരിയിലെ ശവശുശ്രൂഷക്കിടയിൽ ജീവന്റെ തുടിപ്പുകണ്ട് നിങ്ങളെ തിരിച്ചുകൊണ്ടുവന്ന് ഇവിടെ കിടത്തും... ഇവിടിങ്ങനെ കിടന്ന്... കിടന്ന്... കിടന്ന്..."

ശിവമണി പറഞ്ഞുകൊണ്ടേയിരുന്നു.

മാത്തന്റെ ഉള്ളുരുകി. ഉറപൊട്ടി തൊണ്ടയിൽ തടഞ്ഞത് പ്രാർത്ഥനയാണോ? അങ്ങനെ സംശയിച്ചപ്പോഴേക്കും ഭയപ്പാടിന്റെ സ്വരം മുറിച്ചുകൊണ്ട് മറ്റെന്തോ മുഴങ്ങി. ഇപ്പോൾ കേൾക്കുന്നത് അരുളപ്പാടാണോ എന്ന് മാത്തൻ കാതോർത്തു:

എല്ലാം മുളപൊട്ടുന്നത് മണ്ണിലാകുന്നു... ആകാശത്തേക്ക് അവ വളരുന്നതേയുള്ളു... മുളയ്ക്കുന്നതേ വളരൂ...

ആ മുഴക്കത്തിന്റെ ഉത്ഭവവും മാത്തൻ വ്യക്തമായി കണ്ടു. ഓരോ ചികിത്സയ്ക്കും സാക്ഷിയായ രൂപമില്ലാത്ത രൂപം ! അരൂപിയുടെ രൂപം! മണ്ണിൽ മുളച്ച് അന്തരീക്ഷത്തിലൂടെ ആകാശത്തോളം വളർന്ന ആ രൂപം ആരുടേതാണെന്നും ആ പരിഭ്രമത്തിനിടയിലും മാത്തൻ തിരിച്ചറിഞ്ഞു. ആ തിരിച്ചറിവിൽ മാത്തൻ നിസ്സഹായനായി ശിവമണിയെ നോക്കി. അയാൾ ഒറ്റകയ്യിൽ സിറിഞ്ച് ഉയർത്തുകയാണ്... എന്നിട്ട് സാവധാനം അതമർത്തുന്നു... ഒരു പ്രത്യേക താളക്രമത്തിൽ, നിശ്ചിത അളവിൽ, മരുന്നു തുള്ളികൾ പുറത്തേക്കിറ്റുവീഴുന്നതു കണ്ടപ്പോൾ മാത്തന് ബോധ്യമായി.

ഇറ്റുവീഴുന്നത് മരുന്നല്ല; കണ്ണീരാണ്...

സൂചി കരയുകയാണ്...

കേവലം ലോഹത്തുണ്ടായ കുത്തിവയ്പുസൂചിക്ക് കണ്ണുകളും മുഖവും മനുഷ്യരൂപവും കൈവന്നിരിക്കുന്നു!

■

അപരാഹ്നത്തിലവസാനിക്കുന്ന ഒരു ദിവസം

അപരാഹ്നം ചുളിവുകൾവീണ ക്ഷീണമുഖവുമായി വാതിൽക്കർട്ടനു പിന്നിൽ മറഞ്ഞുനിന്നു. ഇടയ്ക്കിടെ ഉച്ഛ്വാസത്തിന്റെ അലകൾ വരണ്ട കാറ്റായി മുറിക്കുള്ളിലേക്കു പറത്തിവിട്ടു. ആലസ്യത്തിന്റെ വിത്തുവിതച്ച് കാറ്റ് മുറിക്കുള്ളിൽത്തന്നെ തങ്ങിനിന്നു.

ആയമ്മ കട്ടിൽതലയ്ക്കൽ മുഖംതാങ്ങി വാതില്ക്കലേക്കു നോക്കിയിരുന്നു. അപരാഹ്നമായിരിക്കുന്നു. ഇനി സന്ധ്യകൂടി വരണം. ഒരു വലിയ തെളിച്ചത്തോടെ പകലിന്റെ ആളിക്കത്തലുമായി സന്ധ്യ വരും. അതോടെ ഈ ദിവസം അവസാനിക്കും. ഇനി ഒരു സന്ധ്യ മാത്രം ബാക്കി.

അപരാഹ്നത്തിൽത്തന്നെ അവസാനിച്ചുപോന്ന ഒരു ദിവസമാണി തെന്ന് ആയമ്മ സങ്കല്പിച്ചു. മദ്ധ്യാഹ്നത്തിന് ഒരല്പം മുമ്പു വിടർന്ന് ഏറിയ ചൂടിന്റെ രശ്മികൾ ചൊരിഞ്ഞ്, അപരാഹ്നത്തിന്റെ ആലസ്യത്തി ലേക്കു കൊഴിഞ്ഞുവീഴുന്ന ഒരു പൂവ്.

അതുപോലെയാണ് താനും. ജീവിതത്തിന്റെ മദ്ധ്യാഹ്നത്തിന് ഒരല്പം മുമ്പാണ് ഇവിടെയ്ക്കുവന്നത്. തന്റെ അഗ്നിരശ്മികളാകെ ഇവിടെ ച്ചൊരിഞ്ഞ് ഈ വീടിന്റെമേലേ പതിനെട്ടുവർഷം മദ്ധ്യാഹ്നവും അപരാ ഹ്നവുമായി ബന്ധിക്കുന്ന ഒരു പാലമായി നിന്നു.

പതിനെട്ടുവർഷം

പതിനെട്ടുമാസം

പതിനെട്ടു ദിവസം

പതിനെട്ടുമണിക്കൂർ

പതിനെട്ടു നിമിഷങ്ങൾ

നിമിഷങ്ങളിൽനിന്ന് നിമിഷങ്ങളിലേക്കുള്ള ദൂരംപോലും ഇത്ര ദൈർഘ്യമറ്റതോ? മദ്ധ്യാഹ്നം കടന്നുപോയതും അപരാഹ്നം ഇഴഞ്ഞു വന്നതും താനെന്തേ അറിഞ്ഞില്ല?

ഒരാളുണ്ടായിരുന്നു.

–ഒരാൾ?

ആ ചിരിയിൽ മദ്ധ്യാഹ്നത്തിനു ചൂടില്ല അപരാഹ്നത്തിന് ആലസ്യമില്ല.

ആ ചിരി, ആ കൊഞ്ചൽ. ആയമ്മ മുഖം ഒന്നുകൂടി അമർത്തിവച്ചു, കാതു കൂർപ്പിച്ചിരുന്നു.

വളരെ പതിഞ്ഞ ഒരു കാലടിശബ്ദവുമായി ഒരാളിവിടേക്കു കടന്നു വരുന്നുണ്ടോ? വന്നാൽ ആ വാതിൽ ഒരു നിമിഷം അറച്ചുനില്ക്കും. പിന്നൊരു പ്രവാഹംപോലീ മുറിയിലേക്കു പാഞ്ഞുവരും. ഒരു പിച്ചിവള്ളി യായി ഈ കൊമ്പുകളിൽ തലചരിച്ചുവച്ചു കരയും.

നിന്റെ വള്ളികൾ ഞാനൂരി ബലമായി മറ്റൊരു കമ്പിലേക്കു പടർത്തും. അതവിടെ പടരാൻ പൂക്കാൻ ഞാനനുഗ്രഹിക്കും. ഇവിടെവച്ചു പടർന്നത് ഇവിടെവച്ചുതന്നെ മറ്റൊരു കൊമ്പിലേക്കും കയറിക്കോട്ടേ.

അതൊരു മദ്ധ്യാഹ്നത്തിനു മുമ്പുള്ള നിമിഷങ്ങളിലായിരുന്നു. എന്റേയും ദിവസത്തിന്റെയും മദ്ധ്യാഹ്നം.

വെള്ളത്തുണിയിൽപ്പൊതിഞ്ഞ ഒരു കുട്ടി. അമ്മ മരിച്ചിട്ട് ഏഴായി.

അച്ഛൻ ആ കുട്ടിയുടെ കാല്പാടുകൾക്കും ശബ്ദത്തിനും വേണ്ടി കാത്തിരിക്കുന്നു. അത്, ആ കുട്ടിയുടെ പ്രഭാതമായിരുന്നു. കുട്ടി ശബ്ദി ക്കാൻ തുടങ്ങിയപ്പോൾ ആയയെ ആയമ്മാ എന്നു വിളിച്ചു.

അച്ഛന്റെ മുന്നിൽ പാട്ടുപാടി നൃത്തം ചെയ്തു. പുറത്ത് അശോകം ചുവക്കുകയും മാവു പൂക്കുകയും ചെയ്തപ്പോൾ കുട്ടി സ്കൂളിൽപോയി.

അതിന്റെ അച്ഛൻ ആ വളർച്ച നോക്കി ഉള്ളിൽ പൂവിടർത്തി.

വീണ്ടും മഴയും മഞ്ഞും മാറിവരികയും വേനൽക്കാലം കുറച്ചു നീണ്ടുനില്ക്കയും ചെയ്ത പകലുകളിൽ, ആയമ്മയുടെ മടിയിൽ തല വച്ചു കുട്ടി അവളുടെ ഇഷ്ടങ്ങളുടെ ഭാണ്ഡമഴിച്ചു;

ആയമ്മ കുളിപ്പിക്കണം

ആയമ്മ ഒരുക്കണം

ആയമ്മ ഊട്ടണം

ആയമ്മ ഉറക്കണം

എല്ലാം ആയമ്മ വേണം. എന്തൊരു നിർബന്ധം. നിലാവുള്ള രാത്രികളിൽ തോട്ടത്തിലെ മരക്കീഴിലിരുന്ന് അവൾ ആയമ്മയോട് കൂട്ടുകാരികളുടെ കഥപറയും.

ആയമ്മ പ്രപഞ്ചത്തേയും ജീവിതത്തേയും സ്നേഹത്തേയും കുറിച്ചു പറയുമ്പോൾ അവളാകെ തളർന്നുപോകും. ഏങ്ങിക്കൊണ്ടു പറയും:

ഒറ്റയ്ക്കാകുമ്പോൾ ഞാനൊരു പിച്ചിവള്ളിയാണായമ്മാ. എനിക്കൊറ്റയ്ക്കു നില്ക്കാൻ വയ്യ. എന്റായമ്മ ഇല്ലെങ്കിൽ ഞാൻ വീണുപോവും.

ആയമ്മ എന്നുംകാണും മോളെ, എന്നും.

ആയമ്മയ്ക്കാരുമില്ല.

മോൾടെ ചിരി.

മോൾടെ കൊഞ്ചൽ.

മോൾടെ സ്നേഹം.

ഇതാണായമ്മയുടെ സ്വർഗ്ഗം. ആയമ്മയ്ക്കു നീ മാത്രം.

നിന്നെ ഒരാൾ വന്നു കൊണ്ടുപോകുമ്പോഴും ആയമ്മ നിന്നോടൊപ്പം കാണും. നിന്റെ മക്കൾക്കായമ്മയായി നിന്റെ വീട്ടിൽ ഞാൻ കഴിയും മോളേ- അതാണായമ്മയുടെ സ്വർഗം.

നിന്റെ വിവാഹം കഴിഞ്ഞിട്ടഞ്ചുദിവസമായി. നീ ഇതുവരെ എന്തേ എന്റടുത്തേക്കു വരാഞ്ഞു. ഇന്നു നീ ഭർത്താവുമായിപ്പോവുകയാണെന്നു ഞാനറിഞ്ഞു. ഇനി രണ്ടോ മൂന്നോ വർഷം കഴിഞ്ഞു വന്നാലായി. പിന്നെ ആയമ്മയ്ക്കാരുണ്ടു മോളേ? പിച്ചിവള്ളി എടുത്തുകളഞ്ഞ ഉണക്കക്കമ്പ്!

ആയമ്മ കാതു കൂർപ്പിച്ചിരുന്നു.

അവളിപ്പോൾ വരും തീർച്ച.

ഇപ്പോൾ വന്നുകഴിഞ്ഞാൽ ഈ ദിവസം അപരാഹ്നത്തിൽതന്നെ അവസാനിക്കും.

ശ്രദ്ധയോടിരുന്ന ആയമ്മയുടെ കാതുകളിൽ ആരോ സ്റ്റെയർകെയ്സു കയറിവരുന്ന ശബ്ദം പ്രത്യേക താളത്തിൽ കേട്ടു. ഉലയുന്ന വസ്ത്രങ്ങൾ പാകത്തിലൊതുക്കി വളരെ കരുതലോടെയാണ് കയറിവരുന്നത്.

ആയമ്മ വാതില്ക്കലേയ്ക്കു മിഴിനട്ട് ആകാംക്ഷയോടിരുന്നു.

വാതിൽക്കർട്ടനനങ്ങി. അവൾ! ഒരു പ്രവാഹംപോലെ പാഞ്ഞുവന്നു. ആയമ്മ അവളുടെ പുറത്തു തലോടി, മോളേ നീ ഇന്നും ഒരു പിച്ചിവള്ളിയാണ്, ആയമ്മ ഉണങ്ങിപ്പോയി. നീ മറ്റൊരു കമ്പിലേയ്ക്കു പടർന്നു കയറൂ. നീ പൂക്കളുതിർക്കൂ. അവയുടെ മണവുമായി വരുന്ന കാറ്റേറ്റെങ്കിലും ആയമ്മ സന്തോഷിച്ചോളാം. നീ പോയിവരൂ മോളെ.. പോയിവരൂ...

വാതില്ക്കലെത്തിയപ്പോഴാണോർത്തത്:

"മോളെ... ഒന്നു വരൂ"

ആയമ്മ തിരക്കിട്ടു പഴയ പെട്ടിയിൽ തിരഞ്ഞു. ഒരു ചെറിയ തലയിണ കയ്യിലെടുത്തു. അതവരുടെ കയ്യിൽക്കൊടുത്തു പറഞ്ഞു.

"നീ കുഞ്ഞായിരുന്നപ്പോൾ താഴെ വീഴാതെ നിന്റെ കട്ടിലിറമ്പിൽ ആയമ്മ വച്ചിരുന്നതാ ഇത്. നിനക്കിതാവശ്യം വരും... ആയമ്മയ്ക്കിതേയുള്ളൂ മോളെ തരാൻ"

അവളുടെ ആശ്ചര്യത്തിന്റെ മുഖത്തേയ്ക്കു നോക്കി യാത്രാനുമതി നല്കി.

"പോകൂ, മോള് പോയ്ക്കോളൂ.

താഴെ തയ്യാറായിക്കിടന്ന വണ്ടിയിൽ കയറുമ്പോഴും അവൾ ആയമ്മെ വിളിച്ചു. കെട്ടിപ്പിടിച്ചു കരഞ്ഞു. കൈയിൽ മുത്തി.

കാറിനകത്ത് ഭർത്താവിന്റെ സീറ്റിലെ കുഷ്യൻ ശരിയാക്കിക്കൊണ്ടവൾ അച്ഛനെ ഓർമ്മിപ്പിച്ചു.

"അച്ഛാ ആയമ്മേ ശ്രദ്ധിച്ചോളണേ, ആയമ്മയ്ക്കു വേണ്ടതെല്ലാം..."

കാർ അകന്നുപോയി. പൊടിയും കറുത്ത പുകയും കൺമുന്നിൽ തങ്ങിനിന്നു.

അച്ഛൻ മൗനിയായി ജോലിക്കാർ കൂടിനിന്നിരുന്നിടത്തേയ്ക്കു നടന്നുപോയി.

ആയമ്മ താഴെനിന്ന് ഒരപരിചിതയെപ്പോലെ ആ വീടിനെ നോക്കി.

പിച്ചിവള്ളി എടുത്തുകളഞ്ഞ ഒരു താങ്ങുകമ്പിന്റെ പിന്നത്തെ ജീവിതം? ഉപയോഗം?

ആയമ്മയ്ക്കു സ്വയമൊരവജ്ഞ തോന്നി. താനെന്തിനിനി ഇവിടെക്കഴിയുന്നു. തനിക്കാരെങ്കിലുമുണ്ടോ? ആരെങ്കിലും?

വല്ലാത്തൊരു ചിന്ത ആയമ്മയുടെ മനസ്സിലേക്കിഴഞ്ഞുവന്നു. ധൃതിയിൽ അവർ മുകളിലേക്കു കയറിപ്പോയി എന്തൊക്കെയോ ഒരു തുണിക്കെട്ടിലാക്കി, തികഞ്ഞ നിർവ്വികാരതയോടെ പടിയിറങ്ങി താഴെവന്നു. അവളുടെ അച്ഛനോടു യാത്രചോദിക്കുമ്പോൾ അയാൾ തനിക്കജ്ഞാതമായൊരു ഇരുൾക്കൂനയിലായിരുന്നു. വേഗം വഴിയിലിറങ്ങി. അപരാഹ്നം തീരെ മാഞ്ഞിട്ടില്ല. ഇനി കുറച്ചു നിമിഷങ്ങൾകൂടി ഉണ്ട്. അപരാഹ്നം അവസാനിക്കുംമുമ്പേ ഈ വഴിയുടെ അവസാനത്തിലെത്തണം. അവർ വേഗം നടന്നു.

■

കുട്ടനാട്

നെല്ലുണ്ട്; മീനുണ്ട്.

ചീര, പടവലം, പാവൽ, വഴുതന തുടങ്ങിയ പച്ചക്കറികളുമുണ്ട്.

വട്ടക്കാശിന് വെട്ടിവിൽക്കാൻ തേങ്ങയുണ്ട്. മഴയുണ്ട്; വെള്ളമുണ്ട്.

പോരാത്തതിന് ആണ്ടിൽ രണ്ടുപ്രാവശ്യം ഇടവപ്പാതിക്കും തുലാവർഷത്തിനും നാടുമുഴുവൻ കഴുകിവെടിപ്പാക്കാൻ മൂന്നു നദികളും...

കുട്ടനാട്ടുകാരനായ ഞാൻ, ഇതെല്ലാം കളഞ്ഞ് അമേരിക്കയിലെ ടെക്സാസിൽ ആകാശവും ഭൂമിയും കാണാത്ത പെട്ടിക്കൂടുപോലുള്ള നിന്റെ അപ്പാർട്ടുമെന്റിലേക്കു വരാനോ?

അമ്മ മരിച്ചതിനെ തുടർന്നു നാട്ടിൽ ഒറ്റയ്ക്കു കഴിയണ്ടാ എന്നു കരുതി ക്ഷണിച്ചപ്പോൾ നിഷേധിക്കാനുള്ള പഴുതുകൾ പരതുകയായിരുന്നു അച്ഛൻ. കൊയ്ത്തു കഴിഞ്ഞ് ക്ഷീണം തീർക്കാൻ അല്പം അന്തിക്കള്ളും രണ്ടു കരിമീനും അകത്താക്കിയതിന്റെ ലഹരിയിൽ അച്ഛൻ വാചാലനായി:

അവിടെ പുന്നെല്ലിന്റെ ചോറും പള്ളത്തി പറ്റിച്ചതും കിട്ടുമോ? ഇളം കള്ളും കരിമീൻ കറിയും കാണാനെങ്കിലും കഴിയുമോ? നോക്കെത്താത്ത കായൽപാടങ്ങളും സ്നേഹത്തോടെ തഴുകുന്ന വയൽക്കാറ്റും അവിടുണ്ടോ? അതിരില്ലാത്ത ആകാശവും ആകാശം തൊടുന്ന കായലും ഇവിടല്ലേ ഉള്ളൂ? വരമ്പായ വരമ്പൊക്കെ നടന്നു തളർന്നാലും മുഷിയാതെ വീശിത്തരുന്ന കായൽക്കാറ്റ് അവിടുണ്ടോ? പുന്നെല്ലിന്റെ മണവും ചേറിന്റെ ചെതുപ്പും അവിടെ കിട്ടുമോ? ഈ മണ്ണിന്റെ മക്കളായ മയിലനും മയിലിയും അവിടുണ്ടോ? എന്റെ അയൽക്കാരുണ്ടോ? നിന്റെ അമ്മയെ അടക്കിയ ഈ മണ്ണുണ്ടോ?

ഒന്നുനിർത്തി വലംകൈകൊണ്ട് അഭിമാനപൂർവം നെഞ്ചിൽ തൊട്ടൊരു പ്രഖ്യാപനമായിരുന്നു പിന്നീട്:

കുട്ടനാടനാണ് ഞാൻ. കുട്ടനാടിന്റെ ചേറും ചെളിയുമാണ് ഞാൻ. ഈ ചേറ്റുമണമാണ് എന്റെ ജീവവായു. അതു നിലച്ചാൽപ്പിന്നെ ഞാനില്ല...

ഒന്നു വിശാലമായി ചിരിച്ചശേഷം അച്ഛൻ ചാരുകസേരയിലേക്കു ചാഞ്ഞു. നിമിഷങ്ങൾക്കകം നേർത്ത കൂർക്കംവലി മുഴങ്ങി.

ചുറ്റുവട്ടം വൃത്തിയാക്കുന്നതിനിടയിൽ കാര്യസ്ഥൻ കുറുപ്പുചേട്ടൻ ഉപദേശിച്ചു:

“അദ്യത്തെ നിർബ്ബന്ധിക്കണ്ടാ... കേട്ടിടത്തോളം ഇവിടം വിട്ട് അങ്ങോട്ടുവന്നാൽ അദ്യത്തിന് അതൊരു ജയിൽവാസമാകും...”

ഇരുപതു വർഷംമുമ്പ് കുട്ടനാട്ടിൽതന്നെ സ്ഥിരമായി കഴിയേണ്ടതിന്റെ അനിവാര്യത വിശദീകരിച്ച് വാശിപിടിച്ച അച്ഛൻ കേശവക്കൈമളും അതിനു കൂട്ടുനിന്ന കുറുപ്പുചേട്ടനും ഇപ്പോൾ പറയുന്നു:

“കുട്ടനാട് ആകെ മാറിയിരിക്കുന്നു... കൂടെ വരാൻ തയ്യാറെടുത്തിരിക്കുകയാ... പരമേശ്വരന്റെ കൂടെപ്പോവുകയാണെന്ന് വേണ്ടപ്പെട്ടവരോടെല്ലാം പറഞ്ഞുകഴിഞ്ഞു...”

പരമേശ്വരനെ സംബന്ധിച്ചിടത്തോളം അപ്രതീക്ഷിതവും ആഘ്ലാദമുണ്ടാക്കുന്നതുമായിരുന്നു ആ വെളിപ്പെടുത്തൽ. പന്ത്രണ്ടും പതിനാലും വയസ്സുള്ള രണ്ടു പെൺകുട്ടികളാണ് പരമേശ്വരന്. ആ പ്രായം കഴിഞ്ഞാൽ പെൺകുട്ടികൾ അമേരിക്കയിൽ വളരണ്ടാ; നമ്മുടെ ശീലങ്ങൾ വിട്ട് വഴിതെറ്റിപ്പോകും എന്ന് ഭാര്യയും അവിടെയുള്ള അവളുടെ ബന്ധുക്കളും ഉപദേശിച്ചതിനെത്തുടർന്ന് മക്കളെ നാട്ടിൽ, അച്ഛന്റെ സംരക്ഷണയിലാക്കി മടങ്ങാനായിരുന്നു പരമേശ്വരന്റെ പരിപാടി. അതിനുള്ള വിപുലമായ ഒരുക്കങ്ങളുമായാണ് വന്നിട്ടുള്ളത്. ആലപ്പുഴയിലെ ഒരു കോൺവെന്റിൽ കുട്ടികളുടെ അഡ്മിഷൻ ശരിയാക്കിയിട്ടുണ്ട്. “ഇവിടുത്തെ വൈക്കോൽ വിറ്റാൽ നിനക്കും പിള്ളാർക്കും ജീവിക്കാം; പിന്നെന്തിനാ അവിടെ കിടന്ന് സായിപ്പിന്റെ വേലക്കാരനാകുന്നത്” എന്നു കളിയാക്കാറുള്ള അച്ഛന് ഒരദ്ഭുതം സമ്മാനിക്കാൻ എല്ലാം രഹസ്യമാക്കി വച്ചിരിക്കുകയായിരുന്നു. എന്നിട്ടിപ്പോൾ...

കഴിഞ്ഞവർഷം വന്നപ്പോൾപോലും അച്ഛന്റെ മനസ്സിൽ ഇങ്ങനെയൊരാഗ്രഹമുള്ളതായി പറഞ്ഞിരുന്നില്ല. പെട്ടെന്നുള്ള മനംമാറ്റത്തിന് കാരണമെന്തെന്നു നേരിട്ടു ചോദിച്ചാൽ അത്, കൊണ്ടുപോകാനുള്ള മടികൊണ്ടാണെന്ന് അച്ഛൻ കരുതുമോ എന്ന് പരമേശ്വരൻ ഭയന്നു. അതിനാൽ കുറുപ്പുചേട്ടനോട് രഹസ്യമായി ചോദിച്ചു. മറുപടി ഒറ്റവാക്കിൽ ഒതുങ്ങി:

“നശിച്ചു.”

ആ വാക്കിന്റെ പൊരുൾ മനസ്സിലാകാത്തതുകൊണ്ട് വീണ്ടും നിർബ്ബന്ധിച്ചപ്പോൾ കുറുപ്പുചേട്ടൻ മനസ്സുതുറന്നു:

“അദ്ദേഹം കുട്ടനാടിനെയാണ് സ്നേഹിച്ചിരുന്നത്... ആ കുട്ടനാട് ഈ പ്രപഞ്ചത്തിൽ നിന്നേ മാഞ്ഞു തുടങ്ങുന്നു... അതിന്റെ അന്ത്യം കാണാൻ ആ മനസ്സിന് കഴിയില്ല...”

തുടർന്നു സംസാരിക്കാൻ കുറുപ്പുചേട്ടൻ താത്പര്യം കാട്ടിയില്ല.

ആസൂത്രണം ചെയ്ത പദ്ധതികളെല്ലാം പൊളിയുമോ എന്ന ആശങ്ക ഭാര്യയെ അറിയിച്ചില്ല. സാവകാശമാകാമെന്ന് ഉറപ്പിച്ചാണ് പരമേശ്വരൻ ഉറങ്ങാൻ കിടന്നത്.

പുലർച്ചെ അച്ഛൻ ചോദിച്ചു:

“നിനക്കിന്ന് പ്രത്യേകപരിപാടികൾ വല്ലതുമുണ്ടോ?”

മറുപടിക്കായി ഒരു നിമിഷം കാത്തശേഷം അദ്ദേഹം ക്ഷണിച്ചു:

“പരിപാടികളൊന്നുമില്ലെങ്കിൽ നമുക്കൊരു യാത്രപോകാം...”

“എങ്ങോട്ടാണച്ഛാ”

“വെറുതെ ഒന്നു ചുറ്റിയടിക്കാൻ- പടിഞ്ഞാട്ട് പൂക്കൈതയാറുവരെ. കിഴക്കോട്ട് വെളിയനാട്. തെക്കോട്ട് വീയപുരം. വടക്കോട്ട് തണ്ണീർമുക്കം വരെ. പറ്റുമെങ്കിൽ കുമരകവും തോട്ടപ്പള്ളിയും കാണാം...”

സന്തോഷം പകർന്ന നിർദ്ദേശമായിരുന്നു അത്.

“അപ്പോൾ കുട്ടനാട് മുഴുവൻ ഒരു യാത്ര; അപ്പർകുട്ടനാടും ലോവർ കുട്ടനാടും ഉൾപ്പടെ... അവളേയും കുട്ടികളേയും കൂട്ടട്ടേ? ഫുൾഡേ ഔട്ടിംഗല്ലേ...”

ഭാവപ്പകർച്ചകൂടാതെ അച്ഛൻ പറഞ്ഞു:

“ഫുൾഡേയൊന്നും വേണ്ടാ; ഏറിയാൽ ഒരു മൂന്നുമണിക്കൂർ...” എന്നിട്ട് അനുവാദം തന്നു: “അവരേയും കൂട്ടിക്കോ...”

ഒരാഴ്ചകൊണ്ടുപോലും കണ്ടുതീരാത്ത കുട്ടനാടൻ യാത്രയ്ക്ക് മൂന്നു മണിക്കൂറോ എന്ന് കേട്ടമാത്രയിൽ അതിശയിച്ചെങ്കിലും അച്ഛന് മറ്റെന്തെങ്കിലും ഉദ്ദേശ്യമുണ്ടാകാമെന്നൂഹിച്ച് പരമേശ്വരൻ അത് പുറമെ പ്രകടിപ്പിച്ചില്ല.

ആണ്ടുതോറും വരാറുണ്ടെങ്കിലും പതിനഞ്ചുവയസ്സിനിപ്പുറം പരമേശ്വരൻ കുട്ടനാട് പൂർണ്ണമായും കണ്ടിരുന്നില്ല. നാട്ടിൽ വന്നാൽ ആദ്യ ദിവസം അച്ഛനോടൊപ്പം വീട്ടിൽ നിൽക്കും. തൊട്ടടുത്ത ദിവസം മുതൽ യാത്രയാണ്. ഒരു ദിവസം ആലപ്പുഴയെങ്കിൽ അടുത്തദിവസം എറണാകുളം. പിന്നെ ഹരിപ്പാട്, ചങ്ങനാശേരി, തിരുവല്ല. പഴയ സഹപാഠികളും ഭാര്യയുടെ

ബന്ധുക്കളുമെല്ലാം അവിടങ്ങളിലാണ്. ചെന്നില്ലെങ്കിൽ പരാതിയായി. പരിഭവമായി. അതിനാൽ ഹ്രസ്വമായ അവധിക്കാല സന്ദർശനത്തിൽ ആരെയും മുഷിപ്പിക്കാതിരിക്കാൻ പരമാവധി ശ്രമിച്ചു. പിന്നെ തിരിച്ചു പോകുന്ന ദിവസമാണ് പൂർണ്ണമായും വീട്ടിൽ നിൽക്കുക. ഇതിനിടയിൽ നാടുകാണാൻ നേരമെവിടെ? ഇന്ന് എന്തായാലും അച്ഛൻ തന്നെ അതിന് സൗകര്യമൊരുക്കിയിരിക്കുന്നു എന്ന് പരമേശ്വരൻ ഗൂഢമായി ആഹ്ലാദിച്ചു. മാത്രമല്ല, യാത്രക്കിടയിൽ നല്ലനേരം നോക്കി കുട്ടികളുടെ കാര്യം അവതരിപ്പിക്കാനും കഴിഞ്ഞേക്കാം.

കാറിലായിരുന്നു യാത്ര. ഭാര്യ വനജയും മക്കളും നാടുകാണാനുള്ള ഉത്സാഹത്തിലായിരുന്നു. പൊട്ടിപ്പൊളിഞ്ഞെങ്കിലും ടാറിട്ട റോഡിന് നല്ല വീതിയായിരുന്നു. പണ്ട് പഠിക്കുന്ന കാലത്ത് പതിനാലുപാടങ്ങൾ താണ്ടി വീയപുരത്തെ വലിയമ്മായിയുടെ വീടെത്താൻ ഒരു പകൽ മുഴുവൻ വേണമായിരുന്നു. ഇടയ്ക്ക് രണ്ടു തോണിക്കടത്ത്. ഇന്ന് ആ പാടങ്ങളൊന്നും പൂർണ്ണമായി കണ്ടില്ല. അങ്ങിങ്ങ് ചില വയലവശേഷിപ്പുകൾ. പോളമൂടിയ തോടുകൾ, ചതുപ്പുകൾ, മൺകൂനകൾ... കടത്തുകൾ എവിടെയായിരുന്നെന്നു പോലും കണ്ടെത്താനാവാത്ത രീതിയിൽ അവിടങ്ങളിൽ പാലങ്ങൾ വന്നിരിക്കുന്നു.

നീണ്ടപാലത്തിന്റെ കൈവരിയിൽ മൂന്ന് വെള്ളകൊക്കുകളെ കണ്ടപ്പോൾ അമ്മാവനെ ഓർത്തു. കൊക്കിനെ പിടിക്കാൻ സമർത്ഥനായിരുന്ന കുട്ടനമ്മാവൻ. ചരൽത്തുണ്ട് നിറയ്ക്കാവുന്ന നാടൻ തോക്കും സഞ്ചിയുമായി ചെറുതന, ആനാരി, പായിപ്പാട് ഭാഗങ്ങളിലെ പാടങ്ങളിലൊക്കെ കറങ്ങി, നാലും അഞ്ചും കൊക്കുകളുമായിട്ടാവും മടങ്ങിവരവ്. ഒരവധിക്ക് അമ്മാവനോടു ചോദിച്ചു, കൊക്കിനെപ്പിടിക്കാൻ പഠിപ്പിക്കാമോന്ന്. അതിനെന്താ, അല്പം വെണ്ണയെടുക്കണം. മീൻ തിന്ന് വയർ നിറഞ്ഞു വരമ്പത്ത് വെയിൽകായാനിരിക്കുന്ന കൊക്കിന്റെ ഉച്ചിയിൽ വെണ്ണ വെയ്ക്കണം. വെയിലല്ലേ, വെണ്ണ ഉരുകി കൊക്കിന്റെ കണ്ണിൽ വീഴും; അതിന് കണ്ണു കാണാതാകും. അപ്പോൾ പിന്നിലൂടെ ചെന്നു പിടിക്കാം. അതു വിശ്വസിച്ച് ഒരു ദിവസം വെണ്ണയുമായി പാടത്തിറങ്ങിയതാണ്. അതുകണ്ട് പിന്നാലെ വന്ന് അമ്മാവൻ പറഞ്ഞു; എടാ നീയിത്ര മണ്ടനായാലോ? വെണ്ണ വയ്ക്കാനായി കൊക്ക് ഇരുന്നു തരുമോ? നീ വാ ഞാൻ കാട്ടിത്തരാം. വെള്ളം വറ്റിയ പാടത്ത് പുളയ്ക്കുന്ന പള്ളത്തികളെ കൊത്തിക്കൊണ്ടിരുന്ന കൊക്കിൻകൂട്ടത്തിലേക്ക് അമ്മാവൻ തോക്കിന്റെ ഉന്നം പിടിച്ചു. ചരലുണ്ടകൾ പാഞ്ഞു. മൂന്ന് കൊക്കുകൾ വീണു.

“മൂന്നു കൊക്കിനപ്പുറം, നാലാമതൊന്നിനെ നിനക്കിവിടെ ഒന്നിച്ചു കാണാൻ കിട്ടില്ല.”

ആ യാത്രക്കിടയിൽ അതുവരെ മൗനിയായിരുന്ന അച്ഛൻ വായ തുറന്നത് ഇതുപറയാൻ മാത്രമായിരുന്നു.

കൊക്കിനെപ്പറ്റിയാണ് ആലോചിക്കുന്നതെന്ന് അച്ഛന് എങ്ങനെ മനസ്സിലായി? ഈ കൊക്കുകളൊക്കെ എവിടെപ്പോയി? - പരമേശ്വരന് കൗതുകം കലർന്ന ജിജ്ഞാസയായി. ഉള്ളിലൂറിയ ആകാംക്ഷ അച്ഛൻ അറിഞ്ഞിരിക്കും. ഉടനെ മറുപടി വന്നു:

"കൊക്കുവരണമെങ്കിൽ അതിനു തിന്നാൻ മീൻ വേണം, മീൻ വേണമെങ്കിൽ വെള്ളം വേണം. അങ്ങനെ വെള്ളമുള്ള പാടങ്ങൾ വല്ലതും നീ ഈ യാത്രയിൽ കണ്ടോ?"

കണ്ടില്ലായിരുന്നു.

പോള നിറഞ്ഞ തോടുകളും ഹൗസ്ബോട്ടിലെ എണ്ണ തൂവിയ കായൽപ്പരപ്പുകളും, കള കയറിയ വയൽത്തുണ്ടുകളും മാത്രമാണ് വഴിയോരങ്ങളിൽ കണ്ടത്.

പാടങ്ങൾ മിക്കതും നികത്തിയിരിക്കുന്നു. അവശേഷിച്ച അല്പമാത്രമായ വയൽത്തുണ്ടുകളും നികന്നുകൊണ്ടിരിക്കുകയാണ്. അതിനുമേലേ കോൺക്രീറ്റുൾപ്പടെയുള്ള നിർമ്മിതികൾ പോലും കണ്ടു.

പള്ളത്തിക്കുഞ്ഞുങ്ങൾ മാത്രമല്ല, കാരിയും കൂരിയും മുശിയും കരട്ടിയുമൊക്കെ ആ മണ്ണിനടിയിൽ കിടന്ന് നിലവിളിക്കുകയാവും... ഇനി ഒരിക്കലും പുറത്തേക്കുവരാത്ത അവയെത്തേടി വെള്ളകൊക്കുകൾ എവിടെയെങ്കിലും പതുങ്ങിയിരിപ്പുണ്ടാവും...

ഒരു വളവു തിരിഞ്ഞ് മറ്റൊരു റോഡിലൂടെ കാറ് നീങ്ങിയപ്പോൾ അച്ഛൻ പറഞ്ഞു:

"വീയപുരം കഴിഞ്ഞു; നാം തിരിച്ചു പോവുകയാ. ഇനി വെളിയനാട് വഴി മെയിൻ റോഡിലൂടെ കുമരകത്തെത്തി തണ്ണീർമുക്കത്തു പോയി തോട്ടപ്പള്ളിയും കണ്ട് അമ്പലപ്പുഴ വഴി തിരിച്ചു വീടെത്താം..."

കാറ് ഓടിക്കൊണ്ടേയിരുന്നു.

മുണ്ടകവിത്ത് മുളയ്ക്കുന്ന പുഞ്ചപ്പാടങ്ങൾ എവിടെയാണ്? കൊളപ്പാല വിളയുന്ന കായൽനിലങ്ങളെവിടെ? ഞാറ്റടികളും നടീലുകാരേം കണ്ടില്ലല്ലോ?

നൂറുപറപ്പാടം ഇവിടെ എവിടെയോ ആണ്.... മുഞ്ഞ ബാധിച്ച് നെല്ലെല്ലാം നശിച്ചതിനെത്തുടർന്ന് കുരുടാൻ കുടിച്ച് പാടത്തു മരിച്ചുകിടന്ന പറമ്പിൽ പാപ്പിയുടെ വീട് ഇവിടെയായിരുന്നു. ഇപ്പോൾ ഒന്നും തിരിച്ചറിയാൻ കഴിയുന്നില്ല.

നടീലിനുമുമ്പ് പാടത്തെ വെള്ളം വറ്റിക്കുന്ന ചക്രം ചവിട്ടുകാരും തേവുകാരും എവിടെ? ആറുപേരു ചവിട്ടുന്ന ഇരുപത്തിനാലില ചക്രത്തിൽ ഒരിക്കൽ കേറിയിട്ടുണ്ട്; രണ്ടുപേരുടെ പന്ത്രണ്ടിലചക്രത്തിലും. അതിന്റെ സ്ഥാനത്ത് പിന്നീട് പമ്പുകളും എഞ്ചിൻ പുരകളും വന്നു. ഗ്രീസും മണ്ണെണ്ണയും മണക്കുന്ന പാടപ്പാത്തികൾ കണ്ടില്ല. അവയ്ക്കടുത്ത് ബണ്ടുകളിലുണ്ടായിരുന്ന പുട്ടുകടകളും മാഞ്ഞുപോയിരിക്കുന്നു. വയൽ നടുവിൽ അതിരാവിലെ കടല കൂട്ടി ആവി പറക്കുന്ന പുട്ടു കഴിക്കാൻ എന്തൊരു സ്വാദായിരുന്നു!

കൗമാരങ്ങളിൽ കൊയ്ത്തുകാലത്ത് അച്ഛനൊപ്പം തങ്ങിയിട്ടുള്ള നെൽക്കളങ്ങളെവിടെയാണ്? പൊന്തിവരുന്ന വെള്ളത്തെ ഭയന്ന് കയറിയിരിക്കുന്ന ഏറുമാടങ്ങളെവിടെ? നെല്ലുമണത്തു നടക്കുന്ന വയൽവരമ്പുകളും മാഞ്ഞുപോയോ? അതോ അവയെല്ലാം കടന്നുപോയോ? ഒന്നും തിരിച്ചറിയാൻ കഴിയുന്നില്ല.

“ഹായ് ഹൗസ്ബോട്ട്”

മൂത്തമകൾ, അരുണിമ ഒരു തോട്ടിലേക്കു വിരൽചൂണ്ടി.

കാറ് നിർത്താൻ പറഞ്ഞു, അച്ഛൻ.

തോടിന്റെ ഓരംപറ്റി കാറ് നിർത്തുമ്പോൾ കണ്ടത് – ഒരു റിസോർട്ടിന്റെ ബോർഡാണ്. പണ്ടിവിടെ താറാവുതടമായിരുന്നു എന്ന് പരമേശ്വരനു മനസ്സിലായി. താറാവിൻകൂട്ടങ്ങളുമായി ദൂരെദിക്കിൽ നിന്ന് തങ്കച്ചനോ പൗലോസോ വരും. വല വളഞ്ഞ് അതിനുള്ളിൽ താറാവിനെ സൂക്ഷിച്ച് അവർ കാവലുകിടക്കും. കൊയ്ത്തുകഴിഞ്ഞ പാടത്തിറക്കാൻ താറാവിനെ വളഞ്ഞിട്ടിരിക്കുന്ന ആ വയൽത്തുണ്ടിന് വാടകയില്ല. എന്നാൽ തറവാട്ടുവക ഒരു പറ കണ്ടത്തിൽ താറാവിനെ ഇറക്കാൻ പത്ത് മുട്ടയായിരുന്നു അന്ന് പ്രതിഫലം. പൊഴിഞ്ഞു വീഴുന്ന നെന്മണി നിറഞ്ഞ പാടത്ത് നെല്ലും ചെറുമീനും തിന്ന് നീന്തിനടക്കുന്ന താറാക്കൂട്ടങ്ങളെ കാണാൻ എന്തു ചന്തമായിരുന്നു. ചലിക്കുന്ന വയൽപ്പൂക്കൾപ്പോലെയായിരുന്നു അവ. പക്ഷേ ഇപ്പോൾ താറാക്കൂട്ടങ്ങളെ എങ്ങും കണ്ടില്ല. അതിന് നെല്ല് എവിടെ കണ്ടു; മീനും.

“നെല്ല് വിളഞ്ഞിരുന്ന കുട്ടനാട് മുഴുവൻ ഇത്തരം റിസോർട്ടുകളും ഹൗസ് ബോട്ടുകളും നിറഞ്ഞിരിക്കുന്നു. എണ്ണ പടരുന്ന വെള്ളത്തിൽ മീനിന് ജീവിക്കാനോ മുട്ടയിട്ടു പെരുകാനോ സാധിക്കുമോ?”

പരിഭവത്തോടെ അച്ഛൻ അതു പറയുമ്പോൾ റിസോർട്ടിൽ നിന്നിറങ്ങിവന്ന പ്രായംചെന്ന പോലീസുകാരൻ കൈമളദ്ദേഹമോ, ഇതെന്താ ഇവിടെ എന്നു ചോദിച്ചു.

മകനും കൊച്ചുമക്കളുമായി ഒന്നു ചുറ്റാനിറങ്ങിയതാ എന്നു മറുപടി പറഞ്ഞ് വണ്ടിവിടാൻ അച്ഛൻ നിർദ്ദേശിച്ചു. ലഹരിയിലായിരുന്ന പോലീസുകാരൻ വിട്ടില്ല.

"അറിഞ്ഞോ? കഴിഞ്ഞാഴ്ചത്തെപ്പോലെ ഇന്നലേം ഒന്നുണ്ടായി..." എന്നുപറഞ്ഞുകൊണ്ട് അയാൾ വിശദീകരിച്ചത് പരമേശ്വരന് അവിശ്വസനീയമായി തോന്നി.

സ്കൂളിൽ പഠിക്കുന്ന മൂന്നു പെൺകുട്ടികളെ ആരൊക്കെയോ തട്ടിക്കൊണ്ടുവന്ന് ഹൗസ്ബോട്ടിൽ കറക്കി പീഡിപ്പിച്ചത്രേ. അവരുടെ നഗ്നചിത്രങ്ങളും വേഴ്ചയുടെ വീഡിയോയും എടുത്തെന്നു പരാതിയുണ്ട്. തിരിച്ചുവന്ന പെൺകുട്ടികൾക്ക് ഹൗസ് ബോട്ടെന്നേ അറിയൂ. അത് ഏതാണെന്നറിയില്ല. തുടർന്ന് അയാൾ പറഞ്ഞത് പുച്ഛത്തോടെയായിരുന്നു:

"അന്വേഷിച്ചു നടക്കാൻ പോലീസുകാരുണ്ടല്ലോ..."

വനജ വല്ലാതെ ഭയന്നുപോയി. മക്കളെ രണ്ടുപേരെയും അവൾ ചേർത്തുപിടിച്ച് മെല്ലെ പറഞ്ഞു:

"കേട്ടിട്ട് എനിക്കു പേടിയാകുന്നു".

അതു ശ്രദ്ധിക്കാതെ കഴിഞ്ഞയാഴ്ച എന്തുണ്ടായി എന്നു ചോദിക്കാൻ തുടങ്ങിയതാണ്. അപ്പോഴേക്കും വണ്ടിവിടാൻ അച്ഛൻ നിർദ്ദേശിച്ചു.

കുട്ടികൾക്ക് ഒന്നും മനസ്സിലായില്ല. ചോദിക്കാതെ തന്നെ കഴിഞ്ഞയാഴ്ചത്തെ കാര്യം അച്ഛൻ പറഞ്ഞു:

"സീരിയൽ നടിമാരായിരുന്നു. അതും കുട്ടിപ്രായം കഴിയാത്തവർ... ഏതാണ്ട് സിനിമാ ഷൂട്ടിംഗ് പോലെയായിരുന്നുവത്രേ. അവർക്ക് പരാതിയൊന്നുമില്ലായിരുന്നു; നാട്ടുകാർ വളഞ്ഞപ്പോൾ പീഡനമാണെന്ന് നിലവിളിച്ചു..."

ഉപയോഗം കഴിഞ്ഞ് ഉപേക്ഷിച്ചിട്ട പ്ലാസ്റ്റിക് കുപ്പികൾക്കു മീതെ കാർ കയറിയിറങ്ങി. വഴിയിൽ പലയിടത്തും പരമേശ്വരൻ അതു ശ്രദ്ധിച്ചിരുന്നു. പഴയ നെൽക്കൂനകളുടെ സ്ഥാനത്ത് പ്ലാസ്റ്റിക് കുപ്പികളാണ് കണ്ടത്. വൈക്കോൽക്കെട്ടുകൾപോലെയായിരുന്നു ഒഴിഞ്ഞ പ്ലാസ്റ്റിക് പായ്ക്കറ്റുകൾ.

ഓടിക്കൊണ്ടിരുന്ന വണ്ടിയിലിരുന്ന് അച്ഛൻ നെടുവീർപ്പിട്ടു:

"അപ്പർകുട്ടനാട് ഏതാണ്ട് അപ്രത്യക്ഷമായി... ലോവർകുട്ടനാടിന്റെ കാര്യം പറയാനില്ല..."

കുമരകത്തെത്തിയപ്പോൾ പരമേശ്വരൻ അന്തിച്ചുപോയി. റിസോർട്ടുകൾ, ഹോട്ടലുകൾ, ഹൗസ് ബോട്ടുകൾ...

പഠിക്കുന്ന കാലത്ത്, ആണ്ടിൽ രണ്ടുതവണയെങ്കിലും കുമരകം കുഞ്ഞമ്മ എന്ന ചെല്ലപ്പേരിൽ വിളിക്കുന്ന സരസ്വതിക്കുഞ്ഞമ്മയെ കാണാൻ അമ്മയോടൊപ്പം വരുമായിരുന്നു. ഏറ്റവും ഇളയ അനിയത്തിയോട് അമ്മയ്ക്ക് വല്ലാത്ത പ്രിയമായിരുന്നു. അനിയത്തിക്ക് ചേച്ചിയോടും അതേ മമതയായിരുന്നു. ഊപ്പയും പരലും പുളിയിലയിട്ട് പറ്റിച്ചതും കട്ടിക്കാളനും പുഞ്ചയരിച്ചോറുമായിരുന്നു കുഞ്ഞമ്മയുടെ സ്പെഷ്യൽ. ഊണുവിളമ്പിക്കൊണ്ട് കുഞ്ഞമ്മ എപ്പോഴും ഒരേ പല്ലവി ആവർത്തിക്കുമായിരുന്നു:

"നീർപക്ഷി നിലവിളിച്ചപ്പോഴേ ഞാൻ കരുതി ചേച്ചി വരുമെന്ന്."

അച്ഛൻ എന്തോ പറഞ്ഞു.

അതു കേട്ടില്ല.

എന്താ പറഞ്ഞതെന്ന് ചോദിച്ചപ്പോൾ അച്ഛൻ ആവർത്തിച്ചു:

"നീർപക്ഷികളൊന്നും പഴയതുപോലില്ല... നീ നോക്കിക്കേ മീൻകാരെയൊ വലക്കാരെയോ കാണാനുണ്ടോന്ന്..."

അപ്പോഴാണത് ശ്രദ്ധിച്ചത്- പണ്ടത്തെപ്പോലെ മുഴുത്ത കരിമീനും കണമ്പുമായി കായലോരത്ത് കാത്തിരിക്കുന്ന മീൻകാരില്ല... വീശുവലയുമായി കറങ്ങുന്ന വലക്കാരില്ല...മുളങ്കൂടുമായി പോകുന്ന ഊപ്പപിടുത്തക്കാരുമില്ല...

"മാലിന്യം കൊണ്ട് കായൽ നിറഞ്ഞു... സമൃദ്ധമായിരുന്ന മീനുകൾ ഇന്ന് ദുർലഭമാണ്. എന്തെങ്കിലും കിട്ടിയാൽത്തന്നെ അവ അപ്പാടെ റിസോർട്ടുകാർ വാങ്ങിക്കൊണ്ടുപോകും. അതെല്ലാം വിദേശികൾക്കാണ്. അപൂർവ്വമായി നാട്ടുകാർക്കു കിട്ടുന്ന ചെറുമീനിനുപോലും പഴയ സ്വാദില്ല..."

അച്ഛന്റെ സ്വരത്തിൽ നിരാശ നിഴലിച്ചിരുന്നു.

കുളവാഴകൾ മൂടിയ തോടുകൾ താണ്ടി നാറുന്ന ജലാശയത്തിനടുത്തെത്തിയപ്പോൾ അച്ഛൻ പറഞ്ഞു:

നൂറുമേനി വിളഞ്ഞിരുന്ന പഴയ മെത്രാൻ കായലാണിത്... അരിക്ഷാമം മുന്നിൽക്കണ്ട ദീർഘദർശിയായ മെത്രാൻ നെൽകൃഷിക്കുവേണ്ടി മഹാരാജാവിൽ നിന്ന് പതിച്ചുവാങ്ങിയ കായൽ... അദ്ധ്വാനികളായ ഇടവകക്കാരെ തെരഞ്ഞുപിടിച്ച് കായൽവറ്റിച്ച് മെത്രാൻ അവരെക്കൊണ്ടു വിത്തിറക്കി. വിളവ് കിട്ടിയതോ നൂറുമേനി... നാനൂറ്റിപ്പതിനേഴ് ഏക്കർ വരുന്ന ഈ കായലിൽ കഴിഞ്ഞ മൂന്നു വർഷമായി കൃഷിയില്ല. കാരണം, മോഹവിലനൽകി കർഷകരിൽ നിന്ന് കൃഷിക്കാരല്ലാത്ത ആരൊക്കെയോ ചേർന്ന് ഈ കായൽ വാങ്ങിയത്രേ! അവരുടെ ലക്ഷ്യം കായൽ നികത്തി

ടൂറിസ്റ്റ് സെന്ററുണ്ടാക്കുകയാണെന്നു കേട്ടു. നെന്മണികളെ ഗർഭം ധരിച്ചു കിടക്കുന്ന ഈ കായലിന്റെ വയറുകീറി മലമണ്ണിട്ടുമൂടി അതിനുമേൽ പതിനെട്ടു ഗോൾഫ് മൈതാനങ്ങൾ നിർമ്മിക്കുകയാണ്... പിന്നെ ഹോട്ടലുകൾ, ബാറുകൾ, ഷോപ്പിംഗ് മാളുകൾ, വില്ലകൾ... അങ്ങനെ ഇതൊരു നൂതനനഗരിയാകും!

തുടർന്ന് സംസാരിക്കാൻ കഴിയാതെ വാക്കുകൾക്കുവേണ്ടി അച്ഛൻ പരതുന്നതുകണ്ടപ്പോൾ ചോദിച്ചു:

" നെൽവയലുകൾ, നെൽകൃഷിക്കല്ലാതെ മറ്റാവശ്യങ്ങൾക്കുവേണ്ടി കൈമാറ്റം ചെയ്യരുതെന്ന നിയമം കേരളത്തിലുണ്ടല്ലോ... പിന്നെങ്ങനെ ഇതു നടക്കും?"

നിസ്സഹായനായി അച്ഛൻ പുലമ്പുകയായിരുന്നു:

"ഏതു നിയമത്തിനും പഴുതുകളുണ്ടാക്കാൻ നമ്മൾ സമർത്ഥരല്ലേ... വർഷങ്ങളോളം തരിശിടുകയും അക്കാരണം ചൂണ്ടിക്കാട്ടി കൃഷിയോഗ്യമല്ലാതായിരിക്കുന്നു എന്ന് ബോധിപ്പിക്കുകയും ചെയ്താൽ ഏതാവശ്യങ്ങൾക്കും ഈ കായൽ ഉപയോഗിക്കാമെന്നായിരിക്കും ഇത് വാങ്ങിയവരുടെയോ അല്ലെങ്കിൽ വാങ്ങിപ്പിച്ചവരുടെയോ ഗൂഢോദ്ദേശ്യം."

"ആരാണച്ഛാ ഇതു വാങ്ങിയത്?"

"ആർക്കറിയാം? ഇതുമാത്രമല്ല, പതിനായിരം ഏക്കർ വിസ്തൃതിയുള്ള എം.എൻ. ബ്ളോക്കിൽ മുന്നൂറേക്കർ നെൽപ്പാടം വില്പനയായെന്നു കേട്ടു. അറുപത് ഏക്കറുള്ള തുമ്പേക്കായലിന്റെ ഒരു ഭാഗം വിറ്റുകഴിഞ്ഞതായും സംസാരമുണ്ട്. തൊട്ടടുത്തുള്ള മാരാൻ കായലും വില്പനയ്ക്ക് തയ്യാറായിരിക്കുകയാണ്. മാർത്താണ്ഡം കായലിൽ മുന്നൂറിൽപ്പരം ഏക്കർ നികത്താൻവേണ്ടി മാറ്റിയിട്ടിരിക്കുന്നു. റാണി, ചിത്തിര കായലുകൾ നെൽകൃഷി ചെയ്യാതെ തരിശായിട്ടിരിക്കുകയാണ്. ഉദ്ദേശ്യം ഇതുതന്നെ. ഇതിനിടെ റാണികായലിന്റെ നല്ലൊരുഭാഗം ആരോ വാങ്ങിയതായും കേട്ടു. പൊന്നാടൻ കായലും നാലുപങ്കു കായലും ഇതുപോലെ ആരോ വിലക്കെടുത്ത് തരിശായിട്ടിരിക്കുകയാണ്..."

അത്രയുമായപ്പോൾ അച്ഛന്റെ ശബ്ദം ഗദ്ഗദം കൊണ്ടുമൂടി:

ഒരു മഹാമനുഷ്യന്റെ കഠിനാദ്ധ്വാനത്തെ പ്രതികാരത്തോടെ തകർത്തതിന്റെ പകയുമായി കിടക്കുകയാണ് ഈ കായൽവയലുകൾ. വിശാലമായ വേമ്പനാട്ടുകായലിൽ നിന്ന് ജോസഫ് മുരിക്കൻ എന്ന സാഹസിക കർഷകൻ തൊള്ളായിരം ഏക്കറുള്ള ചിത്തിര, അറുന്നൂറ്ററുപത് ഏക്കറുള്ള മാർത്താണ്ഡം, അറുന്നൂറേക്കറുള്ള റാണി എന്നിങ്ങനെ മൂന്നു കായൽ വയലുകൾ കുത്തിയെടുത്തത് ചരിത്രമായിരുന്നു. കുറ്റിനാട്ടി ഓലവച്ച് ചേറുനിറച്ച് ബണ്ടുതീർത്ത് വെള്ളം വറ്റിച്ചായിരുന്നു മുരിക്കൻ കൃഷി

നിലമൊരുക്കിയത്. വർഷങ്ങളായി അടിഞ്ഞിറങ്ങിയ എക്കൽ മാത്രം മതിയായിരുന്നു വളം. മുരിക്കന്റെ കഠിനാദ്ധ്വാനത്തെ അത്യാദരവോടെ കായൽ അംഗീകരിച്ചു. നൂറുമേനിയാണ് നെല്ലുവിളഞ്ഞത്. അതോടെ കുട്ടനാട്ടിലും സമീപപ്രദേശങ്ങളിലും അരിക്ഷാമമില്ലാതായി. കൃഷിക്ക് അത്യദ്ധ്വാനം വേണ്ടതിനാൽ തൊഴിലാളികൾക്ക് എന്നും പണികിട്ടി. പക്ഷേ, ഈ സൗഭാഗ്യം നിലനിർത്താൻ കുട്ടനാടിന് യോഗമില്ലാതെ പോയി. ആദ്യ കമ്യൂണിസ്റ്റ് മന്ത്രിസഭ, ഭൂപരിഷ്കരണനിയമത്തിലൂടെ മുരിക്കന്റെ കായൽ നിലങ്ങൾ പിടിച്ചെടുത്ത്, കൃഷി എന്തെന്നറിയാത്ത അനേകർക്കായി വീതിച്ചു നൽകി. അവർക്ക് കൃഷിയിറക്കാനാവില്ലെന്നായപ്പോൾ റാണിയും ചിത്തിരയും മാർത്താണ്ഡവും ഉദ്യോഗസ്ഥരെ ഏല്പിച്ചു. ചേറിന്റെ ചേപ്പും മണ്ണിന്റെ മണവും അവർക്കുണ്ടോ പിടിക്കുന്നു! വിത്തിന്റെ ഗുണവും ഞാറിന്റെ ഊക്കും നെല്ലിന്റെ പതവുമറിയാത്ത അവരതു നശിപ്പിച്ചു. മൂന്നര പതിറ്റാണ്ട് മുരിക്കന് നൂറുമേനി വിളവു നൽകിയ നിലങ്ങളെ അനേകർ ചേർന്ന് അപമാനിക്കുന്നതുകണ്ടപ്പോൾ വല്ലാത്തൊരു പ്രതികാരത്തോടെ വേമ്പനാട് കായൽ അവയെ തിരിച്ചെടുത്തു. ആ മഹാപരാധത്തിന് കാർമ്മികത്വം വഹിച്ച കമ്യൂണിസ്റ്റ് നേതാക്കളിൽ ചിലരെങ്കിലും ഇന്ന് സ്വകാര്യമായി പശ്ചാത്തപിക്കുന്നുണ്ടാവും - പ്ലാന്റേഷനുകൾക്ക് കൊടുത്ത ഇളവെങ്കിലും ഈ പാവം കായൽനിലങ്ങൾക്കു നൽകാമായിരുന്നുവെന്നാകും അവരുടെ കുറ്റസമ്മതം. അതു ചെയ്യാതെ എല്ലാവരാലും ഉപേക്ഷിക്കപ്പെട്ടിരുന്ന ഈ കായലുകൾക്ക് ഇപ്പോൾ അവകാശികളുണ്ടാകാമോ? അതുവിൽക്കാൻ ആർക്കാണ് അധികാരം? എന്നിട്ടും അതു വിൽക്കുന്നു!"

പ്രതിഷേധമടങ്ങാതെ പ്രതീക്ഷയോടെ അച്ഛൻ മറ്റൊന്നുകൂടി പറഞ്ഞു:

"ഇന്ന് എല്ലാം കാണുന്ന ഗൗരിയമ്മയ്ക്ക് ഇക്കാര്യത്തിൽ സ്വകാര്യമായെങ്കിലും കുറ്റബോധമുണ്ടാകും. അവർ അത്രയ്ക്കു നേരുകാരിയാ..."

പിന്നീട് ഏറെനേരത്തേക്ക് അച്ഛൻ സംസാരിച്ചില്ല. തണ്ണീർമുക്കത്തെത്തിയപ്പോൾ അപ്രതീക്ഷിതമായി അദ്ദേഹം പൊട്ടിത്തെറിച്ചു:

"കുട്ടനാടിന്റെ ശാപമാണിത്... പ്രകൃതിയുടെ സ്വാഭാവിക ഒഴുക്കിനെ തടയാൻ മനുഷ്യന് എന്തു കാര്യം? ... കുട്ടനാടിന്റെ മാലിന്യങ്ങൾ അപ്പാടെ കഴുകിക്കളയാൻ പ്രകൃതിയുടെ സജ്ജീകരണമായിരുന്നു ഇവിടെ ഉണ്ടായിരുന്നത്. അത് ബണ്ടുകെട്ടി തടഞ്ഞതോടെ കുട്ടനാടൊരു മാലിന്യക്കയമായി. അവിടെ നെല്ലിനടിക്കുന്ന രാസവളം മുതൽ ഹൗസ്ബോട്ടുകൾ തുപ്പുന്ന ഡീസലും മണ്ണെണ്ണയും ഉൾപ്പടെ മനുഷ്യന്റെ വിസർജ്ജ്യം വരെ കെട്ടിക്കിടക്കുന്നു...ഇതുപോലെ പ്രകൃതിയുടെ മറ്റൊരു വഴി തോട്ടപ്പള്ളിയിലുമുണ്ടായിരുന്നു. അതും അടച്ചു..."

അധികം വൈകാതെ അതു കാട്ടിത്തന്നുകൊണ്ട് അച്ഛൻ പറഞ്ഞു:

"പെരുമഴക്കാലത്ത്, ഇവിടെ പൊഴിമുറിക്കും... അപ്പോഴും ഒഴുകിപ്പോരുന്നത് മേൽവെള്ളമാണ്... മലഞ്ചെളിയുമായി മൂന്നു നദികളിലൂടെ കുട്ടനാടിന് വളം തരാൻ വരുന്ന മലവെള്ളം..."

അമ്പലപ്പുഴ, തകഴി വഴി തിരിച്ചുപോരുമ്പോൾ യാത്ര അവസാനിക്കാറായെന്നു മനസ്സിലാക്കിയാവാം അതുവരെ മൗനിയായിരുന്ന മൂത്ത മകൾ പെട്ടെന്ന് ചോദിച്ചു:

"നമ്മൾ ഈ കണ്ടതാണോ വണ്ടർലാന്റ്?"

എന്താണ് അവൾ ചോദിക്കുന്നതെന്നായി അച്ഛൻ. അക്കാര്യം വിശദമായി പറഞ്ഞുകൊടുക്കുന്നതിനു മുൻപ് ആയിരപ്പറയും പതിനാലായിരപ്പറയും കണ്ടില്ലല്ലോ എന്ന് പരമേശ്വരൻ ഓർത്തു. അതും അപ്രത്യക്ഷമായെങ്കിൽ അച്ഛനോടു ചോദിക്കാതിരിക്കുന്നതാവും ഭേദം; ആ മനസ്സിനെ നൊമ്പരപ്പെടുത്തണ്ടാ. പക്ഷേ, വിളവെടുപ്പിന്റെ വിജയത്തിൽ മേദിക്കുന്ന കർഷകന്റെ ജലോത്സവമായ വള്ളംകളിയുടെ കാര്യത്തിൽ അച്ഛനെന്തേ ഇതുവരെ മൗനംപൂണ്ടതെന്നു ചോദിച്ചു. വള്ളംകളി നടക്കുന്ന സ്ഥലങ്ങളും കാട്ടിത്തന്നില്ലല്ലോ എന്നു പറഞ്ഞു. പുന്നമട, പായിപ്പാട്, ചമ്പക്കുളം, നീരേറ്റുപുറം വള്ളംകളികളുടെ കാര്യം എടുത്തു പറഞ്ഞു.

"അതൊക്കെ പ്രസിദ്ധങ്ങളായ ജലോത്സവങ്ങളാ"- അച്ഛൻ പറഞ്ഞു. "പാടത്തുപണിയെടുക്കുന്നവന്റെ കൊതുമ്പുവള്ളത്തിലെ കളി മാത്രമേ എനിക്കറിയൂ..."

നിഷേധിയുടെ സ്വരമായിരുന്നു അപ്പോൾ അച്ഛന്.

തറവാട്ടിൽ പണ്ട് ചുണ്ടൻ വള്ളമുണ്ടായിരുന്നതാണ്; എന്നിട്ടും അദ്ദേഹം എന്തേ ഇങ്ങനെ ഒഴിഞ്ഞുമാറുന്നു എന്നു ചിന്തിച്ചപ്പോഴേക്കും അച്ഛൻ വിഷയംമാറ്റി:

"നീ പറഞ്ഞില്ലല്ലോ, എന്താ അവൾ ഉദ്ദേശിച്ച വണ്ടർലാന്റ്?"

അക്കാര്യം വിശദമായി പറഞ്ഞുകൊടുത്തു.

അവളുടെ ക്ലാസിലെ കുട്ടികളോട് സ്വദേശത്തെക്കുറിച്ച് ഒരു കുറിപ്പെഴുതാൻ അദ്ധ്യാപിക ആവശ്യപ്പെട്ടു. കേട്ടറിവുവച്ചാകാം അവൾ എഴുതിയത് എന്താണെന്ന് അച്ഛനറിയാമോ?

"ഇല്ല കേൾക്കട്ടെ"

"പറയൂ മോളേ, അപ്പൂപ്പന് കേൾക്കണം."

അമേരിക്കൻ ഇംഗ്ലീഷിന്റെ വൈകല്യത്തോടെയാണെങ്കിലും അവൾ പറഞ്ഞത് അച്ഛന് മൊഴിമാറ്റിക്കൊടുത്തു:

ഏഷ്യാഭൂഖണ്ഡത്തിൽ ഇന്ത്യാ രാജ്യത്തുള്ള കേരള സംസ്ഥാനത്തിലെ കുട്ടനാടാണ് എന്റെ സ്വദേശം. സമുദ്രനിരപ്പിനും താഴെ കിടക്കുന്ന കായൽ പ്രദേശം. പരിശ്രമശാലികളായ നാട്ടുകാർ ബണ്ടുകെട്ടി വെള്ളം വറ്റിച്ച് ആ കായലുകളിലാകെ കൃഷി ചെയ്യുന്നു. നെല്ലിനിടയിൽ മീൻ. ബണ്ടുകളിൽ തെങ്ങ്,പച്ചക്കറികൾ. മികച്ച വിളവെടുപ്പ്. അതിന്റെ വിജയലഹരിയിലുള്ള ജലോത്സവങ്ങൾ വേറിട്ട കാഴ്ചയാണ്. മൂന്നു നദികളും നിരവധി കൈത്തോടുകളും എന്റെ ജന്മനാടിനെ കഴുകി വൃത്തിയാക്കുന്നു. സമൃദ്ധിയുടെ പച്ചപ്പാണ് എങ്ങും. സ്വയംപര്യാപ്തമായ എന്റെ സ്വദേശം പ്രകൃതിയോടൊപ്പം നിന്ന് മനുഷ്യൻ നേടിയ വിജയത്തിന്റെ ചിഹ്നമാണ്.”

ഈ കുറിപ്പ് ടീച്ചർക്ക് നന്നേ ഇഷ്ടപ്പെട്ടു. വണ്ടർലാന്റ് എന്നൊരു തലക്കെട്ടിട്ട് അവർ ചോദിച്ചു, എന്നെക്കൂടിക്കൊണ്ടുപോകുമോ നിന്റെ ഈ നാട്ടിലേക്കെന്ന്.

മിടുക്കി എന്ന് അഭിനന്ദിച്ച് അവളുടെ കവിളിൽ തലോടിയ അച്ഛൻ പെട്ടെന്ന് വണ്ടി നിർത്താൻ പറഞ്ഞു.

വീടെത്താറായതാണ്. ഇതിനിടയിൽ എന്താണ് അത്യാവശ്യമെന്ന് നോക്കുമ്പോൾ ഡോർ തുറന്ന് അച്ഛൻ പുറത്തേക്കിറങ്ങി നടക്കുന്നു.

വീടുവരെ വ്യാപിച്ചു കിടക്കുന്ന പൂക്കായലിലേക്ക് ചരിച്ചിറക്കിയിട്ടിരിക്കുന്ന ടിപ്പർ ലോറിക്കടുത്തേക്കായിരുന്നു ആ യാത്ര.

ഡ്രൈവറുമായി ഏറെനേരം സംസാരിച്ചശേഷമാണ് അച്ഛൻ മടങ്ങിയത്. അകത്തേക്കു കയറാതെ കാറിന്റെ ഡോറിൽ പിടിച്ചുകൊണ്ട് ആരോടെന്നില്ലാതെ അച്ഛൻ നെടുവീർപ്പിട്ടു:

“പൂക്കായലും നികത്തുകയാണ്.”

ഏറെനേരത്തേക്കു മിണ്ടാതെ നിന്ന അച്ഛൻ ഒടുവിൽ ആരോടെന്നില്ലാതെ പറയുകയായിരുന്നു:

കോട്ടയം- ഇടുക്കി ജില്ലകളുടെ കിഴക്കേ അതിർത്തിയിലുള്ള അതിരുമലയിൽ നിന്ന്, ആ മലയാകെ ഇടിച്ചുകൊണ്ടുവന്ന് ഈ കായൽ നികത്താൻ കരാറെടുത്തിരിക്കുന്നത് നമ്മുടെ പഴയ സരസൻസഖാവാണ്. കുട്ടനാട്ടിൽ കായൽ നിലങ്ങൾ നികത്തുന്നതിനെതിരെ സമരം നയിച്ച സരസനിപ്പോൾ കരാറുകാരനാണ്. ആദ്യം അയാൾ കൊടിക്കാരനായിരുന്നു. തൊഴിലാളികൾ പണിക്കിറങ്ങാനും ഇടവേളകളിൽ ഭക്ഷണം കഴിക്കാനും ഒടുവിൽ പണിനിർത്താനും അടയാളമായി കൊടിപൊക്കുന്ന നേതാവ്. പിന്നീട് അയാൾ ചീട്ടുകൊടുപ്പുകാരനായി. പണ്ട് പാടത്തു തടഞ്ഞിരുന്ന ട്രാക്ടറോ കൊയ്ത്തുയന്ത്രമോ ഇറക്കാൻ അനുവാദം നൽകുന്നതും അതിനു ചീട്ടെഴുതിയിരുന്നതും സരസനായിരുന്നു.

അക്കാലത്ത് സമരത്തിനു തുടക്കം കുറിച്ചുകൊണ്ട് അയാൾ കൊടി നാട്ടിയ പൂക്കായൽ ഇപ്പോൾ അയാൾ തന്നെ മണ്ണിട്ടു നികത്തുകയാണ്. നികത്തൽ ത്തുടക്കത്തിന് തെരഞ്ഞെടുത്തിരിക്കുന്നതോ, അന്നത്തെ ആ കൊടിമര ത്തിന്റെ പരിസരം തന്നെ. അയാളുടെ ഡ്രൈവർ പറയുന്നു, വിദേശ ത്തുള്ളവരാരോ ആണ് കായൽ വാങ്ങിയതെന്ന്. എത്രയും വേഗം നിക ത്തണമെന്ന് അവർക്ക് നിർബന്ധമാണത്രെ! അതിനാൽ അതിരുമല യാകെ ഇടിച്ചുകൊണ്ടുവരാൻ അവിടെത്തന്നെ ക്യാമ്പു ചെയ്ത് സരസൻ നൂറോളം ടിപ്പറുകൾ നിയന്ത്രിക്കുകയാണ്...

അച്ഛൻ വീണ്ടും പറയാനാഞ്ഞതാണ്. അതിനിടയിൽ മകൾ വിളിച്ചു കൂവി:

അണ്ണാൻ... അണ്ണാൻ

അവൾക്ക് അണ്ണാനെ ഇഷ്ടമാണ്. എല്ലാ ഇനത്തിൽപ്പെട്ട അണ്ണാനു കളുടെയും ചിത്രങ്ങൾ, ജന്തുശാസ്ത്രം അധികവിഷയമായി പഠിക്കുന്ന അവളുടെ മുറിയിൽ പതിച്ചിട്ടുണ്ട്. എവിടെയോ ഒരണ്ണാനെ അവൾ കണ്ടി രിക്കുന്നു.

അവൾ വിരൽ ചൂണ്ടിയിടത്തേക്ക് അച്ഛൻ ഉൾപ്പടെ എല്ലാവരും നോക്കി:

അവളുടെ ചൂണ്ടുവിരലിനപ്പുറം, ടിപ്പറിൽ നിന്ന് മണ്ണുവീണിടത്തെ വെള്ളത്തിൽ നിന്ന് ഉയർന്നു നിൽക്കുന്ന കൊടിമരത്തിന്റെ മധ്യഭാഗ ത്തായി അള്ളിപ്പിടിച്ചിരിക്കുകയാണ് ഒരു അണ്ണാൻകുഞ്ഞ്!

“മലയണ്ണാൻ” അവൾ പരിഭ്രമിച്ചു. “വെള്ളം കണ്ടാൽ അതിനു ഭയ മാണ്. അതാണ് താഴേക്കിറങ്ങാത്തത്...”

ശരിയാണ്. പരമേശ്വരന് ബോധ്യമായി. മലയണ്ണാന്റെ കുഞ്ഞുതന്നെ. പക്ഷേ കാട്ടിലോ മലയിലോ കാണുന്ന മലയണ്ണാൻ എങ്ങനെ വെള്ള ക്കെട്ടായ കുട്ടനാട്ടിൽ വന്നു?

എല്ലാവരും എന്തോ നോക്കുന്നതു കണ്ടാവാം ഡ്രൈവർ കാറിനടു ത്തേക്കുവന്ന് കാര്യം തിരക്കി. കൊടിമരത്തിൽ കണ്ട മലയണ്ണാനാണ് പ്രശ്നമെന്നറിഞ്ഞപ്പോൾ അയാൾ ചിരിച്ചു:

“അതിരുമലയിൽ നിന്ന് ഇടിച്ചുകേറ്റിയ മണ്ണിനൊപ്പം പോന്നതാവും... എല്ലാ ലോഡിലും കാണും ഇതുപോലെ ഒന്നുരണ്ടെണ്ണം...”

“വംശനാശം നേരിടുന്ന ഇനമാണിത്...”

മകൾ അവളുടെ ശാസ്ത്രവിജ്ഞാനം വിളമ്പിക്കൊണ്ട് കാറിൽ നിന്നി റങ്ങി, അണ്ണാൻകുഞ്ഞിന്റെ ഇരുപ്പു നിരീക്ഷിച്ച് ഭയപ്പാടോടെ പറഞ്ഞു:

“അച്ഛാ എന്തെങ്കിലും ഉടൻ ചെയ്യണം. ഇതാ മറ്റൊരു വലിയ പ്രശ്നം കൂടി.”

അവൾ കൊടിമരത്തിന്റെ മുകളറ്റത്തേക്കു വിരൽചൂണ്ടി.

ആ വിരലിനുമീതെ ചെങ്കൊടി പാറുന്നു.

സമരത്തിനു തുടക്കം കുറിച്ചുകൊണ്ട് പണ്ട് സരസൻസഖാവ് കെട്ടിയ ചെങ്കൊടി! അതിലെ പ്രശ്നവും അവൾ വിശദീകരിച്ചു:

ഈ ഇനത്തിലുള്ള മലയണ്ണാന് വെള്ളത്തേപ്പോലെ ചുവപ്പിനെയും പേടിയാണ്. കാട്ടിൽ വാകപൂക്കുന്ന കാലത്ത് പൊത്തിലൊളിക്കുന്ന മലയണ്ണാൻ പൂവെല്ലാം പൊഴിഞ്ഞാൽ മാത്രമേ പുറത്തിറങ്ങാറുള്ളു. അത്ര ഭയം!

മുകളിലേക്കു കയറാനും താഴേക്കിറങ്ങാനുമാവാതെ ആ മലയണ്ണാൻ കുഞ്ഞ് കൊടിമരത്തിന്റെ ഒത്ത മദ്ധ്യത്തിൽ അള്ളിപ്പിടിച്ചിരിക്കുകയാണ്... രക്ഷിക്കാൻ ശ്രമിച്ചാൽ അത് പിടിവിട്ടു ചാടും. വെള്ളത്തിലേക്കാവും വീഴുക. ഭയന്നല്ല; മുങ്ങിത്തന്നെ അതു ചാവും... അതിനാൽ അണ്ണാൻ കുഞ്ഞിനെ അതിന്റെ വിധിക്കുവിട്ടിട്ട് മടങ്ങാമെന്ന് പരമേശ്വരൻ തീരുമാനിച്ചു.

മകൾ ഒരുവിധത്തിലും സമ്മതിക്കുന്നില്ല. എങ്ങനെയെങ്കിലും അതിനെ രക്ഷിക്കണം. അതായിരുന്നു അവളുടെ നിർബന്ധം.

ചെറുജീവികൾക്കൊന്നും ഇവിടെ യാതൊരുപ്രസക്തിയുമില്ല; ഇത്തരം സന്ദർഭങ്ങളിൽ അവയെ രക്ഷിക്കാനുള്ള സംവിധാനവുമില്ല; നമ്മൾതന്നെ രക്ഷിക്കാൻ ശ്രമിച്ച് അതിന്റെ ആയുസ്സിന്റെ ദൈർഘ്യം കുറയ്ക്കണോ എന്നൊക്കെ അച്ഛൻ അനുനയത്തിൽ പറഞ്ഞ് അവളെ ഒരുവിധം കാറിൽ കയറ്റി.

വീടെത്തുന്നതുവരെ അവളെന്നല്ല; കാറിൽ ആരുംതന്നെ സംസാരിച്ചില്ല.

പൂമുഖത്തേക്കു കയറിക്കൊണ്ട് അച്ഛൻ പറഞ്ഞു:

"ഇതാണ് ഇപ്പോഴത്തെ കുട്ടനാട്. നീ ഇന്നലെ കുറുപ്പിനോട് ചോദിച്ചില്ലേ, അച്ഛന്റെ മനംമാറ്റത്തിനു കാരണമെന്തെന്ന്... അതു ബോധ്യപ്പെടുത്താനായിരുന്നു ഈ യാത്ര..."

അച്ഛൻ ചാരുകസേരയിലേക്ക് ചരിഞ്ഞിരുന്നു. ഒന്നു മയങ്ങിയോ എന്ന് സംശയം. ആ മയക്കത്തിനിടയിലായിരുന്നു, ലഹരിയുടെ ലവലേശമില്ലെങ്കിലും, ലക്കുകെട്ടതുപോലെ അച്ഛൻ പുലമ്പിയത്:

-ഒരു പന്ത്, നികന്ന മെത്രാൻകായലിലെ ഗോൾഫ് കോഴ്സിൽ നിന്ന് തെറിച്ചു വന്ന പന്ത്, എന്റെ തലയിൽക്കൊണ്ടു... വല്ലാത്ത വേദന...

അച്ഛാ എന്നു കുലുക്കി വിളിച്ചിട്ട് പ്രതികരിക്കാതെ അദ്ദേഹം പറയുകയായിരുന്നു:

– ഒരു കുപ്പി, നികന്ന മാർത്താണ്ഡംകായലിലെ നഗരബാറിൽ നിന്ന് എടുത്തെറിഞ്ഞ ഒരു മദ്യക്കുപ്പി, നിന്റെ അമ്മയുടെ അസ്ഥിത്തറമേൽ ആഞ്ഞടിച്ചു... അസ്ഥിക്കുടം പൊട്ടി...

എത്ര വിളിച്ചിട്ടും സ്വബോധത്തിലേക്കു മടങ്ങിവരാതെ അച്ഛൻ കരഞ്ഞു:

ആ മലയണ്ണാൻ അതിന്റെ വംശത്തെയാകെക്കൂട്ടി എന്റെ പാടത്തിറങ്ങി... നെല്ലെല്ലാം നശിപ്പിച്ചു...

പരമേശ്വരൻ വല്ലാതെ പരിഭ്രമിച്ചു. അച്ഛനിതെന്തുപറ്റി? അരമതിലിലിരുന്ന കിണ്ടിയിൽ നിന്നു വെള്ളമെടുത്ത് മുഖത്തു കുടഞ്ഞു.

പെട്ടെന്ന് ഞെട്ടിയുണർന്ന അച്ഛൻ സങ്കോചത്തോടെ പറഞ്ഞു:

ഞാനൊന്നുമയങ്ങി. വല്ലാത്തൊരു സ്വപ്നം കണ്ടു...

ഒരു നിമിഷത്തേക്കേ ഉണ്ടായിരുന്നുള്ളു ആ ഉണർവ്. നല്ല ക്ഷീണമെന്നു പറഞ്ഞ് വീണ്ടും മയക്കത്തിലേക്കു മലർന്ന അദ്ദേഹത്തിന്റെ ചുണ്ടുകൾ പഴയപടി മന്ത്രിക്കുകയായിരുന്നു:

ഞാൻ കാണുന്നു- നെല്ലും മീനുമില്ലാത്ത കുട്ടനാട്... പച്ചക്കറിയും തേങ്ങയുമില്ലാത്ത കുട്ടനാട്... മാലിന്യക്കയമായ കുട്ടനാട്... ഇടവപ്പാതിയും തുലാവർഷവും പിന്നെ കോപിച്ചു കുതിച്ചെത്തുന്ന മൂന്നുനദികളിലെ മലവെള്ളവുംകൊണ്ട് മുങ്ങിപ്പോകുന്ന കുട്ടനാട്...

അച്ഛന്റെ ദയനീയാവസ്ഥ കണ്ട്, ഉള്ളിൽ ഒരുറച്ച തീരുമാനമെടുത്ത പരമേശ്വരന്റെ മുന്നിൽ പെട്ടെന്ന്, വളരെ പെട്ടെന്ന്, തികച്ചും അപ്രതീക്ഷിതമായി ആ വാങ്മയചിത്രങ്ങൾ യാഥാർത്ഥ്യമായി- മലിനജലപ്രളയത്തിൽ മുങ്ങിയ കുട്ടനാട്!

സകലതും മുക്കിക്കൊണ്ടു പൊങ്ങിയ ജലനിരപ്പിനുമീതെ ആ കൊടിമരം മാത്രം ഉയർന്നു നിൽക്കുന്നു. അതിനുമധ്യേ താഴേക്കിറങ്ങാനും മുകളിലേക്കു കയറാനുമാകാതെ അള്ളിപ്പിടിച്ചിരിക്കുകയാണ് അപ്പോഴും ആ മലയണ്ണാൻ.

പക്ഷേ, പരമേശ്വരനെ ഞെട്ടിച്ചത് അതല്ലായിരുന്നു; ചെറുജീവിയായ ആ അണ്ണാൻകുഞ്ഞിന്റെ കൂർത്ത ഇളംപല്ലുകൾ ഒരു മനുഷ്യനെ കൊരുത്തു പിടിച്ചിരിക്കുന്നു! നടുക്കത്തിനിടയിലും പരമേശ്വരൻ ശ്രദ്ധാപൂർവം നോക്കി- മലവെള്ളപ്പാച്ചിലിൽ ഒലിച്ചുവന്ന സരസൻ സഖാവായിരുന്നു അത്! വല്ലാതെ ചുവന്ന്, ഒടുവിൽ എല്ലാ ചുവപ്പുകളും കറുപ്പാകുന്നതിനുമപ്പുറം കടുംകറുപ്പായി മാറിയ സരസൻ സഖാവിന്റെ ചുണ്ടുകൾ അച്ഛന്റെ ജല്പനങ്ങൾ നേരിയ ഭേദഗതിയോടെ ആവർത്തിക്കുന്നു: മണ്ണില്ല... മലയില്ല... നെല്ലില്ല... മീനില്ല..

■